നഷ്ടനായിക

nashtanayika
novel

•

vinu abraham

•

first chintha edition
january 2017

•

second impression
january 2021

•

published
chintha publishers, thiruvananthapuram

•

typesetting
star communications, thiruvananthapuram

•

cover
ambish

Distribution
DESHABHIMANI BOOK HOUSE
H O Thiruvananthapuram 695035
phone: 0471-2303026, 6063026
Email: chinthapublishers@gmail.com
Website: www.chinthapublishers.com

Branch
Head Office Kunnukuzhi • Statue Thiruvananthapuram • KSRTC Bus
Station Alappuzha • KSRTC Bus Station Ernakulam • Machingal Lane
Thrissur • IG Road Kozhikode • Mavoor Road Kozhikode • NGO
Union Building Kannur • Central Bus Terminal Complex Thavakkara Kannur

---

CR - 2240 / 5306
ISBN - 978-93-86364-36-4

നഷ്ടനായിക

നോവൽ

വിനു ഏബ്രഹാം

ചിന്ത പബ്ലിഷേഴ്സ്
തിരുവനന്തപുരം-695 035

വിനു ഏബ്രഹാം

പത്തനംതിട്ട ജില്ലയിൽ നെടുങ്ങാടപ്പള്ളി സ്വദേശി. മോട യിൽ ഏബ്രഹാം വർഗ്ഗീസിന്റെയും സൂസന്റെയും പുത്രൻ. *ദി വീക്ക്* വാരികയുടെ കേരള ലേഖകനായി 20 വർഷം പ്രവർത്തിച്ചു. ആറ് കഥാസമാഹാരങ്ങളും നാല് നോവലു കളുമുൾപ്പെടെ 23 പുസ്തകങ്ങൾ പ്രസിദ്ധീകരിച്ചിട്ടുണ്ട്. *നഷ്ടനായിക* എന്ന നോവലാണ് കമൽ സംവിധാനം ചെയ്ത വിഖ്യാത സിനിമയായ *സെല്ലുലോയ്ഡിന്റെ* കഥാവലംബം. മികച്ച ഇംഗ്ലീഷ് പത്രപ്രവർത്തനത്തിനുള്ള നിരവധി പുര സ്കാരങ്ങൾ നേടിയിട്ടുണ്ട്. *ആൻ എൻകൗണ്ടർ വിത്ത് എ ലൈഫ് ലിവിങ്* എന്ന ഹ്രസ്വചിത്രത്തിന്റെ നിർമ്മാതാവെന്ന നിലയിൽ മികച്ച പ്രഥമ ഹ്രസ്വചിത്രത്തിനുള്ള ദേശീയ ചല ച്ചിത്ര പുരസ്കാരം ലഭിച്ചിട്ടുണ്ട്. *നിലാവിന്റെ നഖങ്ങൾ* എന്ന കഥാസമാഹാരത്തിന് എസ് ബി റ്റിയുടെ മികച്ച കഥാസമാ ഹാര പുരസ്കാരവും *ഗബ്രിയേലാസബാറ്റിനി ജീവിതം എഴു തുമ്പോൾ* എന്ന കഥാസമാഹാരത്തിന് പ്രേംജി പുരസ്കാ രവും *തോറ്റവരുടെ തീൻഗൃഹം* എന്ന കഥയ്ക്ക് കെ എ കൊടുങ്ങല്ലൂർ പുരസ്കാരവും ലഭിച്ചു. ചലച്ചിത്ര രംഗത്ത് തിരക്കഥാകൃത്ത് എന്ന നിലയിലും പ്രവർത്തിക്കുന്നു. പറു *ദീസ* സിനിമയ്ക്ക് മികച്ച തിരക്കഥയ്ക്കുള്ള മെക്സിക്കൻ അന്താരാഷ്ട്ര ചലച്ചിത്ര പുരസ്കാരം നേടിയിട്ടുണ്ട്. കേരള സാഹിത്യ അക്കാദമി ജനറൽ കൗൺസിൽ അംഗമായും കേരള സംസ്ഥാന ടെലിവിഷൻ പുരസ്കാരം ജൂറി അംഗ മായും കേരള സർവ്വകലാശാല ബോർഡ് ഓഫ് സ്റ്റഡീസ് (ജേർണലിസം) അംഗമായും പ്രവർത്തിച്ചിട്ടുണ്ട്.

ഭാര്യ   : സുജ
മക്കൾ   : ഭുവൻ, റെയ്ൻ
വിലാസം   : കെ ആർ ഡബ്ലിയൂ എ, 76 എ
                        ഐ എ എസ് കോളനി
                        വട്ടിയൂർക്കാവ് പി ഒ.
                        തിരുവനന്തപുരം – 13
ഫോൺ   : 9400073529
ഇമെയിൽ : vinuabraham1966@gmail.com

പ്രസാധകക്കുറിപ്പ്

മലയാള സിനിമയുടെ അമ്മയാണ് പി കെ റോസി. ജാതി മേധാവിത്വം അവരെ മലയാള സിനിമയിൽനിന്ന് മാത്രമല്ല ജന്മനാട്ടിൽ നിന്നുതന്നെ ആട്ടിപ്പായിച്ചു. കലാകാരിയായ ഒരു കീഴാള സ്ത്രീക്കു നേരിടേണ്ടിവന്ന അവഗണനയുടെയും അദൃശ്യതയുടെയും ചരിത്രം ലോകത്തിനു മുന്നിൽ അനാ വരണം ചെയ്യപ്പെടുന്നതിൽ വിനു ഏബ്രഹാമിന്റെ നോവ ലിനും സവിശേഷമായ പങ്കുണ്ട്. ശ്രദ്ധേയമായ ഈ നോവ ലിന്റെ ചിന്ത പതിപ്പ് വായനക്കാർക്ക് സമർപ്പിക്കുന്നു.

ചിന്ത പബ്ലിഷേഴ്സ്

സമർപ്പണം

പ്രിയസുഹൃത്ത് അനിൽദേവിന്

നമുക്ക് നേരെ ഒഴുകി വന്ന അവളുടെ കണ്ണുനീർത്തുള്ളിക
ളിലൊന്നിനെ നമ്മൾ ഒരു സെല്ലുലോയ്ഡ് പെട്ടിക്കുള്ളിൽ
സൂക്ഷിച്ച് വയ്ക്കുന്നുണ്ട്. ഗന്ധമില്ലാത്ത, സ്വാദില്ലാത്ത, നിറ
മില്ലാത്ത ഒരു കണ്ണുനീർത്തുള്ളി. ഏറ്റവും ശുദ്ധമായ നീർധാ
രയിൽ നിന്നൊരു തുള്ളി.
-കാൾ ഡ്രെയറുടെ ക്ലാസിക് സിനിമയായ *ദ പാഷൻ ഓഫ്
ജോവാൻ ഓഫ് ആർക്കിനെ*ക്കുറിച്ച് ലൂയി ബുനുവേൽ എഴു
തിയ ആസ്വാദനത്തിൽനിന്ന്.

ആമുഖം

രണ്ടായിരത്തി എട്ടിൽ *നഷ്ടനായിക* ആദ്യ പതിപ്പ് പുറത്തിറക്കിയ ശേഷം ഈ നോവലിന്റെ ജീവിതത്തിൽ പല സംഭവ വികാസങ്ങളുമുണ്ടായി. 'നഷ്ടനായിക' മുഖ്യ അവലംബമായി കമൽ *സെല്ലുലോയ്ഡ്* എന്ന ചലച്ചിത്രമൊരുക്കി എന്നത് തന്നെയാണ് അതിൽ ഏറെ പ്രധാനപ്പെട്ടത്. മലയാള സിനിമയുടെ ഉത്ഭവചരിത്രം പറയുന്ന നോവൽ, ചലച്ചിത്ര മാധ്യമത്തിലേക്ക് പരാവർത്തനം ചെയ്യപ്പെട്ടപ്പോൾ വിപുലമായി ശ്രദ്ധിക്കപ്പെട്ടു. നമ്മുടെ സാഹിത്യരംഗത്ത് നിലനില്ക്കുന്ന പലവിധ കോക്കസുകൾ, നഷ്ടനായികയെ, ഒരു നോവലായിരിക്കവേ തന്നെ, കൂടുതലായി സഹൃദയശ്രദ്ധയിലേക്ക് എത്തിക്കുന്നതിൽനിന്ന് തടഞ്ഞു നിർത്തി എന്നത് അനിഷേധ്യമായ ഒരു വസ്തുതയാണ്. എന്നാൽ, സിനിമ എന്ന മാധ്യമത്തിനുള്ള അപ്രതിരോധ്യമായ ജനകീയ സ്വാധീനം കമലിനെ പോലെ കൃതഹസ്തനായ ഒരു സംവിധായകന്റെ പ്രതിഭയുമായി കൂട്ട് ചേർന്നപ്പോൾ *സെല്ലുലോയ്ഡിനെ* ഒരു വൻവിജയമാക്കുകയും അതോടെ *നഷ്ടനായിക* സാമാന്യ ജനശ്രദ്ധയിലേക്ക് വരുകയും ചെയ്തു.

നഷ്ടനായിക പുറത്തിറങ്ങി രണ്ട് വർഷത്തിനുശേഷമാണ് ഞാൻ ചേലങ്ങാട് ഗോപാലകൃഷ്ണന്റെ കുടുംബവുമായി ബന്ധപ്പെടുന്നത്. നോവൽ എഴുതുന്ന വേളയിൽ ചേലങ്ങാട് ഫ്ലെയിം എന്ന വാരികയിൽ 'വിഗതകുമാരനെക്കുറിച്ചും റോസിയെക്കുറിച്ചും ഡാനിയലിനെക്കുറിച്ചും എഴുതിയ ഏതാണ്ട് ആറ് പേജുകൾ മാത്രം വരുന്ന ചെറുകുറിപ്പുകളാണ് നോവലിന് വേണ്ട ഗവേഷണവിഭവങ്ങൾ എന്ന രീതിയിൽ ചേലങ്ങാടിന്റേതായി എന്റെ പക്കൽ ലഭ്യമായിരുന്നത്. സത്യത്തിൽ ചേലങ്ങാട്ടിനെ ഒരിക്കലും കാണാൻ സാധിച്ചിട്ടില്ലാത്ത എനിക്ക് അദ്ദേഹത്തിന്റെ മരണ ശേഷമാണ് മകൻ സാജു ചേലങ്ങാടുമായും ചേലങ്ങാടിന്റെ പത്നിയുമായും ബന്ധപ്പെടുവാൻ സാധിച്ചത്. തുടർന്ന് ആ കുടുംബവുമായി ദൃഢ

മായ സൗഹൃദം, ചേലങ്ങാടിനെക്കുറിച്ച് ഒരു മുഖ്യധാരാ പ്രസിദ്ധീകരണ ത്തിൽ ആദ്യമായി ഒരു ലേഖനം എന്ന രീതിയിൽ *മാധ്യമം* വാരികയിൽ അദ്ദേഹത്തിന് ഒരു സ്മരണാഞ്ജലി എനിക്ക് എഴുതാൻ കഴിയുന്ന തര ത്തിലേക്ക് വികസിച്ചു.

അതിന്റെ തുടർച്ചയായി തന്നെയാണ് ചേലങ്ങാട് എഴുതിവച്ചിരുന്ന *ജെ സി ഡാനിയലിന്റെ ജീവിതകഥ* എന്ന അപ്രകാശിതജീവചരിത്രം ഞാൻ മുൻകൈയെടുത്ത് കറന്റ് ബുക്സ് തൃശൂരിനെക്കൊണ്ട് പ്രസിദ്ധീകരിപ്പി ച്ചത്. ഒരർത്ഥത്തിൽ ചേലങ്ങാടിന്റെ പുസ്തകം 'നഷ്ടനായിക'യുടെ ഒരു സഹോദരഗ്രന്ഥം എന്ന നില കൈവരിക്കുകയായിരുന്നു. അങ്ങനെ ചേല ങ്ങാട് *സെല്ലുലോയ്ഡിലെ* ആഖ്യാതാവ് എന്ന രൂപത്തിലേക്ക് കടന്നുവ രികയും ചെയ്തു.

ഇതിനിടെ റോസിയുടെ സിനിമാനന്തര ജീവിതത്തെക്കുറിച്ചു കൂടു തൽ മൂർത്തമായ വസ്തുതകൾ ലഭ്യമാകുകയായിരുന്നു. എന്റെ ചങ്ങാതി കൂടിയായ *മാധ്യമം* ദിനപത്രത്തിന്റെ ലേഖകൻ ഭരതന്നൂർ ഷെമീറിന്റെയും മറ്റും അന്വേഷണ ഫലമായാണ് അത് സാദ്ധ്യമായത്. ആ അന്വേഷണ ഫലങ്ങളുടെ സാരാംശം ഈ പുതിയ പതിപ്പിന്റെ അനുബന്ധം II ൽ കൊടുത്തിട്ടുണ്ട്. മറ്റൊന്നുള്ളത് റോസിയുടേത് എന്ന് അനുമാനിക്കപ്പെ ടുന്ന ഒരു ഫോട്ടോ ചേലങ്ങാട്ടിന്റെ വീട്ടിലെ പുസ്തകശേഖരത്തിനിട യിൽ നിന്ന് കണ്ടെടുക്കപ്പെട്ടു എന്നതാണ്. പക്ഷേ, ഈ ഫോട്ടോ റോസി യുടേത് തന്നെ എന്ന് ആധികാരികമായി എത്രകണ്ട് പറയാനാകും എന്ന കാര്യത്തിൽ സംശയം അവശേഷിക്കുന്നു.

സിനിമയ്ക്ക് പുറമേ, *നഷ്ടനായിക* മറ്റൊരു മാധ്യമത്തിലേക്ക് കൂടി ഇക്കാലയളവിൽ പരാവർത്തനം ചെയ്യപ്പെട്ടു എന്നത് സന്തോഷകരമായ ഒരു കാര്യമാണ്. ഇന്റർനെറ്റിൽ, പൂർണ്ണമായും ശ്രവ്യരൂപത്തിലുള്ള പഴയ കാലത്തെ റേഡിയോ ചലച്ചിത്ര ശബ്ദരേഖകളുടെ മട്ടിലുള്ള ഒന്നാണിത്. ശ്രീനകേഷ് എന്ന സഹൃദയനായ ഒരു ബിസിനസ് സംരംഭകന്റെ പിന്തു ണയോടെ ആകാശവാണിയിലെ മുതിർന്ന ഉദ്യോഗസ്ഥയായ ശ്രീമതി സുഷമാ മോഹന്റെ നേതൃത്വത്തിൽ ഒരു സംഘം കലാകാരന്മാരാണ് ഈ ഉദ്യമം സഫലമാക്കിയത്. പശ്ചാത്തലസംഗീതം, നോവലിലെ ഇരുപതോളം കഥാപാത്രങ്ങളുടെ സംഭാഷണങ്ങൾ ശ്രവ്യകലാകാരന്മാർ ഡബ്ബ് ചെയ്ത് അവതരിപ്പിച്ചിരിക്കുന്നു. സംഭാഷണമല്ലാത്ത നോവൽ ഭാഗങ്ങൾ തികഞ്ഞ ശബ്ദനിയന്ത്രണ പാടവത്തോടെ കേൾപ്പിക്കുന്നു തുടങ്ങിയ സവിശേഷത കളോടെ നെറ്റിൽ ഇന്നിപ്പോൾ *നഷ്ടനായിക*യുടെ ഈ സംഗ്രഹിത രൂപവും ലഭ്യമാണ്.

ഇപ്പോൾ പിന്തിരിഞ്ഞ് നോക്കുമ്പോൾ *നഷ്ടനായിക* മലയാണ്മയുടെ സംസ്കൃതിയിലെ ഒരു സുപ്രധാന ഏടിനെയും ആ ഏടിൽ മുഖ്യപങ് വഹിച്ച മഹിത ജീവിതങ്ങളെയും പുതിയ കാലത്തിന്റെ ആഴത്തിലുള്ള ശ്രദ്ധയിലേക്ക് വീണ്ടെടുക്കുന്നതിന് വലിയൊരു നിമിത്തമായി എന്നുള്ള ചാരിതാർത്ഥ്യം എനിക്ക് അളവറ്റതാണ്. കേവലം ഒരു കല്പിതാഖ്യായിക (fictional novel) എന്നതിനപ്പുറം ഒരു ജീവചരിത്രനോവലായ *നഷ്ടനാ യിക* ആ നിലയ്ക്ക് അതിന്റെ ചരിത്രനിയോഗം നിർവ്വഹിച്ചു എന്ന് തന്നെ ഞാൻ കരുതുന്നു. അതേ സമയം *നഷ്ടനായിക* ആദ്യം പുറത്തിറങ്ങുമ്പോൾ

പട്ടത്ത് നിലനിന്നിരുന്ന 'ശാരദാമന്ദിരം' എന്ന കെട്ടിടം - ജെ സി ഡാനി
യേൽ തന്റെ ചിത്രനിർമ്മാണത്തിനായി ഉപയോഗിച്ചിരുന്ന 'ട്രാവൻകൂർ
നാഷണൽ പിക്ചേഴ്സ് സ്റ്റുഡിയോ' സ്ഥിതി ചെയ്തിരുന്ന കെട്ടിടം
ഇപ്പോൾ നിലവിലില്ല എന്ന സങ്കടം ഏറെ വലിയതാണ്. പല രീതിയിലും
ബന്ധപ്പെട്ട അധികാരികളുടെ ശ്രദ്ധയിൽ പെടുത്തിയെങ്കിലും അവരാരും
മറ്റേതെങ്കിലും രാജ്യത്ത് നിധിപോലെ സൂക്ഷിക്കുമായിരുന്ന, നമ്മുടെ
നാട്ടിലെ ആദ്യ ചലച്ചിത്ര സ്റ്റുഡിയോ കല്ലോട് കല്ല് ശേഷിക്കാത്ത രീതി
യിൽ തകർക്കപ്പെടുന്നത് തടയാൻ ഒരു ചെറുവിരൽപോലും അനക്കിയില്ല.
പൈതൃക സംരക്ഷണത്തിനായി അധരവ്യായാമം മാത്രം നടത്തുന്ന അധി
കാര സ്ഥാപനങ്ങളിൽനിന്നും വ്യക്തികളിൽനിന്നും മറ്റെന്ത് പ്രതീക്ഷി
ക്കാൻ!

റോസിയെക്കുറിച്ച് ആദ്യമായി ഒരു കവിത എഴുതിയ കുരീപ്പുഴ ശ്രീകു
മാർ, ആ കവിത പ്രസിദ്ധീകരിച്ച ബേബി തോമസ്, പ്രമുഖ ദളിത് എഴു
ത്തുകാരനും ചരിത്രകാരനുമായ കുന്നുകുഴി എസ് മണി, മലയാള സിനിമാ
ചരിത്രത്തിന്റെ നടക്കുന്ന എൻസൈക്ലോപീഡിയ എന്നു പറയാവുന്ന
യാളും നിശ്ചല ഛായാഗ്രാഹകനുമായ ആർ ഗോപാലകൃഷ്ണൻ,
പ്രശസ്ത പത്രപ്രവർത്തകനും തിരുവനന്തപുരത്തിന്റെ ചരിത്രകാരനുമായ
മലയിൻകീഴ് ഗോപാലകൃഷ്ണൻ, അന്തരിച്ച പ്രശസ്ത ചരിത്രരേഖാ ശേഖ
രകനായ കിഴക്കേമഠം ഗോവിന്ദൻ നായർ, ഇന്ന് ജീവിച്ചിരിക്കുന്ന കാക്കാ
രിശ്ശി നാടക കലാകാരന്മാരിൽ അഗ്രിമസ്ഥാനമുള്ള ഇരിഞ്ചയം ശ്രീധരൻ
ആശാൻ, ചില തമിഴ്മൊഴികൾ കൃത്യമായി എനിക്ക് പറഞ്ഞുതന്ന
പ്രശസ്ത മലയാളം - തമിഴ് വിവർത്തകനായ യൂസഫ് നാഗർകോവിൽ,
ജെ സി ഡാനിയേലിന്റെ മക്കളായ ഹാരീസ് ഡാനിയേൽ, ലളിതാ ഹെൻട്രി.
നോവലെഴുതുമ്പോൾ ഇടയ്ക്കിടെ എന്നെ ഊർജ്ജസ്വലനാക്കിയ പ്രിയ
സുഹൃത്ത് ജി ആർ ഇന്ദുഗോപൻ, ആദ്യമായി *നഷ്ടനായിക* പ്രസിദ്ധീക
രിച്ച തൃശൂർ കറന്റ് ബുക്സിലെ കെ ജെ ജോണി എന്നിവരോടുള്ള എന്റെ
കടപ്പാട് നിസ്സീമമാണ്.

ഇതേപോലെ തങ്ങളുടെ ലേഖനങ്ങളും ചരിത്രപുസ്തകങ്ങൾവഴിയും
എന്നെ സഹായിച്ചവരുണ്ട്. ആദ്യകാല മലയാള സിനിമയുടെ ചരിത്രം
കുറിക്കുന്ന ലേഖനങ്ങൾ രചിച്ച പ്രമുഖ ചലച്ചിത്ര ചരിത്രകാരൻ ചേല
ങ്ങാട്ട് ഗോപാലകൃഷ്ണൻ, *അയ്യൻകാളി* എന്ന പുസ്തകം രചിച്ച സി
അഭിമന്യൂ, റോസിയുടെ പില്ക്കാല ജീവിതത്തെക്കുറിച്ച് അന്വേഷണം
നടത്തിയ *ചിത്രഭൂമി* വാരികയുടെ ലേഖകൻ ജി ജ്യോതിലാൽ എന്നിവ
രാണ് ഇക്കൂട്ടത്തിൽ എടുത്തുപറയത്തക്ക പേരുകൾ.

ഈ പുതിയ പതിപ്പിൽ അങ്ങിങ്ങ് ചെറിയ ചില തിരുത്തലുകളും
നടത്തിയിട്ടുണ്ട്. എന്തായിരുന്നാലും കാലം മുന്നോട്ട് പോകുമ്പോൾ കൂടു
തൽ ആസ്വാദകർ *നഷ്ടനായിക*യെ തേടി എത്തുന്നുണ്ടെന്നത് എഴുത്തു
കാരന് ചാരിതാർത്ഥ്യജനകമാകുന്നു. ഇങ്ങനെ ഒരു പുതിയ പതിപ്പിന്
മുൻകൈ എടുത്ത ചിന്ത പബ്ലിഷേഴ്സിലെ ഗോപി നാരായണനും രാജേഷ്
ചിറപ്പാടിനും എന്റെ നന്ദി. ഒപ്പം ഈ നോവലിനെ മുന്നേ തന്നെ വരവേറ്റ
സഹൃദയർക്കും.

വിനു ഏബ്രഹാം

നഷ്ടനായികയിലൂടെ ഒരിക്കൽക്കൂടി

കമൽ

നഷ്ടനായികയുടെ ആദ്യപതിപ്പ് തൃശൂർ കറന്റ് ബുക്സ് പ്രസിദ്ധീ കരിച്ച് മാർക്കറ്റിൽ ഇറങ്ങുന്നതിന് മുൻപ് കറന്റിന്റെ മാനേജർ ശ്രീ. ജോണി യാണ് എനിക്ക് വായിക്കാൻ തരുന്നത്. ഇത് സിനിമയാക്കിയാൽ നന്നാ വുമെന്ന മുഖവുരയോടെ. വിനു ഏബ്രഹാമിനെ എനിക്ക് നേരത്തെ അടുത്ത് പരിചയമുണ്ട്. വിഗതകുമാരനെക്കുറിച്ചും പി കെ റോസിയെ ക്കുറിച്ചും അതിനുമുമ്പ് വിദൂരമായ ഒരുകേട്ടറിവ് മാത്രമേ എനിക്കുണ്ടാ യിരുന്നുള്ളൂ പുസ്തകം വായിച്ച് തീർത്ത ആ രാത്രി തന്നെ ഞാൻ വിനു വിനെ ഫോണിൽ വിളിച്ചു. നോവലിനെ ആസ്പദമാക്കി സിനിമ ചെയ്യാ നുള്ള അവകാശം എനിക്ക് തരണമെന്നറിയിച്ചു. പക്ഷേ, വിനുവിന്റെ വാക്കുകൾ നിരാശാജനകമായിരുന്നു. മറ്റൊരു സംവിധായകന് താൻ വാക്കുകൊടുത്തു പോയി എന്ന മറുപടിയാണ് വിനുവിൽനിന്നും ലഭിച്ച ത്. മലയാളത്തിന്റെ ആദ്യ നായികയെക്കുറിച്ച് സിനിമ ചെയ്യാനുള്ള അവ സരം നഷ്ടമായതിൽ എനിക്ക് അതിയായ ദുഃഖം തോന്നി. അങ്ങനെ പി കെ റോസി എന്റെ മനസ്സിലും ഒരു നഷ്ടനായികയായി. ഞാനതവിടെ ഉപേക്ഷിക്കേണ്ടതാണ്. സമാനരീതിയിൽ ചെയ്യാൻ കഴിയാതെ പോയ കഥ കളും സിനിമകളും ഇതിന് മുൻപ് ഉണ്ടായിട്ടുണ്ട്. അങ്ങനെ കരുതേണ്ട തേയുള്ളൂ. പക്ഷേ, തുടർന്നുള്ള ദിവസങ്ങളിൽ റോസി എന്നെ നിരന്തരം അലോസരപ്പെടുത്താൻ തുടങ്ങി.

ചലച്ചിത്ര ചരിത്രകാരന്മാർ പോലും അവ്യക്തമായി മാത്രം എവിടെ യൊക്കെയോ പരാമർശിച്ചുപോയ മലയള സിനിമയിലെ ആദ്യ നായിക. ആധികാരികമായി എവിടേയും രേഖപ്പെടുത്താത്ത അവരുടെ ജീവിതം. മുഖം ഓർമ്മപ്പെടുത്താനെങ്കിലും ഒരു ഫോട്ടോ പോലും അവശേഷിപ്പി ക്കാത്ത ദുരന്തനായിക ഏറെനാൾ ഒരു നോവായി ഉള്ളിൽ നീറി നിന്നു.

വിനു ഏബ്രഹാമിന്റെ അക്ഷരങ്ങളിലൂടെ തന്നെയാവും അത് സംഭവിച്ചി ട്ടുണ്ടാവുക. വിനു കടന്നുചെന്ന റോസിയുടെ യഥാർത്ഥവും കുറേ യൊക്കെ കല്പിതവുമായ ജീവിത മുഹൂർത്തങ്ങളിലൂടെ എന്റെ മുമ്പിൽ തെളിഞ്ഞത് ചരിത്രത്തിൽനിന്ന് തന്നെയും പിഴുതുമാറ്റിയ മലയാള സിനി മയുടെ പിറവിയുടെ ഒരു അപൂർണ്ണ ദൃശ്യമാണ്. ഒപ്പം കത്തിയമർന്ന് ചാമ്പ ലായ ആദ്യ ചലച്ചിത്രകാരന്റെ സ്വപ്നങ്ങളും. പഴകിദ്രവിച്ച് വീടിന്റെ ഏതോ കോണിൽ ആർക്കും വേണ്ടാതെ കിടക്കുന്ന ഫിലിം പെട്ടിയിൽ ഞെങ്ങിഞെരുങ്ങി ചുരുളുകളായി ഒതുങ്ങിയ ഫ്രെയിമുകളിൽ വീർപ്പു മുട്ടി വിലപിക്കുന്ന ആദ്യനായികയെ വിനു വരച്ചുവെക്കുന്നത് ഒരു അദ്ധ്യാ യത്തിലെ ഒന്നോ രണ്ടോ പേജുകളിലാണ്. എങ്കിലും ആ ആഖ്യാനത്തിന്റെ തീക്ഷ്ണതയാവാം റോസി ഒരു വിങ്ങലായി എന്റെ മനസ്സിൽ തന്നെ തങ്ങി നിന്നത്.

ഒരു കീഴാള പെൺകുട്ടിയുടെ അക്കാലത്ത് സാധാരണമായിരുന്ന ദുരന്ത ജീവിതം മാത്രമല്ലല്ലോ അത്. തൊട്ടുകൂടായ്മയുടെ വേലിക്കെട്ടു കൾക്കപ്പുറത്ത് സ്വപ്നങ്ങൾ പോലും നിഷേധിക്കപ്പെട്ട വർഗ്ഗത്തിൽ നിന്ന് ഒരു കറുത്ത പെൺകിടാവിനെ കലയുടെ സാമ്പ്രദായിക രീതികളെ നിരാ കരിച്ചുകൊണ്ട് സവർണ്ണസത്വത്തിലേക്ക് മാറ്റി പ്രതിഷ്ഠിച്ച മലയാള ത്തിന്റെ ആദ്യ ചലച്ചിത്രകാരന്റെ ധീരമായ പരീക്ഷണത്തിന്റെയും പരി ശ്രമത്തിന്റെയും കഥ കൂടിയാണ്. നഷ്ടനായികയുടെ ജീവിത വഴികളിൽ വിനുവിന്റെ രചന വ്യാപരിക്കുമ്പോഴും അന്തർലീനമായി ജെ സി ഡാനി യൽ എന്ന ചലച്ചിത്രകാരന്റെ സാന്നിദ്ധ്യമാണ് നോവലിൽ നിറഞ്ഞു നില്ക്കുന്നത്. ഒരു ഫ്രെയിം പോലും അവശേഷിപ്പിക്കാതെ കത്തിയമ രുന്നത് തന്റെ ജീവിതം തന്നെയാണ് എന്നറിയുമ്പോഴും നിസ്സഹായനായി നോക്കിക്കിടക്കേണ്ടി വരുന്ന ഡാനിയലിന്റെ ആത്മനൊമ്പരങ്ങളോടൊപ്പം ആ ഏകാന്തനായികയുടെ സാക്ഷാൽക്കരിക്കപ്പെടാതെ പോയ മോഹ ങ്ങളുടെ ചാരക്കൂമ്പാരത്തിൽ വിനു നോവൽ അവസാനിപ്പിക്കുന്നു. പിന്നെ അങ്ങോട്ടുള്ള നായികയുടെ അറിയപ്പെടാത്ത ജീവിതം അപൂർണ്ണമായി തന്നെ തുടരട്ടെയെന്ന് നോവൽ പറയാതെ പറയുന്നു. (അത് തന്നെയാണ് ഞാൻ സിനിമയിലും ചെയ്തത്)

നഷ്ടനായിക സിനിമയാക്കണമെന്ന ആഗ്രഹം ഏതാണ്ട് ഞാൻ ഉപേ ക്ഷിച്ച് കഴിഞ്ഞ് കുറേ കാലത്തിനുശേഷം ഒരുദിവസം എനിക്ക് വിനു ഏബ്രഹാമിന്റെ ഫോൺ വന്നു. ആദ്യം പറഞ്ഞ സംവിധായകൻ ഇപ്പോൾ അതിൽ താല്പര്യം കാണിക്കുന്നില്ലെന്നും, എനിക്ക് വേണമെങ്കിൽ സിനി മയാക്കാവുന്നതാണെന്നും വിനു അറിയിച്ചു. എന്റെ ചലച്ചിത്രജീവിതത്തിൽ തന്നെ ഏറെ സന്തോഷം തോന്നിയ നിമിഷമായിരുന്നു അത്. ആദ്യ ചല ച്ചിത്രകാരനും ദുരന്തനായികയും വീണ്ടും ഉറക്കംകെടുത്തുന്ന രാത്രികൾ എനിക്ക് സമ്മാനിച്ചു. അക്ഷരങ്ങളിൽനിന്ന് ദൃശ്യങ്ങളിലേക്കുള്ള പകർന്നാട്ടം എപ്പോഴും അതിസാഹസമാണ്. മൂലകൃതിയുടെ ആത്മാവ് നഷ്ടപ്പെടുത്താതെയുള്ള ദൃശ്യാഖ്യാനം എന്നും ചലച്ചിത്രകാരന് ഒരു

വെല്ലുവിളിയാണ്. നോവലിൽ വിനു അനുവർത്തിച്ചപോലെ റോസിയുടെ ജീവിതകഥനത്തിലൂടെ ഏറെ ദൂരം സഞ്ചരിച്ചാൽ ഡാനിയൽ എന്ന ചല ച്ചിത്രകാരൻ ഒരു നിഴൽ രൂപം മാത്രമായി സിനിമയിൽ ഒതുങ്ങിപ്പോകും. അത് പൂർവ്വസൂരിയായ മലയാള സിനിമയുടെ പിതാവിനോട് പിന്മുറക്കാ രനായ സംവിധായകൻ ചെയ്യുന്ന ഏറ്റവും വലിയ അനീതിയാവും. തന്നെ യുമല്ല എഴുത്തിന്റെ വഴിയിൽ 'ഫിക്ഷൻ' എന്ന ആനുകൂല്യം നല്കിയ സ്വാതന്ത്ര്യം വിനുവിനുണ്ടായിരുന്നുവെങ്കിൽ ചലച്ചിത്രത്തിന് ആ തന്നിഷ്ടം പ്രേക്ഷകർ അനുവദിച്ച് തരണമെന്നില്ല. ഞങ്ങൾ ഒരുപാട് ആലോചിച്ചു. നോവലിന്റെ ആത്മസത്ത നിലനിർത്തി *വിഗതകുമാരൻ* എന്ന ആദ്യ മല യാളസിനിമയുടെ അപ്പുറവും ഇപ്പുറവും നിന്ന് ഡാനിയലിന്റെയും റോസി യുടെയും നിർണ്ണായക ജീവിത മുഹൂർത്തത്തിലൂടെ മാത്രം കടന്നു പോകുന്ന ഒരു ആഖ്യാനം എന്ന നിലയിൽ തിരക്കഥയെ പരിമിതപ്പെ ടുത്തി. അങ്ങനെയാണ് *സെല്ലുലോയ്ഡ്* ഉണ്ടാകുന്നത്. അതുകൊണ്ടാണ് ആ കീഴാള പെൺകുട്ടിയുടെ വിഗതകുമാരനപ്പുറമുള്ള ജീവിത പരിസര ങ്ങളിലേക്ക് സെല്ലുലോയ്ഡ് അധികം കടന്നുചെല്ലാതിരുന്നത്. വിനു, നോവലിൽ സവിസ്തരം പ്രതിപാദിച്ച അന്നത്തെ സാമൂഹ്യ അനീതികളെ ജാതി/ജന്മി അപ്രമാദിത്വങ്ങളെ ഏതാനും ദൃശ്യങ്ങളിലേക്കും സൂചിക കളിലേക്കും മാത്രം ഒതുക്കി നിർത്തി സിനിമയിൽ.

ഇന്ത്യൻ സിനിമയിൽ എവിടെയും സ്ത്രീസാന്നിദ്ധ്യം ഇല്ലാതിരുന്ന കാലഘട്ടത്തിൽ ഉന്നത കുലജാതരായ മഹതികൾ സിനിമ അധമകല യാണെന്ന് കരുതി വശായ സാഹചര്യത്തിലാണ് അവർണ്ണസമൂഹത്തിൽ നിന്ന് സധൈര്യം റോസമ്മ, ഡാനിയലിന്റെ ഉദ്യമത്തിൽ പങ്കാളിയാകു ന്നത്. "ഈ മലയാളക്കരയിൽ ആദ്യമായിട്ടാണ് ഒരു സിൽമാപടം പിടി ക്കുന്നത്. അതില് നായികയാവുന്നത് ഈ റോസമ്മ!" അപരിചിതമായ ഒരു അപൂർവ്വ സ്വപ്നത്തെ നെഞ്ചോടു ചേർത്തു നിർത്തി റോസിയത് പറയുമ്പോൾ, അവളറിഞ്ഞിട്ടുണ്ടാവില്ല, ഇന്ത്യൻ സിനിമയുടെ തന്നെ ചരി ത്രത്തിലേക്കാണ് തന്റെ ആദ്യ ചുവടുകളെന്ന്. എന്നിട്ടും ആ ചരിത്രത്തിൽ നിന്ന് തന്നെ അവൾ ബഹിഷ്കൃതയായി എന്നുള്ളതാണ് വിധി വൈപ രീത്യം. ഇന്ത്യയിൽ സിനിമാ നിർമ്മിതിയുടെ നൂറ് ആണ്ടുകൾ പിന്നിടു മ്പോഴും ആദ്യത്തെ ഈ സ്ത്രീസാന്നിദ്ധ്യത്തെ എവിടെയും അടയാള പ്പെടുത്തിക്കണ്ടിട്ടില്ല. എന്തിന്, മലയാള സിനിമയുടെ ചരിത്രത്താളുകളിൽ പോലും. അവിടെയാണ് വിനു ഏബ്രഹാമിന്റെ *നഷ്ടനായിക* പ്രസക്തമാ വുന്നത്. തിരസ്കരിക്കപ്പെട്ട ആ ജീവിതത്തെ കാലത്തിന്റെ മുഖ്യധാരയി ലേക്ക് കൊണ്ടുവന്നു എന്നതാണ് വിനുവിന്റെയും ഈ നോവലിന്റെയും വലിയ നിയോഗം. 'കീഴാള സ്വത്വം' സമീപകാല മലയാള സിനിമയിൽ പോലും തീണ്ടാപ്പാടകലെ നില്ക്കേണ്ടിവരുന്നുണ്ടെന്ന് തിലകനെപ്പോലെ യുള്ള ഒരു മഹാനടന് പരിതപിക്കേണ്ടിവന്നുവെങ്കിൽ റോസി ഇന്നും ചരി ത്രത്തിന്റെ പടിക്ക് പുറത്തുനില്ക്കുന്നതിൽ നമുക്ക് അത്ഭുതപ്പെടാനില്ല. ഞാൻ ആദ്യം സൂചിപ്പിച്ചതുപോലെ ആ ചാരക്കുമ്പാരത്തിൽ നിന്ന്

അക്ഷരങ്ങളിലേക്കും ദൃശ്യത്തിലേക്കും, അതുവഴി സഹൃദയ മനസ്സുകളി ലേക്കും റോസി ഉയിർകൊണ്ടെങ്കിൽ വിനു ഏബ്രഹാമിനോട് നമുക്ക് കട പ്പെടാം. നഷ്ടനായികയ്ക്ക് പുതിയ പതിപ്പ് ഉണ്ടാകുമ്പോൾ എന്നെ ഏറെ ആഹ്ലാദവാനാക്കുന്നത് അതാണ്. നമുക്ക് സ്മാരകങ്ങൾ വേണ്ട. ഹൃദയ ത്തിൽ ഒരു നനുത്ത തലോടൽ മാത്രം. ദൃശ്യങ്ങൾക്ക് കഴിയുന്നതിനേ ക്കാൾ അക്ഷരങ്ങൾക്ക് അതിന് കഴിയും.

എല്ലാ ആശംസകളും നേരുന്നു.

കമൽ

ചരിത്രമാകുന്ന വീണ്ടെടുക്കൽ

കെ ജി ജോർജ്

ചരിത്രമെന്നത് പലപ്പോഴും ഭൂതകാലത്തിന്റെ നിരവധി വ്യാഖ്യാന സാദ്ധ്യതകളാണ്. ഓർമ്മകളുടെ കാര്യത്തിലെന്ന പോലെ ഓരോ വ്യക്തി യുടെയും ചരിത്രബോധം ഭൂതകാലത്തെ വ്യത്യസ്ത രീതികളിൽ പുനർനിർമ്മിക്കുന്നു.

നഷ്ടനായിക എന്ന നോവലും ചരിത്രത്തെ പുനർനിർമ്മിക്കുകയാണ്. അതാകട്ടെ നമ്മുടെ നാട്ടിലെ സിനിമയുടെ ഉത്ഭവകാലത്തിന്റെ ചരിത്ര മാണ്. എന്നാൽ, ഒരു നോവലിസ്റ്റിന്റെ എല്ലാവിധ ഭാവനാസ്വാതന്ത്ര്യങ്ങളും സമൃദ്ധമായി പങ്കെടുത്തുകൊണ്ടുള്ള ഒരു ചരിത്രനിർമ്മിതിയുമാണ് ഇവിടെ സംഭവിക്കുന്നത്. കാര്യമായി സൂക്ഷിക്കപ്പെട്ടിട്ടുള്ള ചരിത്രരേഖ കളുടെയും ചരിത്രവസ്തുക്കളുടെയും അഭാവത്തിൽ ഈ ഭാവനാസ്വാത ന്ത്ര്യത്തെ നാം അംഗീകരിച്ചേ മതിയാകൂ.

എന്നാൽ, പാശ്ചാത്യ നാടുകളിലൊക്കെ മറ്റ് പല ചരിത്രരേഖകളു ടെയും കാര്യത്തിലെന്നപോലെ, അവിടത്തെ സിനിമാചരിത്രത്തിന്റെയും ആദിമ ഏടുകൾ വളരെ ഉത്തരവാദിത്വത്തോടെ പരിപാലിക്കപ്പെട്ടിട്ടുണ്ട്. എഡിസൺ അമേരിക്കയിലും ലൂമിയർ സഹോദരന്മാർ ഫ്രാൻസിലും 1894 ൽ അക്കാലത്തെ ഏറ്റവും വലിയ ഫോട്ടോഗ്രാഫിക് അത്ഭുതമായ സിനിമ എന്ന മാധ്യമം വികസിപ്പിച്ചെടുത്ത് പ്രദർശനങ്ങൾ തുടങ്ങിയിരുന്നു. ഇന്നും അന്നത്തെ ചിത്രീകരണ, പ്രദർശന ഉപകരണങ്ങളും ഹ്രസ്വസിനിമകളു മൊക്കെ അതേ പടി അവിടെയുള്ള സിനിമാ മ്യൂസിയങ്ങളിൽ സൂക്ഷിച്ച് വച്ചിട്ടുണ്ട്.

രസകരമെന്ന് പറയട്ടെ, 1896 ൽ സിനിമ ആവിർഭവിച്ച് രണ്ട് വർഷ ത്തിനകം, ഇന്ത്യയിലും ആദ്യസിനിമാ പ്രദർശനം നടന്നു. ലൂമിയർ സഹോ ദരന്മാർ തങ്ങളുടെ കമ്പനിയുടെ പ്രചരണാർത്ഥം വിവിധ രാജ്യങ്ങളിലേക്ക് തങ്ങളുടെ പ്രതിനിധികളെ അയച്ച് അവിടങ്ങളിലൊക്കെ സിനിമ പ്രദർശി

പ്പിച്ചതിന്റെ ഭാഗമായാണ് ഇന്ത്യയിലും ഇത്തരമൊരു പ്രദർശനം നടന്നത്. ബോംബെയിലെ വോട്ട്സൺ ഹോട്ടലിലായിരുന്നു ഇത് നടത്തിയത്.

പിന്നീട്, പാശ്ചാത്യനാടുകളിൽ സിനിമ ഒരു വ്യവസായമെന്ന നില യിൽ അതിവേഗം വളർന്നു. ആ വളർച്ച അധികം വൈകാതെ തന്നെ ഇന്ത്യയിലും പ്രതിഫലിച്ച് തുടങ്ങി. 1912 ൽ ബോംബെയിൽ സ്ഥിരമായ സിനിമാപ്രദർശനശാലകൾ ഉണ്ടാകുകയും ആ വർഷം തന്നെ ദാദാ സാഹേബ് ഫാൽക്കെ *രാജാ ഹരിശ്ചന്ദ്ര* എന്ന ഇന്ത്യയിലെ ആദ്യ ഫീച്ചർ സിനിമ പുറത്തിറക്കുകയും ചെയ്തു. പുരാണ കഥയെ ആസ്പദമാക്കി യിട്ടുള്ള ഈ സിനിമയെ തുടർന്ന് ഫാൽക്കെ 1914 ൽ തന്നെ മൂന്ന് പുരാണ കഥാചിത്രങ്ങൾ കൂടി നിർമ്മിച്ചു.

1916 ൽ ദക്ഷിണേന്ത്യയിലെ ആദ്യ സിനിമയായ *കീചകവധം* നട രാജ മുതലിയാർ തമിഴ്‌നാട്ടിൽ സ്രഷ്ടിച്ചു. ഇതും പുരാണകഥയെ ആസ്പ ദമാക്കിയിട്ടുള്ളത് തന്നെയായിരുന്നു.

കേരളത്തിലാകട്ടെ, 1907 ൽ തൃശൂർ സ്വദേശിയായ കാട്ടൂക്കാരൻ വാറുണ്ണി ജോസ് ആദ്യ സിനിമാപ്രദർശനം നടത്തി എന്നാണറിയുന്നത്. ബയോസ്കോപ്പ് എന്ന ഉപകരണത്തിലൂടെയുള്ള സഞ്ചരിക്കുന്ന സിനിമാ പ്രദർശനങ്ങളായിരുന്നു കാട്ടൂക്കാരൻ നടത്തിയത്.

എന്തായാലും കേരളത്തിലാദ്യമായി സിനിമ സൃഷ്ടിക്കാമെന്ന് ഉറ പ്പിച്ച് അതിനായി ഇറങ്ങിത്തിരിച്ചത് ജെ സി ഡാനിയലാണ്. ഇന്നത്തെ തമിഴ്‌നാട്ടിലുള്ള അന്നത്തെ തിരുവിതാംകൂറിന്റെ ഭാഗമായ അഗസ്തീ ശ്വരം സ്വദേശിയായ ഡാനിയൽ തന്റെ ഇരുപതുകളിലാണ് തികച്ചും സാഹ സികമായ ഈ സംരംഭത്തിലേർപ്പെടുന്നത്. ഇവിടെ പ്രത്യേകം ചിന്തനീ യമായ ഒരു വസ്തുതയുണ്ട്. ലോകമെമ്പാടും സിനിമ ശബ്ദത്തെ സ്വീക രിച്ച് 'റ്റോക്കി' ആയി തുടങ്ങുന്ന കാലഘട്ടത്തിലാണ് ഡാനിയൽ ഒരു നിശ്ശബ്ദചിത്രമെന്ന ആശയവുമായി മുമ്പോട്ട് നീങ്ങിയത്. പക്ഷേ, സാങ്കേ തികമായി ഒരടി പിന്നിലായിരുന്നെങ്കിലും മറ്റൊരു കാര്യത്തിൽ അന്ന് ഇന്ത്യൻ സിനിമയെ തന്നെ അതിശയിപ്പിച്ച കാൽവയ്പാണ് ഡാനിയൽ നടത്തിയത്.

ആദ്യ ഇന്ത്യൻ സിനിമ തുടങ്ങി പിന്നീടുള്ള മിക്ക ഹിന്ദി, തമിഴ് ചിത്ര ങ്ങളും പുരാണകഥാസ്പദങ്ങളായിരുന്നല്ലോ. പക്ഷേ, ഡാനിയലാകട്ടെ, തികച്ചും സാമൂഹ്യപരമായ, സമകാലികമായ ഒരു കഥയും ആഖ്യാനവു മാണ് നമ്മുടെ നാട്ടിലെ ആദ്യ സിനിമയ്ക്കായി തെരഞ്ഞെടുത്തത്. പില്ക്കാലത്ത് മലയാള സിനിമയുടെ പ്രത്യേകതയായി പലപ്പോഴും തിരി ച്ചറിയപ്പെട്ടിരുന്ന റിയലിസ്റ്റിക് തലത്തിന്റെ ആദ്യചുവട് ഇവിടെ കാണാ മെന്നർത്ഥം. വേറിട്ട് ചിന്തിച്ച മലയാളി സിനിമാ മനസ്സ് നമ്മുടെ സിനിമ യുടെ പിതാവിൽ തന്നെ അങ്ങനെ ആരംഭമായി.

മലയാളദേശത്തെ ആദ്യ സിനിമയുടെ പശ്ചാത്തലത്തിൽ അതിലെ നായികയുടെ കഥയാണ് വിനു ഏബ്രഹാം ഈ നോവലിൽ ആഖ്യാനം ചെയ്യുന്നത്. റോസി എന്ന പുലയപെൺകുട്ടിയെ നായികയായി കണ്ടെ ത്തുംമുമ്പേ, നായികയ്ക്കായി ധാരാളം തെരച്ചിൽ നടത്തിയിരുന്നത്രേ.

അങ്ങനെ ബോംബെയിൽനിന്ന് ലാന എന്ന പേരുള്ള ഒരു നായികനടിയെ ഡാനിയൽ കൊണ്ടുവന്നെങ്കിലും അവൾ ദുസ്സഹമായ താരജാടകൾ കാണി ച്ചതിനാൽ അഭിനയിപ്പിക്കാതെ തിരിച്ചയയ്ക്കേണ്ടിവന്നു എന്ന് നോവലിൽ പറയുന്നുണ്ട്. അതായത്, സിനിമ എന്ന കലാരൂപത്തിന്റെ പ്രത്യേകത യായ അതിലെ നടീനടന്മാർക്ക് കൈവരുന്ന അപാര താരപരിവേഷവും തന്മൂലമുള്ള താരാധിപത്യപ്രവണതകളും ഇവിടെ സിനിമയുടെ ആദ്യ ഘട്ടത്തിൽ തന്നെ നമുക്ക് കാണാനാകുന്നു. ഇന്നും സിനിമയിൽ അതി ശക്തമായി തുടരുന്ന താരാധിപത്യത്തിന്റെ പ്രശ്നങ്ങൾ ജെ സി ഡാനി യലും അനുഭവിച്ചിരുന്നു എന്ന് കാണുന്നത് കൗതുകകരമാണ്.

റോസി എന്ന പെൺകുട്ടിയിലേക്ക് വരുമ്പോൾ, പല നിലകളിൽ സവി ശേഷതയുള്ളതാണ് ഈ ജീവിതം. തികച്ചും നാടകീയമായ ജാതിവ്യവ സ്ഥയുടെ കെട്ടുപാടുകൾ അഴിഞ്ഞ് തുടങ്ങിയിട്ട് ഏറെയൊന്നുമായിട്ടി ല്ലാത്ത ഒരു കാലഘട്ടത്തിലെ കീഴാളവർഗ്ഗത്തിൽ നിന്നാണ് അവൾ കടന്ന് വരുന്നത്. അതേ സമയം മാർഗ്ഗം കൂടി, കീഴാളവർഗ്ഗത്തിൽ തന്നെ ഒരന്യ വല്ക്കരണം അനുഭവിക്കുന്ന വിഭാഗത്തിലുമാണവൾ. പക്ഷേ, തികച്ചും അത്ഭുതകരമായി, സിനിമ എന്ന ഏറ്റവും പുതുപുത്തൻ കലാരൂപത്തിന്റെ ഈ നാട്ടിലെ നാന്ദിക്കുറിക്കലിന് മുഖ്യസ്ഥാനത്തേക്ക് അവളാണ് തെര ഞ്ഞെടുക്കപ്പെടുന്നത്.

സ്ത്രീകൾ, പ്രത്യേകിച്ച് അഭിനേത്രിമാർ, ഭോഗവസ്തുക്കൾ എന്ന നിലയിൽ മുഖ്യമായും വീക്ഷിക്കപ്പെടുന്ന ഒരു പുരുഷാധിപത്യസമൂഹം തന്നെയാണ് ഇന്നും കേരളത്തിലുള്ളത്. അപ്പോൾ, ഈ നോവലിന്റെ കാല ഘട്ടമായ 1920 കളുടെ അവസാനമാകട്ടെ, ആ വീക്ഷണം ഇന്നത്തേതി നേക്കാൾ എത്രയോ രൂക്ഷമായിരുന്നിരിക്കണം. റോസി ചരിത്രത്തിലെ ഒരു നിർണ്ണായക സ്ഥാനത്തേക്ക് തെരഞ്ഞെടുക്കപ്പെടുന്നുവെങ്കിലും അവൾക്ക് നേരിടേണ്ടി വരുന്നത് ഈ സാമൂഹ്യ നിലപാടിനെയാണ്. അക്കാ ലത്ത് നടികൾ എന്ന് പറഞ്ഞാൽ കുത്തിച്ചികൾ എന്ന അവസ്ഥയിലാണ് സമൂഹം അവരെ കണ്ടിരുന്നത്. നടിയുടെ മാധ്യമം, നാടകമോ സിനി മയോ എന്തുതന്നെയായിരുന്നാലും സമൂഹത്തിന് മുന്നിൽ അവൾക്ക് ഒര ഴിഞ്ഞാട്ടക്കാരിയുടെ സ്ഥാനമേ ഉണ്ടായിരുന്നുള്ളൂ.

വിഗതകുമാരൻ എന്ന നമ്മുടെ ആദ്യസിനിമയും റോസിയും സമൂ ഹത്തിലെ കപടമാന്യന്മാരുടെയും സദാചാരഭക്തരുടെയും കടുത്ത ആക്ര മണത്തിന് വിധേയമാകുന്നുണ്ട്. ഒരർത്ഥത്തിൽ, ഇത് നിലവിലുള്ള ക്രമ ത്തിന് നേരെ പുതിയതൊന്ന് കടന്നുവരുമ്പോൾ എവിടെയും സമൂഹത്തി ലൊരു വിഭാഗം വിറളി പിടിക്കുന്നതിന്റെ കൂടി പ്രതിഫലനമായി അനുഭ വപ്പെടുന്നു. സിനിമ എന്ന കലാരൂപവും അതേവരെ അടിച്ചമർത്തപ്പെട്ട് മാത്രം കഴിഞ്ഞിരുന്ന ഒരു കീഴാള പെൺകുട്ടി അതിൽ മുഖ്യസ്ഥാനം വഹിക്കുന്നു എന്നതും നിലനില്ക്കുന്ന ക്രമത്തെ അട്ടിമറിക്കുകയാണല്ലോ. ഇത്തരമൊരു അട്ടിമറിയും അതിനെതിരെയുള്ള അക്രമാസക്തമായ സാമൂ ഹ്യപ്രതികരണവും കാല-ദേശഭേദമെന്യേയുള്ള പ്രതിഭാസം തന്നെയാണ്. ഇന്നും പലയിടങ്ങളിലും തുടരുന്ന അവസ്ഥ തന്നെ.

ഈ സന്ദർഭത്തിൽ, എന്റെ സിനിമയായ *ലേഖ*യുടെ *മരണം* ഒരു ഫ്ളാഷ്ബാക്ക് ഓർത്തുപോകുന്നു. സിനിമയുടെ ഇന്ദ്രജാലപ്രഭാവങ്ങൾക്ക പ്പുറത്ത്, സിനിമാലോകത്തിന്റെ ദയനീയവും കരാളവുമായ ചില തലങ്ങ ളെയാണ് ആ സിനിമയിൽ അവതരിപ്പിച്ചത്. ഒരു നടിക്ക് സ്ത്രീ, നടി എന്നീ അവസ്ഥകളിൽ. റോസിയിൽനിന്ന് ലേഖയിലേക്കുള്ള ദൂരം ഒട്ടും ദൈർഘ്യമുള്ളതല്ല എന്ന് തന്നെ തോന്നുന്നു.

ഒരു സിനിമാനടിയായി തീരുന്ന റോസിയുടെ ജീവിതത്തിന്റെ കൗതു കകരമായ അനേകം നഖചിത്രങ്ങൾ വിനു നോവലിൽ വരഞ്ഞിടുന്നുണ്ട്. നിത്യവും തൈക്കാടുള്ള തന്റെ വീട്ടിൽനിന്ന് പട്ടത്തേക്കുള്ള സ്റ്റുഡിയോ വിലേക്ക് അഭിനയിക്കാൻ വേണ്ടിയുള്ള കാൽനടയാത്ര ഇവയിൽ ഏറ്റവും മിഴിവാർന്ന ഒന്നാണ്. ഈ കാൽനടയാത്രയിൽ ജീവിതത്തെയും സിനിമ യെയും കുറിച്ചുള്ള അവളുടെ സങ്കല്പങ്ങളും അവളുടെ ദൃഷ്ടിയിൽ പെടുന്ന കാഴ്ചകളുമൊക്കെ ചരിത്രത്തിന്റെ തന്നെ ഓജസ്സുള്ള വ്യാഖ്യാ നമായി തീരുന്നു.

ഈ നോവലിൽ റോസിയുടെ പലായനവും മറ്റും ചിത്രീകരിച്ചിരി ക്കുന്നത് സിനിമ എന്ന കലാരൂപം പിൽക്കാലത്ത് കൈവരിച്ച മൗലിക മായ ചില ശക്തികളെ ഓർമ്മിപ്പിക്കുന്നുണ്ട്. സെക്ഷ്വാലിറ്റി, ചെയ്സ്, വയ ലൻസ് എന്നിവ സിനിമയ്ക്ക് ഏറ്റവും ഫലപ്രദമായി ആവിഷ്കരിക്കാൻ കഴിഞ്ഞിട്ടുള്ള ചില അവസ്ഥകളാണല്ലോ. ആദ്യ സിനിമ പശ്ചാത്തലമാ ക്കുന്ന ഈ നോവൽ സിനിമയുടെ തന്നെ പിൽക്കാല വികസിത സാദ്ധ്യ തകളെ പ്രവചനാത്മകമായി ഉപയോഗിക്കുന്നുണ്ട്. അസാധാരണമാംവിധം ഒഴുക്കുള്ള വായനാനുഭവമാകുന്ന ഈ നോവലിൽ പല ഘട്ടങ്ങളിലും ആഖ്യാനം സിനിമയുടെ ദൃശ്യമാധ്യമശക്തി കൈയാളുന്നുണ്ട്.

ഒരു ദലിത് സ്ത്രീ കഥാപാത്രമാണ് ഈ നോവലിലെ നായിക എന്ന തിനാൽ തീർച്ചയായും ഇന്ന് ഏറെ വിപണനസാദ്ധ്യതയുള്ള ഒരു ദലിത് സ്ത്രീപക്ഷ രചന എന്ന 'ലേബൽ' വേണമെങ്കിൽ നോവലിസ്റ്റിന് ഇതി ന്മേൽ ചാർത്താവുന്നതാണ്. പക്ഷേ, അത്തരമൊരു പ്രലോഭനത്തെ തികഞ്ഞ കലാ, രാഷ്ട്രീയ പക്വമതിത്വത്തോടെ തന്നെ നോവലിസ്റ്റ് നേരി ടുന്നുണ്ട്. റോസിയുടെ ദലിത്-സ്ത്രീ അവസ്ഥകളെ തികച്ചും ജൈവിക മായ രീതിയിലാണ് വിനു ഏബ്രഹാം അവതരിപ്പിക്കുന്നത്. അതുകൊണ്ട് തന്നെ മുദ്രാവാക്യം വിളികളില്ലാതെ റോസിയുടെ ദലിത്-സ്ത്രീ പ്രതിനി ധാനങ്ങൾ ആഴത്തിലുള്ള അനുഭവമാകുന്നുമുണ്ട്.

നമുക്ക് ഏതാണ്ട് പൂർണ്ണമായും നഷ്ടപ്പെട്ടുപോയ ഒരു കാമ്പുള്ള ജീവി തത്തിന്റെ ചരിത്രത്തെയാണ് വിനു ഏബ്രഹാമിന്റെ നഷ്ടനായിക തിരിച്ചു പിടിക്കുന്നത്. എന്നാൽ, അത് ഭാവനയിലൂടെയാണ് സംഭവിക്കുന്നത്. അതിൽ ഭാവനയുടെ സത്യവും യഥാതഥമായ ചരിത്രത്തിന്റെ സത്യവും എത്രയെന്ന് നമുക്കറിഞ്ഞുകൂട. അത്തരമൊരു ഇഴനാര് കീറിയുള്ള പരി ശോധന ഈ നോവലിന്റെ വായനയിൽ അത്ര പ്രസക്തമാക്കേണ്ടതാ ണെന്ന് തോന്നുന്നില്ല. കാരണം, ചിലപ്പോഴെങ്കിലും കലാഭാവനയുടെ സത്യം യഥാർത്ഥ ജീവിതത്തിന്റെ സത്യത്തേക്കാൾ തിളക്കവും കരുത്തു മുള്ളതാകുന്നുണ്ട്.

ഒന്ന്

"**റോസീ**, എന്താ ഉറക്കം വരുന്നുണ്ടോ?"

ഒന്നു ചെറുതായി ഞെട്ടിപ്പിടിഞ്ഞ് റോസി കണ്ണുകൾ തുറന്നു. ഡാനി യൽ സാർ നേരെ മുമ്പിൽ. അവൾ തടുക്കുപായയിൽനിന്ന് എഴുന്നേല്ക്കാ നാഞ്ഞു.

"ഏയ്, അവിടിരുന്നോള്ളൂ. അഭിയനിക്കാനാകുമ്പോൾ വിളിക്കും."

അദ്ദേഹം ചെറുചിരിയോടെ നടന്നകന്നു കഴിഞ്ഞു.

ഉറങ്ങുകയായിരുന്നില്ല, പ്രാർത്ഥിക്കുകയായിരുന്നു എന്ന് സാറിനോട് എങ്ങനെയാണ് പറയുക. കണ്ണുകളടച്ച് ദൈവേ, ഞാൻ ചെയ്യുന്നതൊക്കെ ശരിയായി വരേണമേ, ഈ സിനിമാപിടുത്തം ഭംഗിയായി നടക്കണമേ എന്നൊക്കെയുള്ള പ്രാർത്ഥനയിലായിരുന്നു. കൊച്ചുനാള് മുതലേയുള്ള പതിവാണ്. പ്രധാനപ്പെട്ട കാര്യങ്ങളൊക്കെ വരുമ്പം പ്രാർത്ഥിച്ചിട്ടേ ചെയ്യാ റുള്ളൂ.

ഇന്ന് താനൊരു നടിയാകാൻ പോകുന്ന ദിവസമാണ്. സിനിമയിലെ നായിക നടി! ഈ മലയാളഭൂമിയിൽ ആദ്യത്തെ സിനിമ നായിക. ഇതാ ഇനി കുറച്ചു നിമിഷങ്ങൾക്കൂടി മാത്രം. അതോടെ സിനിമ പിടിക്കുന്ന ക്യാമറ തന്റെ മുഖവും ശരീരവും ഫിലിമിലാക്കാൻ പോകുന്നു.

രണ്ടാഴ്ച മുമ്പ് ജോൺസൺ സാർ വീട്ടിൽ വന്ന് ഇക്കാര്യം പറഞ്ഞ പ്പോൾ വിശ്വസിക്കാനേ കഴിഞ്ഞിരുന്നില്ല.

ഉച്ചതിരിഞ്ഞ നേരമായിരുന്നു. അപ്പനും അമ്മച്ചിയും പണിക്ക് പുറത്തുപോയിരുന്നു. തനിക്കന്ന് പണിയില്ലാതിരുന്നതിനാൽ കുടിലിൽ തന്നെയായിരുന്നു.

കപ്പയും ചാളക്കറിയും കഴിച്ചിട്ട് ചട്ടിയും കലവുമെല്ലാം മുറ്റത്തെ കപ്പ ത്തിന്റെ ചുവട്ടിലിരുന്ന് തേച്ചുമെഴുക്കിക്കൊണ്ടിരിക്കെയാണ് ഒരു മുരട

നക്കം കേട്ടത്. തലപൊക്കി നോക്കിയപ്പോൾ ജോൺസൺ സാർ മുറ്റത്തി
നപ്പുറം നില്ക്കുന്നു.

ങ്ങേ! ഇതെന്താണ് ജോൺസൺ സാർ പതിവില്ലാതെ തങ്ങളുടെ കുടി
ലിനു മുമ്പിൽ. തെല്ലപ്പുറത്തെ റോഡരുകിലുള്ള സാമാന്യം നല്ല ചക്ര
മുള്ള വീട്ടിലെ ആളാണ്. കാണാൻ നല്ല ശേലുള്ള ചെറുപ്പക്കാരൻ. ആമ
ത്തറയിൽനിന്ന് താമസം മാറി തങ്ങളിവിടെ പാർപ്പ് തുടങ്ങി ഏറെനാൾ
കഴിയും മുമ്പ് ഒരിക്കൽ വഴിയിൽവെച്ച് കണ്ടപ്പോൾ അദ്ദേഹം തന്നെ പരി
ചയപ്പെട്ടിരുന്നു.

തനിക്കെതിരെ നടന്നുവന്ന ജോൺസൺ സാർ പെട്ടെന്ന് നിന്ന്
നിറഞ്ഞ ചിരിയോടെ ചോദിച്ചു: "റോസീന്നല്ലേ കൊച്ചിന്റെ പേര്?"

തികഞ്ഞ അമ്പരപ്പോടെ റോസി പറഞ്ഞു: "തന്നെ."

"ആള് നല്ലൊരു കലാകാരിയാണ് അല്ലേ?"

റോസി ഒരുനിമിഷം പകച്ചു. അവൾ സാകൂതം അയാളെ നോക്കി.

"റോസി കാക്കാരശ്ശി നാടകത്തിൽ അഭിയനിക്കുന്നത് ഞാൻ കണ്ടി
ട്ടുണ്ട്. നന്നായിരുന്നു. ആണുങ്ങൾ മാത്രം ചെയ്തോണ്ടിരുന്ന ആ വേഷം
താൻ ഭംഗിയായി ചെയ്തിരുന്നു."

തിരിച്ചെന്ത് പറയണമെന്ന് റോസിക്കറിഞ്ഞുകൂടായിരുന്നു. ഒരു ചെറു
പ്പക്കാരനിൽനിന്ന് കിട്ടിയ അഭിനന്ദനങ്ങൾകൊണ്ട് മനം കുളിർന്ന് മുഖ
മാകെ ചിരിയിൽ വിടരുക മാത്രം ചെയ്തു.

"ശരി, പോട്ടെ. പിന്നെ കാണാം." എന്നു പറഞ്ഞ് ജോൺസൺ നട
ക്കുകയും ചെയ്തു.

പിന്നീടറിഞ്ഞു. ജോൺസൺ സാർ നാടകങ്ങളിലൊക്കെ അഭിനയി
ക്കുന്നുണ്ട്. നല്ല അഭിനേതാവെന്ന പേരുമുണ്ട്. പിന്നെ, വല്ലപ്പോഴും വഴി
യിൽവെച്ചു കാണുമ്പോൾ അദ്ദേഹം ഹൃദ്യമായി തന്നെ നോക്കി ചിരിക്കും.
താനും നാണത്തോടെ ചിരിക്കും.

"അല്ലേ, വീട്ടിലേക്ക് വന്നിട്ട് അകത്തേക്ക് ക്ഷണിക്കുന്നില്ലേ?"
ജോൺസൺ സർ പറഞ്ഞത് കേട്ടപ്പോൾ റോസി പരിഭ്രമിച്ചു. ശരിയാണ്
പെട്ടെന്നുള്ള അമ്പരപ്പിൽ താൻ മര്യാദയൊന്നും ചിന്തിക്കാതെ മിഴിച്ച്
നില്ക്കുകയായിരുന്നു. പക്ഷേ, സാറിനെ തങ്ങളുടെയീ ചെറ്റക്കുടിലിൽ
എവിടെ ഇരുത്താനാണ്. ഒരു കാല് അടരാറായ കൊരണ്ടി മാത്രം.

"ഏയ് പരിഭ്രമിക്കേണ്ട, ഞാനിവിടെ നിന്ന് കാര്യം പറഞ്ഞോളാം.
അപ്പനോ അമ്മയോ ആരെങ്കിലും ഇവിടെയുണ്ടോ?"

"ഇല്ല രണ്ടാളും പണിക്ക്, പുറത്ത് പോയിരിക്കുകയാ."

"ഓ ശരി. അപ്പോ വന്ന കാര്യം പറയാം. റോസിയെ ഒരഭിനയ പരി
പാടിക്ക് വിളിക്കാൻ വന്നതാ ഞാൻ. അഭിനയമെന്ന് പറഞ്ഞാൽ കാക്കാ
രശ്ശീം നാടകോം ഒന്നുമല്ല. സിനിമാഭിനയം."

റോസിയുടെ കണ്ണ് മിഴിഞ്ഞു സിനിമയോ? സിനിമേന്നൊരു സംഗതി
ഉണ്ടെന്ന് കേട്ടിട്ടുള്ളതല്ലാതെ. ഇതേവരെ അത് കണ്ടിട്ടില്ല. അതെന്താണെ

ന്നുപോലും ശരിക്കറിഞ്ഞുകൂടാ.

ജോൺസൺ സാർ വിശദീകരിച്ചു. ജെ സി ഡാനിയൽ എന്നൊരു ചെറുപ്പക്കാരൻ. നല്ല പണമുള്ള വീട്ടിലെ ഒരു അപ്പോത്തിക്കിരിയുടെ മകൻ, ഈ തിരുവനന്തപുരത്തുവച്ച് ഒരു സിനിമ പിടിക്കുകയാണ്. മലയാള നാട്ടിലെ ആദ്യത്തെ സിനിമ. അതിനായിട്ട് പട്ടത്ത് ഒരു സ്റ്റുഡിയോ ഒക്കെ ഉണ്ടാക്കിയിട്ടുണ്ട്. സിനിമയുടെ കുറേ ഭാഗങ്ങൾ എടുത്തുകഴിഞ്ഞിരി ക്കുന്നു.

ഇനി നായിക പ്രത്യക്ഷപ്പെടേണ്ട ഭാഗങ്ങൾ തുടങ്ങേണ്ടിയിരിക്കുന്നു. പലയിടത്തും അന്വേഷിച്ചിട്ടും ഒരു നായികയെ കിട്ടിയിട്ടില്ല. ഡാനിയേ ലിന്റെ സുഹൃത്തായ ജോൺസണും നായികയെ തേടിയുള്ള അന്വേഷ ണത്തിലായിരുന്നു.

"പെട്ടെന്നാണ് ഇന്നലെ ഞാൻ നിന്റെ മുഖം ഓർത്തത്. ഡാനിയൽ പറഞ്ഞ പ്രകാരമുള്ള സരോജിനി എന്ന നായികയുടെ രൂപഭാവങ്ങളെല്ലാം നിനക്കുണ്ട്. എന്റെ മനസ്സ് പറയുന്നു, റോസി തന്നെയാണ് ആ സിനിമ യിലെ നായിക."

ദൈവമേ, എന്താണീ കേൾക്കുന്നത്. തൈക്കാട്ടെ പാവപ്പെട്ട പുലയ ക്കുടിയിലെ റോസി സിനിമ എന്ന അത്ഭുതലോകത്തിലെ നായികയാകു മെന്ന്.

അവൾ ചുറ്റുപാടും നോക്കി ഇല്ല, തനിക്കു ചുറ്റും ലോകം മാറിയി ട്ടൊന്നുമില്ല. അടുത്തടുത്തുള്ള കുറെ ചെറ്റക്കുടിലുകൾക്കൊപ്പംതന്നെ യാണ് ഇപ്പോഴും തന്റെ കുടിൽ. തന്റെ വേഷം ഇപ്പോഴും മുഷിഞ്ഞ് പിഞ്ഞി ത്തുടങ്ങിയ മുണ്ടും മേല്ക്കുപ്പായവും തന്നെ.

റോസി സ്വയമറിയാതെ ഒന്ന് മന്ദഹസിച്ചു.

"റോസി എന്താ ഒന്നും മിണ്ടാതെ നില്ക്കുന്നത്? എന്താ അഭിനയി ക്കാൻ ഇഷ്ടമല്ലേ?"

അഭിനയിക്കാൻ ഇഷ്ടമല്ലേ എന്ന്! അഭിനയം തന്റെ ജീവനാണ്. പക്ഷേ!...

"അയ്യോ, സാറ് എന്നെ അഭിനയിക്കാൻ വിളിക്കുന്നത് തോനെ സന്തോഷമുള്ള കാര്യംതന്നെ. പക്ഷേ, വേറെ ചില പ്രശ്നങ്ങളുണ്ട്.

"എന്തര് പ്രശ്നങ്ങള്?" ജോൺസൺ സാറിന്റെ മുഖത്തെ ചിരി മാഞ്ഞു.

ഒന്നു മിടിച്ചുനിന്നിട്ട് റോസി മനസ്സ് തുറന്നു.

റോസിയും അപ്പൻ പൗലോസും അമ്മച്ചി കുഞ്ഞിയും ഒരു വർഷം മുമ്പുവരെ ആമത്തറയിലായിരുന്നു താമസിച്ചിരുന്നത്. കാക്കാരിശ്ശി നാട കത്തിൽ ആദ്യമായി ഒരു പെണ്ണ് വേഷംകെട്ടുന്നത് റോസിയായിരുന്നു. ആമത്തറയിൽത്തന്നെയുള്ള പേരുകേട്ട ഗോവിന്ദൻ ആശാനായിരുന്നു റോസിയെ ആദ്യമായി കളത്തിലിറക്കിയത്. ആദ്യമൊക്കെ ചില ആണു ങ്ങള് കലാകാരന്മാർ റോസിയെ കാക്കാരശ്ശി നാടകത്തിലിറക്കിയതിന്

ആശാനോട് കയർത്തിരുന്നു. എന്നാൽ, റോസിയുടെ പ്രകടനത്തിന്റെ മികവ് കണ്ട് കാണികൾ അവളെ ഇഷ്ടപ്പെടാൻ തുടങ്ങിയതോടെ അത്തരം എതിർപ്പുകൾ അലിഞ്ഞുപോയി.

ഒരു മികച്ച കാക്കാരശ്ശി നാടകനടി എന്ന പെരുമ വന്നതോടെ, റോസി യെത്തേടി വേറൊരു കൂട്ടർ വന്നു. തമിഴ്ചിട്ടപ്പടിയുള്ള നാടക കമ്പനി ക്കാർ. പെൺവേഷം കെട്ടാൻ ഒരു പെണ്ണിനെത്തന്നെ തിരുവനന്തപുരത്ത് കിട്ടാൻ സാദ്ധ്യതയുണ്ടെന്നറിഞ്ഞ അത്തരമൊരു നാടക കമ്പനി റോസിയെ അവരുടെ നാടകങ്ങളിൽ അഭിനയിക്കാൻ ക്ഷണിച്ചു. ആശാന്റെ സമ്മതം ഉണ്ടെങ്കിൽ മാത്രം അഭിനയിക്കാൻ വരാമെന്നായി റോസി. അങ്ങനെ ആശാന്റെ സമ്മതത്തോടെ അവൾ നാടകത്തിൽ അഭിനയിച്ചു തുടങ്ങി. അവൾ നല്ല നടിയാണെന്ന് എല്ലാവരെക്കൊണ്ടും പറയിപ്പിച്ചു.

എന്നാൽ, വീണ്ടും കാക്കാരശ്ശി നാടകത്തിൽ അഭിനയിക്കേണ്ട അവ സരം വന്നപ്പോൾ നാടക കമ്പനിക്കാർ അത് സാദ്ധ്യമല്ല, ഇനിമേൽ റോസി തങ്ങളുടെ നാടകത്തിലെ അഭിനയിക്കാൻ പാടുള്ളൂ എന്നു പറഞ്ഞു. ആ നിബന്ധന റോസിക്ക് അങ്ങേയറ്റം ദേഷ്യമുളവാക്കി. അങ്ങനെയെങ്കിൽ താനിനി മേൽ നാടകത്തിനില്ല എന്നു പറഞ്ഞ് അവൾ ആശാന്റെ കൂടെ വീണ്ടും കാക്കാരശ്ശി നാടകങ്ങൾ കളിച്ചു തുടങ്ങി.

അതോടെ നാടകകമ്പനിക്കാർ ചില തെമ്മാടികളേയും കൂട്ടി പല സ്ഥലങ്ങളിലും വന്ന് ആശാന്റെ കാക്കാരിശ്ശി നാടകം അലങ്കോലപ്പെടു ത്താൻ തുടങ്ങി. ഒരു രാത്രിയിൽ കളി നടക്കുമ്പോൾ അത് കടുത്ത അടികലശലും ബഹളവുമൊക്കെയായി മാറി. റോസിയുൾപ്പെടെ പലർക്കും കല്ലേറിൽ ദേഹോപദ്രവമുണ്ടായി.

ഇത് കഴിഞ്ഞതോടെ പൗലോസും കുഞ്ഞിയും ഇനി റോസിയെ കാക്കാരിശ്ശി അഭിനയത്തിന് വിടേണ്ടതില്ലെന്ന് തീരുമാനിച്ചു. മാത്രമല്ല, ആമത്തറയിൽനിന്ന് താമസം മാറാനും അവർ തീരുമാനിച്ചു. താമസം മാറാനുള്ള തീരുമാനത്തിനുപിന്നിൽ മറ്റൊന്നുകൂടിയുണ്ടായിരുന്നു. റോസിക്ക് കുഞ്ഞിയുടെ വകയിലുള്ള ഒരു ചെറുക്കനെ അവളുടെ ഭർത്താ വായി പൗലോസും കുഞ്ഞിയും കണ്ടുവച്ചിരുന്നു. ചെറുക്കന്റെ വീട്ടിലും ഇതിനോട് താല്പര്യമായിരുന്നു. എന്നാൽ, നാടകക്കാരുടെ റോസിയെ ച്ചൊല്ലിയുള്ള വഴക്കും വക്കാണവും ആയതോടെ ചെറുക്കനും കൂട്ടരും ഈ ആലോചനയിൽനിന്ന് പിന്മാറി. ഇത് വല്ലാത്ത അപമാനമായി കരു തിയ പൗലോസും കുഞ്ഞിയും ഇനി എന്തായാലും ആമത്തറയിൽനിന്ന് താമസം മാറ്റി പുതിയൊരു ജീവിതം തുടങ്ങുകതന്നെ എന്ന് നിശ്ചയിക്കു കയായിരുന്നു.

അഭിനയമെല്ലാം നിർത്തിയ റോസി അമ്മ കുഞ്ഞിയെപ്പോലെതന്നെ തൈക്കാട് താമസമായ നാൾമുതൽ വിളകളിലും പറമ്പുകളിലും കൂലി വേലചെയ്തും പുല്ല് ചെത്തിവിറ്റും ജീവിച്ചു വരികയാണ്.

എല്ലാം കേട്ടുകഴിഞ്ഞ ജോൺസൺ പറഞ്ഞു: "അപ്പോ അപ്പനും

അമ്മച്ചിയും റോസിയെ അഭിനയിക്കാൻ വിടില്ല. ഉം?"

ഒരു നിമിഷം ആലോചിച്ചിട്ട് ജോൺസൺ പറഞ്ഞു: "ഒരു കാര്യം ചെയ്യാം. ഞാൻ സന്ധ്യക്ക് പൗലോസും കുഞ്ഞിയുമുള്ളപ്പോൾ ഒന്നുകൂടി വരാം. എന്നിട്ട് കാര്യങ്ങളവരോട് പറയാം. അത് അലവലാതി ഏർപ്പാ ടൊന്നുമല്ല. വലിയ നിലയും വിലയുമുള്ള ആൾക്കാരിടപെട്ടിരിക്കുന്ന ഏർപ്പാടാണ്. റോസിക്ക് ഒരു ഏനവും വരില്ല. എന്നുതന്നേമല്ല റോസിയെ കാത്ത് വലിയൊരു ഭാവിയാണ് വരാനുള്ളത്. എല്ലാം ഞാൻ അപ്പനോട് പറഞ്ഞ് ബോധ്യപ്പെടുത്തിക്കൊള്ളാം."

ജോൺസൺ പോയിക്കഴിഞ്ഞപ്പോൾ മുതൽ റോസിയെ ഒരേ സമയം സന്തോഷവും ആശങ്കയും ഭരിച്ചുകൊണ്ടിരുന്നു. സിനിമേന്നൊക്കെ പറ ഞ്ഞാൽ വലിയൊരു കാര്യമാണ്. അതിലെ നായികയായി അഭിനയിക്കുക എന്ന മഹാഭാഗ്യത്തിനുള്ള ക്ഷണമാണ് തനിക്ക് ലഭിച്ചിരിക്കുന്നത്. പക്ഷേ, അഭിനയമൊക്കെ കേട്ടാലെ ആകെ കലിപ്പ് പിടിച്ചിരിക്കുന്ന തന്റെ അപ്പനും അമ്മച്ചിയും തന്നെ ഇതിന് വിടുമോ. ജോൺസൺ സാർ എത്രയൊക്കെ പറഞ്ഞാലും അവരുടെ മനസ്സ് മാറുമോ.

വൈകുന്നേരം വരെ കുടിലിലൊക്കെ പണികൾ ചെയ്യുമ്പോഴും വെറു തെയിരിക്കുമ്പോഴുമെല്ലാം റോസിയുടെ മനസ്സ് ചാഞ്ചാടിക്കൊണ്ടിരുന്നു. മാലയിവിടെ ഇപ്പോഴുണ്ടായിരുന്നെങ്കിൽ അവളോട് എല്ലാം തുറന്ന് പറഞ്ഞ് ചെറിയൊരു ആശ്വാസം കിട്ടിയേനെ. റോസിയുടെ ഏറ്റവും അടുത്ത കൂട്ടുകാരിയാണ് തൊട്ടപ്പുറത്തുള്ള കുടിലിലെ മാല. പക്ഷേ, അവളും വിളയിലെ പണിക്ക് പോയിരുന്നതിനാൽ സന്ധ്യക്കേ മടങ്ങി വരൂ.

എൽ എം എസ് പള്ളിയിലെ മിഷണറി സായ്പ്പിന്റെ ബംഗ്ലാവിലെ കുശിനിയിലെ സഹായിയായ പൗലോസ്, പതിവായി ഇരുട്ട് നന്നായി വീണുകഴിഞ്ഞാലേ പണികഴിഞ്ഞ് കുടിലിലെത്താറുള്ളൂ. കുഞ്ഞിയാണ് പണികഴിഞ്ഞ് വൈകുന്നേരം ആദ്യം കുടിലിലെത്തുന്നത്.

അമ്മയോട് ജോൺസൺ സാർ വന്നുപറഞ്ഞ കാര്യം താനായിട്ട് ആദ്യം പറയണമോ വേണ്ടയോ എന്ന് റോസി സന്ദേഹിച്ചു. അമ്മയ്ക്ക് താൻ കാക്കാരശ്ശി നാടകത്തിൽ അഭിനയിക്കാൻ പോകുന്നതുതന്നെ മതി പ്പില്ലാത്ത കാര്യമായിരുന്നു. പെണ്ണുങ്ങൾ ഇമ്മാതിരി ചട്ടത്തിനും തുള്ള ലിനുമൊന്നും പോകാൻ പാടില്ല എന്ന അഭിപ്രായമാണ് അമ്മച്ചിക്ക്. അന്ന് ഗോവിന്ദൻ ആശാൻ വന്ന് കാക്കാരശ്ശിക്ക് തന്നെ വിടണമെന്ന് അപേക്ഷി ച്ചപ്പോൾ തനിക്ക് അഭിനയിക്കാനുള്ള ആഗ്രഹം എത്രത്തോളമെന്ന് ശരിക്ക് മനസ്സിലാക്കി ആശാന്റെ കൂടെ തന്നെ വിട്ടത് തന്റെ അപ്പന്റെ നല്ല മന സ്സാണ്.

പിന്നീട്, നാടകക്കാരുമായി വഴക്കും വക്കാണവുമായി അത് തങ്ങ ളുടെ ജീവിതത്തെത്തന്നെ ബാധിച്ചപ്പോൾ അമ്മച്ചി അപ്പനോടും തന്നോടും ഏറെ കയർക്കുകയും ചെയ്തു.

പാട്ടും കൂത്തുമൊന്നും നമ്മള് ക്രിസ്ത്യാനികൾക്ക് പറഞ്ഞിട്ടുള്ള

തല്ല. മാർഗ്ഗം കൂടി നമ്മൾ ക്രിസ്ത്യാനികളായിട്ട് കുറച്ചു കാലമേ ആയിട്ടു ള്ളായിരിക്കാം. പക്ഷേ, ഇനി എന്തായാലും പഴയ പുലയരുടെ ആട്ടും പാട്ടും ഒന്നും നമുക്ക് പറഞ്ഞിട്ടുള്ളതല്ല. താനന്ന് ദൈവവിചാരത്തോടെ റോസിയെ ഇതിനൊന്നും വിടണ്ടാന്ന് പറഞ്ഞപ്പോൾ അതിനെ മറുതലു ച്ചതിന് ദൈവം തന്ന ശിക്ഷയാണിതെന്നു കൂടി അമ്മച്ചി പറയാൻ മറന്നു മില്ല.

എന്തായാലും ജോൺസൺ സാർ തന്നെ നേരിട്ട് കാര്യം പറയട്ടെ യെന്ന് റോസി തീരുമാനിച്ചു. എങ്കിലും അവളുടെ മനസ്സ് ആകെ കുതറി ക്കൊണ്ടിരുന്നു.

അത്താഴത്തിനുള്ള കഞ്ഞി കുറേനേരം അടുപ്പിൽ തിളച്ചുതൂവിയിട്ടും അടുപ്പിൽ പാകംനോക്കിയിരുന്ന റോസി അതറിഞ്ഞില്ല. കുഞ്ഞി അതു കണ്ട് ഒച്ചയിട്ടു. "എന്തേര് പെണ്ണേ, നീ എന്തോന്ന് സ്വപ്നം കണ്ടോണ്ടിരി ക്കുന്നേ?"

സാധാരണഗതിയിൽ, പൗലോസ് നഗരത്തിലെ വിളക്കുകാലിന്മേ ലുള്ള ഗ്യാസ് വിളക്കുകൾ കത്തിത്തുടങ്ങിക്കഴിഞ്ഞ് അല്പസമയത്തിനകം കുടിലിലെത്താറുണ്ട്. എന്നാൽ, അന്ന് ഗ്യാസ് വിളക്ക് കത്തിച്ചുകഴിഞ്ഞിട്ട് കുറേ നേരം കഴിഞ്ഞെങ്കിലും പൗലോസ് എത്തിയില്ല.

എന്നാൽ, എത്തിയപ്പോഴാകട്ടെ, അത് വിശേഷമായിരുന്നുതാനും. പൗലോസിനൊപ്പം ജോൺസണുമുണ്ടായിരുന്നു. റോസി അത്ഭുത ത്തോടെ നോക്കി. ജോൺസൺ സാർ എന്തോ പറയുന്നു. അപ്പൻ അതു കേട്ട് ഉച്ചത്തിൽ പൊട്ടിച്ചിരിക്കുന്നു.

മുറ്റത്തെ നിലാവിന്റെ വെട്ടത്തിൽ റോസിയുടെ മുഖത്തെ അത്ഭുത ഭാവം ജോൺസൺ ശ്രദ്ധിച്ചു.

"കൊച്ചേ, അപ്പനെല്ലാം സമ്മതിച്ചിരിക്കുകാ. വഴീവെച്ചുതന്നെ ഞാൻ പൗലോസണ്ണനെ കൈയോടെ പിടികൂടി കാര്യങ്ങളെല്ലാം ബോദ്ധ്യപ്പെ ടുത്തി."

പൗലോസ് റോസിയെ നോക്കി ചിരിച്ചു.

പക്ഷേ, അപ്പനേക്കാൾ വലിയൊരു കടമ്പ തന്റെ മുന്നിലുള്ളത് ജോൺസൺ സാർ എങ്ങനെ തരണം ചെയ്യുമെന്നത് റോസി ആശങ്ക പ്പെട്ടു. അമ്മച്ചി ഇതറിയുമ്പോൾ എന്തൊക്കെ പുകിലാണോ അഴിച്ചുവി ടാൻ പോകുന്നത്!

കാര്യം അറിഞ്ഞ കുഞ്ഞി ജോൺസൺ സാറിന്റെ മുമ്പിൽവെച്ചു തന്നെ പൊട്ടിത്തെറിച്ചു.

തുടർന്ന് ജോൺസന്റെയും പൗലോസിന്റെയും സംയുക്തമായ ഒരു അനുനയിക്കൽ ശ്രമം അവിടെ അരങ്ങേറി. ഒടുവിൽ ജോൺസന്റെ കുടുംബ മഹിമയും സിനിമ പിടിക്കാൻ ഇറങ്ങിയിരിക്കുന്ന ഡാനിയൽ സാറിന്റെ കുടുംബശ്രേഷ്ഠതയും സാമൂഹ്യ വലിപ്പവുമെല്ലാം രണ്ടുപേരു ടെയും വാക്കുകളിലൂടെ പെയ്തിറങ്ങി കുഞ്ഞിയെ സ്വാധീനിച്ചുതുടങ്ങി.

കാക്കാരശ്ശി കളിക്കുന്ന പാവങ്ങളും പാണ്ടി നാടകക്കാരും പോലെ
യൊന്നുമല്ല, ഇത് പട്ടണത്തിലെ നിലയും വിലയുമുള്ള ആൾക്കാരുടെ
പരിപാടിയാണെന്നും അതിൽ സഹകരിക്കുന്നതുകൊണ്ട് റോസിക്ക് ഒരു
കുഴപ്പവും വരില്ലെന്നും കുഞ്ഞിയെ അവർ ബോദ്ധ്യപ്പെടുത്തി. എല്ലാറ്റിനും
മേലെ നല്ലൊരു സംഖ്യ പ്രതിഫലമായി റോസിക്ക് കിട്ടുമെന്നുകൂടി
ജോൺസൺ ഉറപ്പിച്ചു പറഞ്ഞതും കുഞ്ഞിയെ മയപ്പെടുത്തി.

എങ്കിലും ക്രിസ്ത്യാനികളായ തങ്ങൾക്കത് ചേർന്നതാണോ എന്ന്
കുഞ്ഞി ഉൽക്കണ്ഠപ്പെട്ടപ്പോൾ, ജോൺസൺ തന്റെ സ്വതവേയുള്ള
ആരെയും മയക്കുന്ന ചിരിയോടെ പറഞ്ഞു: "ദേ അക്കനൊന്ന് ആലോ
ചിച്ചേ, ഡാനിയലും ഞാനുമെല്ലാം ക്രിസ്ത്യാനികള് തന്നല്ലേ. പിന്നെ സിനി
മാന്ന് പറയുന്ന സാധനം കണ്ടുപിടിച്ച സായിപ്പന്മാര് ക്രിസ്ത്യാനികളല്ലേ.
സിനിമ നമുക്ക് പറഞ്ഞിട്ടുള്ളത് തന്നാ അക്കാ."

തന്റെ ലക്ഷ്യം നേടാൻ ജോൺസൺ സാർ നിരത്തുന്ന ന്യായീകര
ണങ്ങൾ കേട്ടപ്പോൾ, ഒരു മൂലയിൽ മിണ്ടാതെ നില്ക്കുകയായിരുന്ന
റോസിയുടെ ഉള്ളിൽ ചിരിപൊട്ടി. ജോൺസൺ സാർ ആള് നല്ല വിരു
തൻ തന്നെ! പിന്നെ, പുലയരായ തന്റെ അപ്പനെയും അമ്മച്ചിയെയും
അണ്ണാ, അക്കാ എന്നൊക്കെ ലോഭമില്ലാതെ വിളിക്കാനും അങ്ങേർക്ക്
കഴിയുന്നു. മേൽജാതിക്കാരെ പോലെതന്നെ, നാടാർ ക്രിസ്ത്യാനികളും
പുലയരെയൊന്നും ഒരിക്കലും ഇങ്ങനെ ആദരപൂർവ്വം കാണാറില്ല.
ക്രിസ്ത്യാനികളായ എല്ലാവരും ഒരേപോലെ കർത്താവിന്റെ മക്കളാണെന്ന്
പള്ളിയിൽ പ്രസംഗം കേട്ടിരിക്കുമെങ്കിലും ഒറ്റ നാടാരും പുലയരെ ഒപ്പം
കരുതാറില്ല. അപ്പഴാണ് ജോൺസൺ സാർ നല്ല തേനൊഴുകുന്ന സ്വര
ത്തിൽ അപ്പനെയും അപ്പച്ചിയെയും ഇങ്ങനെ ബഹുമാനിക്കുന്നത്. എന്താ
യാലും സാർ ഉദ്ദേശിച്ച കാര്യം നടന്നിരിക്കുന്നു.

അന്ന് രാത്രി ഉറങ്ങും മുമ്പേയുള്ള കുടുംബപ്രാർത്ഥനയിൽ
പൗലോസ് കൂടുതലായും റോസി സിനിമയിൽ പോകുന്നതിന് കർത്താ
വിന്റെ കൃപയ്ക്കായി ഉള്ള അപേക്ഷയാണ് നടത്തിയത്. പ്രാർത്ഥന കഴി
ഞ്ഞപ്പോൾ, പൗലോസ് റോസിയോട് പറഞ്ഞു: "അപ്പനും അമ്മേം ഇപ്പം
നല്ല മനസ്സോടെ മോളെ ജോൺസൺ സാറിന്റെ കൂടെ വിടുകാ. പക്ഷേ,
നീ എപ്പോഴും ദൈവവിചാരത്തോടെയേ മുന്നോട്ടു പോകാവൂ. ഈ
അപ്പനും അമ്മയ്ക്കും സന്തതികള് മൂന്നൊണ്ടെങ്കിലും ഫലത്തില് ഇപ്പോ
നീ മാത്രമേ ഞങ്ങക്ക് ഉള്ളൂ."

കുഞ്ഞി അവളെ തന്റെ മാറിലേക്ക് ചേർത്തമർത്തിക്കൊണ്ട് തലമു
ടിയിലൂടെ വിരലുകളോടിച്ചു. അമ്മച്ചിയുടെ കണ്ണുകളിൽ നീർ പൊടിയു
ന്നത് റോസി കണ്ടു.

"ഓ, ഇതൊക്കെ കണ്ടാൽ ഞാൻ ദൂരെയെവിടെയോ നിങ്ങളെ വിട്ട്
പോകുകാന്ന് തോന്നുമല്ലോ. ഒന്നാമത്, എന്നെ സിനിമയിൽ എടുക്കുമോ
ന്നുപോലും ആർക്കറിയാം. അതിന് മുമ്പേ ഇങ്ങനങ്ങ് കൊഞ്ചിയാലെ

ങ്ങനാ?" റോസി തമാശ പറഞ്ഞെങ്കിലും അവളുടെ സ്വരവും ചെറുതായി ഇടറിയിരുന്നു.

പൗലോസ് പറഞ്ഞത് വാസ്തവമാണ്. മൂന്ന് മക്കളുണ്ടെങ്കിലും ഇപ്പോൾ ഇവിടെയുള്ളത് റോസി മാത്രം. കഴിഞ്ഞ രണ്ടുവർഷത്തോള മായി അതങ്ങനെയാണ്.

റോസിയുടെ മൂത്തത് തങ്കമ്മ, അനിയൻ പത്രോസ്. തങ്കമ്മയുടെ കല്യാണം കഴിഞ്ഞിട്ട് നാലഞ്ച് വർഷമായി. അവളിപ്പോൾ ഭർത്താവ് രാജപ്പന്റെ കൂടെ ചവറയിലാണ്. രാജപ്പൻ അവിടെ വളരെ ധനികനായ ഒരു കർഷകന്റെ സ്ഥിരം പണിക്കാരനായി കഴിയുകയാണ്. രാജപ്പനും തങ്കമ്മയും വർഷത്തിൽ ഒരിക്കലെങ്ങാനും ഒന്ന് വന്നെങ്കിലായി.

പത്രോസാകട്ടെ, തീരെ കുഞ്ഞിലേ മുതൽ പലവിധ രോഗപീഢ കൾകൊണ്ട് വലയുന്ന ഒരു കുട്ടിയായിരുന്നു. വളരെ ശോഷിച്ച ശരീരവും തൊലിയിൽ പലയിടത്തും വൃത്തികെട്ട വ്രണങ്ങളുമൊക്കെയായി അവന്റെ ജീവിതം അങ്ങേയറ്റം ദുസ്സഹമായിരുന്നു. പത്രോസിന്റെ ദയനീയാവസ്ഥ കണ്ട് രാജപ്പനാണ് ഒരു നിർദ്ദേശം വച്ചത്. ചവറയിൽ വളരെ കൈപ്പുണ്യ മുള്ള ഒരു വൈദ്യൻ ഉണ്ട്. രാജപ്പന്റെ മുതലാളിയുമായി നല്ല ചങ്ങാത്ത ത്തിലാണ് അങ്ങേർ. പത്രോസിനെ ആ വൈദ്യന്റെ ചികിത്സയ്ക്ക് വിധേ യമാക്കുകയാണെങ്കിൽ, ചിലപ്പോൾ ഫലം കണ്ടേക്കാം.

അങ്ങനെയാണ് തിരുവനന്തപുരത്തുനിന്ന് അത്തവണ രാജപ്പന്റെയും തങ്കമ്മയുടെയും കൂടെ പത്രോസിനെ ചവറയിലേക്ക് വിട്ടത്. പത്രോസിനെ പരിശോധിച്ചുകഴിഞ്ഞപ്പോൾ വൈദ്യൻ പറഞ്ഞു: "കുട്ടിയെ ചികിത്സിച്ച് സുഖം നല്കാം. പക്ഷേ, അതിന് ചില്ലറ കാലയളവ് പോരാ. മൂന്നോ നാലോ വർഷങ്ങൾ വേണ്ടിവരാം. ഇടയ്ക്കിടെ കുട്ടിയെ കണ്ട് ചികിത്സി ക്കേണ്ടതിനാൽ അവൻ ചവറയിൽത്തന്നെ താമസിച്ചേ പറ്റൂ."

തങ്ങൾക്കുള്ള ഒരേയൊരു ആൺതരിയെ അവനെത്ര രോഗിയാണെ ങ്കിലും, ഇത്രയും ദൂരം പറഞ്ഞയയ്ക്കുന്നതിൽ അപ്പനും അമ്മയ്ക്കും ആദ്യം വല്ലാത്ത വിഷമമായിരുന്നു. എന്നാൽ, രാജപ്പന്റെ നല്ല മനസ്സോ ടെയുള്ള നീക്കം അവരെ സംബന്ധിച്ചിടത്തോളം വളരെ ആശാവഹമാ യിരുന്നു.

ഒന്നാമത്, തങ്ങളുടെ മകന്റെ ജീവിതം കശക്കിക്കൊണ്ടിരിക്കുന്ന രോഗത്തിൽനിന്ന് അവന് വിടുതൽ കിട്ടുമെന്ന പ്രത്യാശ. പിന്നെ, നിത്യ വൃത്തിക്കു തന്നെ പലപ്പോഴും ബുദ്ധിമുട്ടുന്ന അവസ്ഥയിൽ പത്രോസിന്റെ ചികിത്സയ്ക്കുകൂടി വേണ്ടിവരുന്ന ചെലവുകൾ സൃഷ്ടിക്കുന്ന സാമ്പത്തിക പരാധീനതയിൽനിന്ന് ഒരു മോചനം. അങ്ങനെ എല്ലാം കണക്കിലെടു ത്ത്, ആ അപ്പനും അമ്മയും തങ്ങളുടെ ചെറുക്കനെ ദൂരത്തേക്കയച്ച് അവൻ സുഖമായിവരും എന്ന പ്രത്യാശയിൽ കഴിയുകയാണ്.

വിളക്കണച്ച് ആ കുടിൽ ഉറക്കത്തിലേക്ക് വഴുതി വീണെങ്കിലും റോസി പലതും ഓർത്ത് കിടന്നു. ദൈവമേ, തന്റെ അപ്പനും അമ്മയ്ക്കും

ഇനി താൻമൂലം കൂടുതൽ വിഷമങ്ങൾ ഉണ്ടാകരുതേ എന്നവൾ ആവർത്തിച്ച് പ്രാർത്ഥിച്ചു.

രണ്ട്

സിനിമയിലഭിനയിക്കാൻ അപ്പന്റെയും അമ്മച്ചിയുടെയും സമ്മതം കിട്ടിക്കഴിഞ്ഞിരുന്നെങ്കിലും റോസിക്ക് മറ്റൊരാളുടെ സമ്മതവും അനു ഗ്രഹവുംകൂടി ആവശ്യമായിരുന്നു. സിനിമയിലെന്നല്ല എന്തിനുതന്നെയാ യാലും ഒരു കലാകാരിയെന്ന നിലയിൽ താൻ ഇറങ്ങി പുറപ്പെടുന്നുവെ ങ്കിൽ ആ മനുഷ്യന്റെ അനുഗ്രഹം തനിക്ക് കിട്ടിയേ തീരൂ.

അത് ഗോവിന്ദൻ ആശാനാണ്. അവളെ ആദ്യമായി കലയുടെ ലോക ത്തെത്തിച്ച മനുഷ്യൻ. മൂന്നു ക്ലാസിലെ പള്ളിക്കൂടം പഠിത്തവും കഴിഞ്ഞ്, വിളകളിലെ പണിയും, പുല്ല് ചെത്തി വില്പനയുമൊക്കെയായി ജീവിതം കഴിച്ചുകൂടിയിരുന്ന റോസി എന്ന പതിമൂന്നുകാരി ഏഴ പെണ്ണിനെ എത്രയോ കാണികളുടെ മനം കവർന്ന കാക്കാലത്തിയും പാർവ്വതീദേവി യുമൊക്കെയൊക്കിത്തീർത്ത, കാക്കാരശ്ശി നാടകലോകത്തെ പ്രമാണിയായ ആശാൻ.

ആമത്തറയിലുള്ള ഒരു മറുതാ കോവിലിലെ ഉത്സവത്തിൽ വെച്ചാണ് റോസി ആദ്യമായി കാക്കാരശ്ശി നാടകം കാണുന്നത്. തൊട്ടടുത്ത് താമ സിക്കുന്ന നീലി അക്കനൊപ്പമാണ് കളി കാണാൻ പോയത്.

മേൽജാതിക്കാരുടെ അമ്പലങ്ങളിലൊന്നും കാക്കാരശ്ശി കളിപ്പിക്കാ റില്ലത്രേ. മറുത, കാളി, കുളി, ചാമുണ്ഡി എന്നിങ്ങനെയുള്ള പ്രതിഷ്ഠക ളുള്ള താഴെക്കിട കോവിലുകളിൽ മാത്രമാണ് കാക്കാരശ്ശി കളിക്കുന്നത്.

രാത്രി മുഴുവൻ നീണ്ടുനില്ക്കുന്നതാണ് കാക്കാരശ്ശി നാടകം. തുടർച്ച യായി മൂന്ന് രാത്രികൾ അവിടെ കാക്കാരശ്ശി നാടകം കളിച്ചു. ഗോവിന്ദൻ ആശാന്റെ സംഘമാണ് നാടകം കളിച്ചത്. ആശാന്റെ വീടും നാടകക്കള രിയുമെല്ലാം ആമത്തറയ്ക്ക് അടുത്തുതന്നെയായിരുന്നുവെങ്കിലും അവ ളാദ്യമായി ആയിരുന്നു ആശാനെ നേരിൽകാണുന്നത്.

എല്ലാ കാക്കാരശ്ശി നാടകത്തിനും ഒറ്റ കഥയേ ചെയ്യുള്ളൂ. പക്ഷേ, വിവിധ കളി സംഘങ്ങൾ തങ്ങളുടെ കഴിവിനും ഭാവനയ്ക്കുമനുസരിച്ച് നാടകത്തിൽ സാമൂഹ്യവിമർശനപരമായ ചില പ്രസംഗങ്ങളും തമാശ കളും സംഭാഷണങ്ങളുമൊക്കെ തരാതരംപോലെ ചേർക്കും.

ശിവ-പാർവ്വതി-ഗംഗമാർ ദുഷ്ടനിവാരണത്തിനായി ഭൂമിയിലെത്തുന്ന താണ് കഥ. പണ്ടാരിക്കൽ ഭൂമിയിൽ ദുഷ്ടന്മാരുടെ ആധിക്യവും അവ രുടെ ദുസ്സഹമായ വിളയാട്ടങ്ങളുംമൂലം സജ്ജനങ്ങൾ പൊറുതിമുട്ടി. സജ്ജ നങ്ങളുടെ മനമുരുകിയുള്ള പ്രാർത്ഥനയുടെ ഫലമായി പരമശിവൻ തന്റെ ഭാര്യമാരായ പാർവ്വതീദേവിയും ഗംഗാദേവിയും ഒപ്പം ഭൂമിയിലേക്ക് തിരി ക്കുന്നു. തങ്ങളുടെ യഥാർത്ഥ രൂപങ്ങളിൽ വന്നാൽ ദുഷ്ടന്മാർ അവരെ

വേഗം തിരിച്ചറിഞ്ഞ് ഒളിക്കുമെന്നതിനാൽ, നാരദന്റെ ഉപദേശപ്രകാരം അവർ വേഷപ്രച്ഛന്നരായി ആണ് ഭൂമിയിൽ സഞ്ചരിക്കുന്നത്. ശിവൻ, കാക്കാലൻ, പാമ്പാട്ടി എന്നീ വേഷങ്ങളിലും പാർവ്വതീ-ഗംഗമാർ കാക്കാലത്തി വേട്ടുവത്തി വേഷങ്ങളിലും

ഇങ്ങനെ സഞ്ചരിച്ച് അവർ രാജകൊട്ടാരങ്ങളിലും കോവിലകങ്ങളിലും കള്ളക്കൂട്ടങ്ങളിലും കാട്ടിൽ രാക്ഷസസംഘങ്ങൾക്കിടയിലും ഒക്കെ എത്തുന്നു. അവിടെയൊക്കെ അവർ ദുഷ്ടശക്തികളെ കണ്ടെത്തി അമർച്ച ചെയ്യുന്നു. നാടകത്തിനൊടുവിൽ, രാക്ഷസന്മാർ, പാർവ്വതിയെ ആക്രമിക്കാൻ തുനിയുമ്പോൾ അവർ അവരെ ശപിച്ച്, ശിലകളും മൂങ്ങകളും പൂച്ചകളും പല്ലികളുമൊക്കെ ആക്കി മാറ്റുന്നു. എന്നാൽ, അവയുടെയെല്ലാം ദയനീയത കണ്ട് മനമലിയുന്ന പാർവ്വതിതന്നെ അവർക്ക് ശാപമോക്ഷം നല്കുന്നു. പൂർവ്വസ്ഥിതിയെ പ്രാപിക്കുന്ന രാക്ഷസന്മാർ, തങ്ങളിനി ആരെയും ഉപദ്രവിക്കുകയില്ലെന്ന് പ്രതിജ്ഞ നല്കുന്നു. അങ്ങനെ നാടകം ശുഭപര്യവസായിയാകുന്നു.

കാക്കാരശ്ശി നാടകം റോസിയുടെ മുമ്പിൽ അവളതുവരെ അറിഞ്ഞിട്ടില്ലാത്ത ഒരനുഭവത്തിന്റെ ലോകം തുറന്നിടുകയായിരുന്നു. കല എന്ന അനുഭവത്തിന്റെ ലോകം. നാടകത്തിലെ പാർവ്വതിയുടെ വേഷം അവളെ ഏറെ ആകർഷിച്ചു. ഒരു സുന്ദരിതന്നെയായിരുന്നു പാർവ്വതി. പാർവ്വതിയുടെ നൃത്ത ചുവടുവയ്പുകളും പാട്ടുകളും സംഭാഷണവുമെല്ലാം അവൾക്ക് നന്നേ രസിച്ചു.

എന്നാൽ, പിന്നെ നീലി അക്കൻ പറഞ്ഞ കാര്യം കേട്ട് അവൾ ശരിക്കും അത്ഭുതപ്പെട്ടു. പാർവ്വതിയും ഗംഗയും രാജ്ഞിയും നാടകത്തിൽ പ്രത്യക്ഷപ്പെട്ട മറ്റ് പെൺവേഷങ്ങളൊന്നും യഥാർത്ഥത്തിൽ പെണ്ണുങ്ങ ളല്ലത്രേ. അതെല്ലാം ആണുങ്ങൾ പെൺവേഷം കെട്ടിവരുന്നതാണ്. ആണുങ്ങൾക്ക് ഇത്ര സുന്ദരിപ്പെണ്ണുങ്ങളായി വേഷം മാറാനാവുമോ! ഇന്നേവരെ പെണ്ണുങ്ങളാരും കാക്കാരശ്ശി നാടകത്തിൽ വേഷം ചെയ്തിട്ടില്ല. നീലി അക്കൻ തന്നെ പറഞ്ഞു.

കാക്കാരശ്ശി നാടകത്തിൽ റോസി കണ്ട പാർവ്വതി അവളുടെ മനസ്സിൽ തെല്ലും മായാതെ ചുവടുകൾ ചവുട്ടി, പാടി, പ്രസംഗിച്ചു. പലപ്പോഴും കുടിലിലും ചുറ്റുവട്ടത്തെങ്ങും ആരും ഇല്ല എന്ന് ഉറപ്പുള്ള സമയങ്ങളിൽ അവൾ പാർവ്വതിയായും കാക്കാലത്തിയായും വേട്ടുവത്തിയായും സ്വയം അഭിനയിച്ച് രസിച്ചു.

കുടിലിനടുത്ത് തന്നെ കുറ്റിക്കാടുപിടിച്ച് അത്ര ആൾപ്പെരുമാറ്റമില്ലാത്ത ഒരു കുളക്കരയുണ്ട്. അവിടെ അവൾ നാടകം കളിച്ചു.

"താതാ, തികതി തകതാ തെയ് തെയ്, താതാ...

കാക്കാരശ്ശിയിൽ പാർവ്വതി ആദ്യം പ്രത്യക്ഷപ്പെടുമ്പോൾ രംഗത്ത് ഉയരുന്ന പാട്ട് സ്വയം ആലപിച്ച് അവൾ നൃത്തച്ചുവടുകൾ ചവുട്ടി. പിന്നെ രാജാവിന്റെ കൈ നോക്കുന്ന കാക്കാലത്തി. ദുഷ്ടന്മാർക്കെതിരെയും രാക്ഷ

സന്മാർക്കെതിരെയുമൊക്കെ കാക്കാലത്തി നടത്തുന്ന പൊട്ടിത്തെറിക്കുന്ന പ്രസംഗങ്ങൾ. അവൾ സിംഹിണിയെപോലെ ഗർജ്ജിച്ചു. കുടിലിൽ ആകെ യുള്ള ഒരു ചെറിയ കണ്ണാടിക്ഷണത്തിൽ തന്റെ മുഖം അടുപ്പിച്ചുപി ടിച്ച് അവൾ തന്റെ ഭാവഭേദങ്ങളും സംഭാഷണങ്ങളുമെല്ലാം സ്വയം കണ്ടു രസിച്ചു.

ഒരു വൈകുന്നേരം അവൾ കുളക്കരയിൽ പാർവ്വതിയുടെ പ്രസംഗം അഭിനയിച്ചു തകർക്കുകയായിരുന്നു. പ്രസംഗം അവസാനിപ്പിച്ച് അവൾ ഒന്ന് ശ്വാസം അയച്ചു വിട്ടതേയുള്ളൂ. ഒരു കൈയടി കേട്ടു. ഒപ്പം "കൊച്ചേ ഗംഭീരം." എന്ന് കനത്ത സ്വരത്തിലൊരു അഭിനന്ദനവും.

റോസി ഞെട്ടിപ്പോയി. അവൾ ശബ്ദം വന്ന ഭാഗത്തേക്ക് തല തിരിച്ചു ആദ്യം ആരെയും കണ്ടില്ല. അടുത്ത നിമിഷം ഒരു മനുഷ്യൻ വലിയൊരു പ്ലാവിന്റെ പിന്നിൽനിന്നും അവളുടെ ദൃഷ്ടിപഥത്തിലേക്ക് കടന്നുവന്നു. ഏകദേശം അറുപതിനുമേൽ പ്രായമുള്ള എന്നാൽ, നല്ല ദൃഢമായ ശരീ രവും ചൈതന്യം തുളുമ്പുന്ന കണ്ണുകളുമുള്ള ഒരു മനുഷ്യൻ. വെളുത്ത ഒറ്റ മുണ്ടും ചുമലിൽക്കൂടി മടക്കിയിട്ട ഒരീഴത്തോർത്തുമാണ് വേഷം.

ഈ മനുഷ്യനെ എവിടെവെച്ചോ മുമ്പ് കണ്ടിട്ടുണ്ടെന്ന് റോസിക്ക് തോന്നി. അത്ര മുമ്പെങ്ങുമല്ല. അടുത്തുതന്നെ. എവിടെ വെച്ച്. വെറുതെ ഒരു കാണലുമായിരുന്നില്ല. തീർച്ച. അപ്പോഴേക്ക് അയാൾ അവളുടെ മുമ്പി ലെത്തി.

"കൊച്ചേ, നിന്നെ കാക്കാരശ്ശി കളിക്കാൻ ആരാ പഠിപ്പിച്ചത്?"

അയാളുടെ ചോദ്യം കേട്ട് റോസി വിളറി. പെൺകുട്ടികൾ കാക്കാ രശ്ശി കളിക്കാറില്ല എന്നോ, അതോ കളിക്കാൻ പാടില്ലെന്നോ? എന്നല്ലേ നീലി അക്കൻ പറഞ്ഞത്. താൻ ആചാരം വല്ലതും തെറ്റിച്ചോ ക്രിസ്ത്യാനി പെണ്ണ്, അതും പുലയത്തി ഹിന്ദുക്കളുടെ ആചാരം തെറ്റിച്ചെന്നങ്ങാൻ പഴി വന്നാൽ, അവൾ കിടുങ്ങി.

"അയ്യോ, ഞാൻ വെറുതെ എന്തരോ കളിച്ചത്. ഒന്നും പഠിച്ചിട്ടൊ ന്നുമല്ല." അവൾ വിക്കി വിക്കി പറഞ്ഞു.

"കൊച്ചേ നീ എന്തരിന് പേടിക്കണം. നീ കളിച്ചത് കാക്കാരശ്ശി തന്നെ. നല്ല ശേലില് തന്നെ ഞാ, എന്റെ പേര് ഗോവിന്ദൻ. കാക്കാരശ്ശി നാടക ത്തിന്റെ ഒരാശാനാ."

ആ നിമിഷം റോസിയുടെ മുഖത്ത് വിരിഞ്ഞ ചമ്മലും ഞെട്ടലും ഗോവിന്ദൻ ആശാൻ വിസ്തരിച്ച് അഭിനയിച്ചുതന്നെ കാണിക്കുകയാണ്. ആശാൻ കുലുങ്ങി കുലുങ്ങി ചിരിച്ചു. ആശാന്റെ അഭിനയം കണ്ട് ശിഷ്യ ന്മാരും. റോസി സ്നേഹം കലർന്ന പരിഭവത്തോടെ പറഞ്ഞു: "മതി ആശാനേ, പാവങ്ങളെ ഇങ്ങനെ കളിയാക്കരുത്."

സിനിമാഭിനയത്തിന് ധാനിയൽ സാറിനെ കാണാൻ പോകുന്നതിനു തലേന്ന് ആശാന്റെ അനുമതിയും അനുഗ്രഹവും വാങ്ങുന്നതിനായി റോസി കാക്കാരശ്ശി കളരിയിലെത്തിയതായിരുന്നു. അപ്പോൾ അവിടെ

കാക്കാരശ്ശി പഠിക്കാൻ വന്ന ചില പുതിയ കുട്ടികളുണ്ടായിരുന്നു. എല്ലാം ആൺകുട്ടികൾ.

ഗോവിന്ദൻ ആശാൻ ആവേശത്തോടെ റോസിയെ അയാൾ കണ്ടെത്തി വളർത്തിയെടുത്ത് ചരിത്രത്തിൽ ആദ്യത്തെ കാക്കാരശ്ശി നടിയാക്കിയ കഥ ശിഷ്യന്മാരോട് വിവരിക്കുകയാണ്. റോസിക്കും ഒരിക്കലും മറക്കാൻ പറ്റാത്ത അവളുടെ ജീവിതത്തിലെ ഒരേടാണത്. ആദ്യം റോസിയുടെ വീട്ടിലെ എതിർപ്പുകൾ, പിന്നെ കാക്കാരശ്ശി നാടകക്കാരു ടെയിടയിൽത്തന്നെ, പ്രത്യേകിച്ച് അതുവരെ പാർവ്വതിയുടെ വേഷം കെട്ടി യാടിയിരുന്ന ആണുങ്ങളുടെ ഭാഗത്തുനിന്ന് ഉയർന്ന എതിർപ്പുകൾ. ആശാന്റെ ചങ്കുറപ്പുള്ള പിന്തുണയോടെ എല്ലാം അതിജീവിച്ച് രണ്ടു വർഷത്തെ കഠിനമായ പരിശീലനവും കഴിഞ്ഞ് ആദ്യമായി തട്ടിൽ കയ റിയത്, പിന്നങ്ങോട്ട് തിരുവനന്തപുരത്തിനു ചുറ്റുമുള്ള എത്രയോ വേദി കളിൽ കാക്കാരശ്ശി നാടകപ്രേമികളുടെ പ്രിയപ്പെട്ട കാക്കാലത്തിയായി ചുവടുവച്ചത്. പൗലോസിന് എൽ എം എസിലെ കുശിനി സഹായിയുടെ പണികിട്ടുന്നതിനും മുമ്പുള്ള അക്കാലങ്ങളിൽ കുടിലിലെ ദാരിദ്ര്യംമൂലം വേണ്ടത്ര ആരോഗ്യമില്ലാതിരുന്ന റോസിയെ രാത്രി മുഴുവൻ തട്ടിൽ കളി ക്കേണ്ട കാക്കാരശ്ശി നടിക്ക് ആവശ്യമായ ശരീരപുഷ്ടി നല്കാൻ ആശാൻ അവൾക്ക് പലപ്പോഴും നല്ല ഭക്ഷണം കളരിയിൽ തയ്യാറാക്കി കൊടുത്ത്, എപ്പോഴോ ആശാനെയും റോസിയെയും ചേർത്ത് ചില അസൂയാലുക്കൾ അപവാദകഥകൾ ഇറക്കിയപ്പോൾ ആകെ തകരാൻപോയ അവളെ അചഞ്ചലനായിനിന്ന് സാന്ത്വനിപ്പിച്ച് വീണ്ടും തട്ടിലെത്തിച്ചത്. അങ്ങനെ എത്രയെത്ര രംഗങ്ങൾ.

തന്റെ കാലുകളിൽ വീണു നമസ്കരിച്ച് റോസിയെ പിടിച്ചെഴുന്നേ ല്പിച്ചുകൊണ്ട് ഗോവിന്ദൻ ആശാൻ പറഞ്ഞു: "കൊച്ചേ, നീ തോന്നെ ഉയരങ്ങളിലെത്തും. സാക്ഷാൽ നടരാജഭഗവാനാണ് നിന്നെ ഒരു കലാ കാരിയാക്കി മാറ്റാൻ എന്നെ തെരഞ്ഞെടുത്തത്. ഈ ആശാനാണ് നിന്നെ കണ്ടെടുത്തെന്നുള്ള സന്തോഷമൊണ്ടല്ലോ. അത് മതി. എനിക്കതുമതി."

കളരിയിൽനിന്ന് റോസി യാത്ര പറഞ്ഞിറങ്ങവേ, ഗോവിന്ദൻ ആശാൻ പൊട്ടിച്ചിരിച്ചു. റോസി അമ്പരപ്പോടെ ആശാനെ നോക്കി. ചിരിക്കാൻ തക്കവണ്ണം താനോ ആശാനോ മറ്റാരെങ്കിലുമോ ഇപ്പോൾ ഒന്നും പറ ഞ്ഞിട്ടില്ലല്ലോ. ചോദ്യരൂപത്തിലുള്ള അവളുടെ മുഖം ശ്രദ്ധിച്ച് ആശാൻ ചിരിച്ചുകൊണ്ടുതന്നെ പറഞ്ഞു: "പെട്ടെന്ന് ഞാനൊരു കാര്യം ഓർത്തു പോയി. മുമ്പ് നീ കളി തുടങ്ങുമ്പോ, അല്പം വെഷമങ്ങളോടെയാണല്ലോ നിന്റെ യേശു കർത്താവിനോട് പ്രാർത്ഥിച്ചിരുന്നത്. സിനിമേല് അഭിനയി ക്കുമ്പം ആ വെഷമമില്ലാതെ തന്നെ നിനക്ക് യേശുവിനോട് പ്രാർത്ഥിക്കാം. സിനിമേടെ ദൈവം ശിവനല്ല, നിന്റെ കർത്താവ് തന്നെയായിരിക്കും."

ഇപ്പോൾ റോസിയും ചിരിച്ചു പോയി.

കാക്കാരശ്ശി നാടകം കളിക്കുന്ന കാലത്ത് റോസിയുടെ വലിയൊരു പ്രശ്നമായിരുന്നത്. കാക്കാരശ്ശി കളിക്കാൻ തട്ടിൽ കയറുന്നതിന് മുമ്പ് ഓരോ കളിക്കാരനും ശിവമൂർത്തിയോട് മനസ്സിൽ, കളി നന്നായി വരണേ എന്ന് ധ്യാനിക്കും. അങ്ങനെ പ്രാർത്ഥിച്ചാൽ കളിക്ക് നല്ല ഊറ്റം കിട്ടുമെ ന്നാണ്.

പക്ഷേ, റോസിക്ക് അവളുടെ യേശുവിനെ വിട്ട് മറ്റൊരു ഭഗവാനെ പ്രാർത്ഥിക്കുന്ന കാര്യം ചിന്തിക്കാനേ വയ്യ. അങ്ങനെ ഓരോ പ്രാവശ്യവും അവൾ മനസ്സിൽ യേശുവിനെ ധ്യാനിച്ചിട്ട് തട്ടിൽ കയറും.

ഒരിടയ്ക്ക് രണ്ടുമൂന്നു പ്രാവശ്യം തുടർച്ചയായി തട്ടിൽ കളിക്കുമ്പോൾ റോസിക്ക് ചുവടുകൾ പിഴച്ചു. ആശാൻ അവളെ നന്നായി ശകാരിക്കു കയും ചെയ്തു. തനിക്കിങ്ങനെ പിഴവ് വരാൻ കാരണമെന്തെന്ന് റോസി വളരെ വിഷമത്തോടെ ആലോചിച്ചു.

ഒടുവിൽ അവൾ കാരണം കണ്ടെത്തി. താൻ ശിവനെ മനസ്സിൽ ധ്യാനിക്കുന്നതിനു പകരം യേശുവിനെ ധ്യാനിച്ചാണ് തട്ടിൽ കയറുന്നത്. ശിവൻ ഇതിന് തനിക്ക് നല്കിയ ശിക്ഷയാണ് ഈ പിഴവുകൾ. അവ ളുടെ മനസ്സിൽ കുറ്റബോധം വല്ലാതെ വിങ്ങി.

ഏതാനും ദിവസങ്ങൾക്ക് ശേഷം റോസി ഗോവിന്ദൻ ആശാനോട് തന്റെ ധർമ്മസങ്കടം അവതരിപ്പിച്ചു.

ആദ്യം ആശാൻ വളരെ ഗൗരവഭാവത്തിലാണ് അവൾ തന്റെ പ്രശ്നം അവതരിപ്പിച്ചപ്പോൾ കേട്ടിരുന്നത്. അല്പനേരത്തേക്ക് ആശാൻ ഒന്നും ഉരിയാടിയില്ല. റോസിയുടെ ഹൃദയം കടുത്ത ഉദ്വേഗത്തിൽ മിടിച്ചു. പിന്നെ ആശാൻ പറഞ്ഞു: "കൊച്ചേ, ഇത് വളരെ കൊഴപ്പം തന്നെ. വല്ലാത്ത ദൈവനിന്ദയാണ് നീ കാണിക്കുന്നത്."

റോസിയിൽ ഒരു വിറയൽ പടർന്നു.

അപ്പോഴേക്ക് ഗോവിന്ദൻ ആശാൻ പൊട്ടിപ്പൊട്ടിച്ചിരിച്ചു. റോസി മിഴിച്ചു നിന്നു. നീണ്ടുനിന്ന ചിരിക്കൊടുവിൽ ആശാൻ പറഞ്ഞു: "പെണ്ണേ, നിന്നെ ഞാനൊന്ന് വെറുതെ പിരികേറ്റിയതല്ലേ. നമ്മള് ആത്മാർത്ഥമാ യിട്ട് ചെയ്യുന്ന കലതന്നെയാണ്. നമ്മടെ ഈശ്വരധ്യാനോം പ്രാർത്ഥനേ മൊക്കെ. അതിൽ ശിവനെന്നോ യേശുവെന്നോ ഒന്നുമുള്ള ഭേദമില്ല. ഏത് ദൈവത്തെ ധ്യാനിച്ചാലും കല സത്യമായിട്ട് ചെയ്യുക."

അന്ന് രാത്രിയിൽ റോസിയുടെ കളി ഗംഭീരമായിരുന്നുവെന്ന് പിറ്റേന്ന് എല്ലാവരും അവളോട് പറഞ്ഞു.

റോസി നടന്ന് നീങ്ങുമ്പോഴും ആശാന്റെ മുഖത്തെ ചിരി മാഞ്ഞിരു ന്നില്ല. തന്റെ ഗുരുവിന്റെ അനുഗ്രഹം കുളിർമ്മയുള്ള ഒരു പ്രാർത്ഥനയായി അവളുടെ മനസ്സിലും മാഞ്ഞുപോകാതെ അലയടിച്ചുകൊണ്ടിരുന്നു.

മൂന്ന്

ജോൺസൺ സാറിന്റെ പരിചയത്തിലുള്ള ഒരാളുടെ കാളവണ്ടി പട്ടം വഴി പോകുന്നുണ്ട്. വണ്ടിക്കാരൻ മാത്രമേ അതിലുള്ളൂ. അതിനാൽ ജോൺസണും റോസിക്കും കാളവണ്ടിയിൽ പട്ടംവരെ പോകാം.

റോസിയുടെ പതിനെട്ട് വയസ്സിൽ ഇതാദ്യത്തെ കാളവണ്ടി യാത്ര യായിരുന്നു. അതേപോലെ പട്ടംഭാഗത്തേക്കും ഇന്നേവരെ അവൾ പോയി ട്ടില്ലായിരുന്നു.

കാളവണ്ടിയുടെ കുടുക്കത്തിനൊപ്പം അവളുടെ നോട്ടം വണ്ടിയുടെ പിൻഭാഗത്തെ തുറപ്പിലൂടെ പട്ടണക്കാഴ്ചകളിലേക്ക് തെന്നിവീണുകൊ ണ്ടിരുന്നു. രാവിലെ സമയമായതിനാൽ നിരത്തിൽ തെല്ല് ആൾത്തിര ക്കുണ്ട്. ഇടയ്ക്കിടെ ചില കുതിരവണ്ടികൾ ഊക്കിൽ പോകുന്നത് കാണാ മായിരുന്നു. ഹജൂർ കച്ചേരിയും വി ജെ റ്റി ഹാളുമൊക്കെ റോസിയുടെ കൺമുമ്പിലൂടെ പ്രത്യക്ഷപ്പെട്ട് പിൻവാങ്ങി.

ഒരന്യപുരുഷനുമൊത്ത്, അതും തങ്ങളുടെ കൂട്ടകാരനല്ലാത്ത മേലേ ക്കിടയിലുള്ള ഒരു ചെറുപ്പക്കാരനുമൊത്ത്, ഇങ്ങനെ ഒറ്റയ്ക്ക് യാത്ര ചെയ്യു ന്നതിന്റെ വൈക്ലബ്യം റോസിക്ക് ചെറുതല്ലാത്തതായി ഉണ്ടായിരുന്നു. എന്നാൽ, ജോൺസൺ ഇടയ്ക്കിടെ കാക്കരാശ്ശിയെപ്പറ്റി ചില ചോദ്യങ്ങൾ ചോദിച്ചതല്ലാതെ അവളിലേക്ക് അനാവശ്യമായി ശ്രദ്ധ കൊടുത്തതേയില്ല. അതോടെ അവൾക്ക് അയാളിലുള്ള മതിപ്പ് കൂടി.

കൂലിപ്പണിക്ക് പോകുമ്പോൾ, വലിയ വീടുകളിലെ ആണുങ്ങൾ പല രിൽനിന്നും വൃത്തികെട്ട നോട്ടങ്ങളും സംസാരങ്ങളും തനിക്ക് കിട്ടിയിട്ടു ള്ളത് റോസിയോർത്തു. അവിടങ്ങളിലെ പെണ്ണുങ്ങൾ കൺവെട്ടത്തിലി ല്ലെങ്കിൽ അവന്മാർ തരവഴിത്തമുള്ള വർത്തമാനങ്ങളും ആംഗ്യങ്ങളുമായി വരാറുണ്ട്. എന്നാൽ, ജോൺസൺ സാറാകട്ടെ എത്ര മാന്യമായാണ് പെരു മാറുന്നത്.

പട്ടത്ത് ഒരു കുന്നിന്റെ എതിരെയുള്ള ഒരു മാളികയ്ക്ക് മുമ്പിലെ ത്തിയപ്പോൾ കാളവണ്ടി നിന്നു. വണ്ടിയിൽ നിന്നിറങ്ങിയിട്ട് മാളികയെ ചൂണ്ടി ജോൺസൺ പറഞ്ഞു: "ദാ, ഇതാണ് ശാരദാവിലാസം കെട്ടിടം. ഇവിടെയാണ് ഡാനിയലിന്റെ സ്റ്റുഡിയോയും ആഫീസുമെല്ലാം."

വൃത്തിയായി വെള്ളപൂശിയ ഭിത്തികളും ഏതാനും മാവുകൾ പടർന്നു നില്ക്കുന്ന വലിയൊരു ചരൽമുറ്റവും ഉള്ള മാളികയായിരുന്നു ശാരദാവിലാസം. കെട്ടിടത്തിനുള്ളിലേക്കുള്ള വലിയ കവാടത്തിനു മുക ളിൽ ശാരദാവിലാസം എന്നത് ഭിത്തിയിൽ കൊത്തിവച്ചിട്ടുണ്ട്. അടുത്തു തന്നെ ഒരു മരപ്പലകയിൽ 'ദ ട്രാവൻകൂർ നാഷണൽ പിക്ചേഴ്സ്' എന്നും എഴുതിവച്ചിരിക്കുന്നു.

വളരെ വിസ്താരമുള്ളതും ഏറെ പൊക്കമുള്ളതുമായ സ്വീകരണമു റിയിൽ റോസിയെ ഒരു കസേരയിലിരുത്തിയിട്ട് ജോൺസൺ കെട്ടി

ടത്തിന്റെ അറ്റത്തുള്ള ഒരു മുറിയിലേക്ക് പോയി. ആ മുറിയിലാണ് ഡാനി
യൽ സാറിന്റെ ഓഫീസ്.

റോസി വിടർന്ന കണ്ണുകളോടെ ചുറ്റിനും നോക്കി. തുറന്നിട്ട വലിയ
ജനലുകളിലൂടെ സമൃദ്ധമായി കാറ്റ് അകത്തേക്ക് വന്നുകൊണ്ടിരുന്നു.
ഇത്രയും വലിയൊരു മാളികയ്ക്കുള്ളിൽ താനാദ്യമായാണ് പ്രവേശിക്കു
ന്നതെന്ന് അവൾ അത്ഭുതത്തോടെ ചിന്തിച്ചു.

ഏതാനും നിമിഷങ്ങൾക്കകം ജോൺസൺ റോസിയെ ഡാനിയ
ലിന്റെ മുറിയിലേക്ക് കടന്നുവരാൻ ക്ഷണിച്ചു.

"ഡാനിയൽ ഇത് റോസി. എന്റെ അയൽക്കാരി." ജോൺസൺ പുഞ്ചി
രിയോടെ പറഞ്ഞു.

റോസി സംഭ്രമത്തോടെ ഇരുകൈകളും കൂപ്പി ഡാനിയലിനെ
തൊഴുതു. ആ സംഭ്രമത്തിനിടയിലും അവളുടെ കണ്ണുകൾ ഡാനിയലിന്റെ
ദീർഘസുഭഗമായ ദൃഢഗാത്രത്തിലും ഗാംഭീര്യം സ്ഫുരിക്കുന്ന സുന്ദര
മുഖത്തിലേക്കും ആകർഷണപൂർവ്വം സഞ്ചരിച്ചു. ഒരു മേശയ്ക്കപ്പുറം വലി
യൊരു കസേരയിൽ ഇരിക്കുന്ന ഡാനിയലിന്റെ കുറച്ചു ഭാഗമേ അവൾക്ക്
കാണാനാകുന്നുള്ളുവെങ്കിലും അസാധാരണമാംവിധം ഗംഭീരനായ ഒരു
ചെറുപ്പക്കാരനാണിതെന്ന് അവൾക്ക് തിരിച്ചറിയാൻ കഴിഞ്ഞു.

"ഓ, വരണം, വരണം, ഇരിക്കൂ." ഡാനിയൽ തന്റെ മേശയ്ക്കപ്പുറ
ത്തുള്ള കസേരകളിലേക്ക് അവരിരുവരെയും ക്ഷണിച്ചു. ജോൺസൺ
ഉടനെ ഇരുന്നെങ്കിലും അവൾ മടിച്ചുനിന്നു.

"കുട്ടി ഇരിക്കണം." ചെറുചിരിയോടെ ഡാനിയൽ പറഞ്ഞു. പക്ഷേ,
റോസിക്കപ്പോഴും ഒരു മനസ്സുറപ്പു വന്നില്ല.

അപ്പോൾ ജോൺസൺ ഇടപെട്ടു. "നോക്ക്, ഇത് നമ്മുടെ ഡയറ
ക്ടർ, എന്നുവച്ചാൽ ആ സിനിമയുടെ സംവിധായകൻ. പിന്നെ നിർമ്മാ
താവും. ഇദ്ദേഹമാണ് സിനിമയുടെ എല്ലാമെല്ലാം. ഈ സിനിമയിൽ
പ്രവർത്തിക്കുന്നെങ്കിൽ ഇദ്ദേഹം പറയുന്നതെല്ലാം അനുസരിക്കണം.
അപ്പോ നീയിങ്ങനെ മറുത്തുനിന്നാലെങ്ങനെയാ. ഉം. ഇരിക്കണം."

റോസി പിന്നെ ഏറെ ചമ്മലോടെ കസേരയിൽ ഒന്നിരുന്നെന്ന്
വരുത്തി. ഡാനിയേൽ അവളെ സൂക്ഷ്മമായി നോക്കുന്നുണ്ടെന്ന് അവള
റിഞ്ഞു. ഏതാനും നിമിഷങ്ങൾ നിശ്ശബ്ദതയിൽ തുടർന്നു.

പിന്നെ ഡാനിയൽ ചോദിച്ചു: "റോസി സിനിമ കണ്ടിട്ടുണ്ടോ?"

"ഇല്ല സാർ. കണ്ടിട്ടില്ല."

തിരുവനന്തപുരത്ത് ക്യാപിറ്റോൾ എന്നോ മറ്റോ പേരുള്ള ഒരു തിയ
റ്റർ ഉണ്ടെന്ന് അവൾ കേട്ടിട്ടുണ്ട്. ഹജൂർ കച്ചേരിക്ക് അടുത്തെവിടെയോ.
എന്നാലിതുവരെ ആ തിയേറ്ററും കണ്ടിട്ടില്ല. മറുനാടുകളിൽനിന്ന് തമി
ഴിലും ഹിന്ദിയിലും ഇംഗ്ലീഷിലുമുള്ള സിനിമകൾ അവിടെ കൊണ്ടുവന്ന്
കാണിക്കാറുണ്ടത്രെ.

ഡാനിയൽ വീണ്ടും നിശ്ശബ്ദം പുഞ്ചിരിയോടെ അവളെ നോക്കിക്കൊ

ണ്ടിരുന്നു. എന്നാൽ, സാധാരണ ആണുങ്ങൾ പെണ്ണുങ്ങളുടെ നേരെ പായി ക്കുന്ന വിടത്വം തീരെയില്ലാത്ത ഒരു നോട്ടമായതിനാൽ അവൾക്ക് തെല്ലും ഈറ തോന്നിയില്ല. എന്നുതന്നെയല്ല, അദ്ദേഹം ധരിച്ചിരിക്കുന്ന തൂവെള്ള ഷർട്ട്പോലെ തന്നെ വെണ്മയാർന്ന ആ നോട്ടത്തിന്, തന്നെ ഒരുതരം ധൈര്യം കലർന്ന ശാന്തതയിലേക്ക് എത്തിക്കാൻ കഴിയുന്നുണ്ടെന്നും അവൾക്ക് തോന്നി.

വീണ്ടും ഡാനിയലിന്റെ ശബ്ദം മുഴങ്ങി. "റോസി, ഒന്നെഴു ന്നേല്ക്കണം.'

പെട്ടെന്നുതന്നെ അവൾ എഴുന്നേറ്റ് നിന്നു.

"റോസിയോട് ഞാനൊരു രംഗം പറയും. അതൊന്ന് അഭിനയിച്ച് കാണിക്കണം ഉം? നിനക്ക് ഒരു പുരുഷനോട് പ്രേമമുണ്ടെന്ന് കരുതുക. റോസി വീട്ടുമുറ്റത്ത് വെറുതെ നടക്കുന്നു. അപ്പോൾ ആ പുരുഷൻ പെട്ടെന്ന് നിനക്ക് മുമ്പിൽ പ്രത്യക്ഷപ്പെടുന്നു. ആ നേരം റോസിക്ക് ഒരു നാണവും പ്രേമഭാവവും അമ്പരപ്പും സന്തോഷവും ഒക്കെ ഉണ്ടാകുന്നു. ഇതാണ് രംഗം."

ഒരു നിമിഷം റോസി കണ്ണുകളടച്ച് മനസ്സിൽ ദൈവത്തെ ധ്യാനിച്ചു. പിന്നെ, ഡാനിയൽ പറഞ്ഞ വാക്കുകളെ അവർ ഹൃദയത്തിലേക്ക് കടത്തി വിട്ടു.

ഇതേവരെ ഒരു പുരുഷനോടും പ്രേമമൊന്നും തോന്നിയിട്ടില്ല. മുമ്പ് ആമത്തറയിലെ ജോൺ എന്ന തനിക്ക് കല്യാണം പറഞ്ഞുവച്ചിരുന്ന ചെറു ക്കനോടു പോലും പ്രേമം തോന്നിയിട്ടില്ല. എങ്കിലും യൗവനത്തുടിപ്പിൽ നില്ക്കുന്ന തന്നിലെ പെണ്ണിന് പ്രേമമെന്താണെന്ന് ഹൃദയം കൊണ്ടറിയാം.

റോസി കണ്ണുകൾ തുറന്ന് ഡാനിയലിന്റെ മുഖത്തേക്ക് തീവ്രമായി നോക്കി. ഇപ്പോൾ അവളുടെ മുമ്പിൽ ഡാനിയൽ സാറല്ല. ഏതു പെണ്ണി നേയും മോഹിപ്പിക്കുന്ന ആണത്തമുള്ള ഒരു യുവാവ് മാത്രം. ആ യുവാ വിന്റെ മുമ്പിൽ നില്ക്കുന്ന പ്രേമാർദ്രമായ ഒരു പെണ്ണ് മാത്രമാണ് റോസി.

നിമിഷാർദ്ധങ്ങൾക്കുള്ളിൽ റോസിയുടെ മുഖത്ത് പ്രേമപുളകിത യായ ഒരു പെൺകുട്ടിയുടെ ഭാവമാറ്റങ്ങൾ അതിവേഗം പ്രത്യക്ഷപ്പെട്ടു കൊണ്ടിരുന്നു.

"ശരി, ഇത്രയും മതി." ഡാനിയലിന്റെ വാക്കുകൾ അവൾ പ്രവേശി ച്ചിരുന്ന കല്പനയുടെ ലോകത്തെ ഉടച്ചു. ഒരു ചെറുചമ്മലോടെ റോസി ഡാനിയലിനെയും ജോൺസനെയും നോക്കി.

"റോസി, അല്പസമയം പുറത്തൊന്ന് നില്ക്കുമോ? ഉടനെ വിളിക്കാം."

ഡാനിയേൽ നിർദ്ദേശിച്ചതും അവൾ മുറിക്ക് പുറത്തുകടന്നു. സ്വീക രണമുറിയിലെ ജനാലയ്ക്കരികിൽ നിന്നുകൊണ്ട് അവൾ പുറത്തേക്ക് മിഴി നട്ടു. മുറ്റത്ത് നില്ക്കുന്ന മാവിന്റെ കൊമ്പുകളിലൂടെ രണ്ട് അണ്ണാറക്കണ്ണ ന്മാർ ചാടിക്കളിക്കുന്നുണ്ട്. മനസ്സിൽ, ഡാനിയൽ സാർ തന്നെക്കുറിച്ച്

ഇപ്പോഴൊരു തീരുമാനം ജോൺസണുമായി ചേർന്ന് രൂപീകരിക്കുകയാ
ണെന്നറിയാമെങ്കിലും അവൾ അണ്ണാറക്കണ്ണന്മാരുടെ കളിയിൽ ശ്രദ്ധ പതി
പ്പിക്കാൻ ശ്രമിച്ചു. താനീ സിനിമയിൽ അഭിനയിക്കുന്നോ അതോ ഇല്ലയോ
എന്ന് ഉടനറിയാം. ദൈവമേ... അണ്ണാറക്കണ്ണന്മാർ മടിച്ചു നടക്കുകയാണ്.
മനുഷ്യർക്കും ജീവിതമെല്ലാം ഒരു കളി മാത്രമായി എടുക്കാൻ കഴിഞ്ഞി
രുന്നെങ്കിൽ! ഒരുപക്ഷേ, മനുഷ്യരുടെ കളി എന്നത് ഈ ആകാംക്ഷകളും
നിരാശകളും വേദനകളും ഒക്കെ ചേർന്ന ഒന്നായിരിക്കാം.

"റോസീ, വരണം" ജോൺസന്റെ സ്വരം അകത്തെ മുറിയിൽനിന്ന്
ഉയർന്നു.

നെഞ്ചിടിപ്പോടെ അവൾ ഡാനിയലിന്റെ മുറിയിൽ പ്രവേശിച്ചു.
"അപ്പോ ഇനി നീ വെറും റോസിയല്ല. നീ ഇനി ഫിലിംസ്റ്റാർ റോസി."
ഡാനിയൽസാറിന്റെ ചുണ്ടുകളിൽ ഒരു കള്ളച്ചിരി.
അവൾ മിഴിച്ചു നിന്നു
"മനസ്സിലായില്ലേ, റോസീ, നീയാണ് എന്റെ സിനിമയിലെ നായിക.
എന്താ? ഇനി ഉഷാറായി അഭിനയിക്കുകയല്ലേ?"
റോസി അന്തംവിട്ടഭാവത്തിൽ ചിരിക്കുക മാത്രം ചെയ്തു.

ഡാനിയൽ തുടർന്നു: "അഭിനയത്തിന് ഒരു ദിവസത്തേക്ക് അഞ്ചു
രൂപ ശമ്പളമാണ് നിശ്ചയിച്ചിരിക്കുന്നത്. സരോജിനി എന്ന ഒരു നായർ
പെൺകുട്ടിയായാണ് റോസിയുടെ വേഷം. അഭിനയിക്കാനുള്ള വേഷങ്ങ
ളൊക്കെ ഞങ്ങള് തരാം. എന്താ, എല്ലാം സമ്മതമാണോ?"
റോസി ചിരിയോടെ തലകുലുക്കി. സമ്മതമാണോന്ന്!

അപ്പൻ ഒരു മാസം മിഷണറി സായിപ്പിന്റെ അടുക്കളയിൽ പണിയു
ന്നതിന് കിട്ടുന്നത് പത്തുരൂപയാണ്. ദാ, ഇതിപ്പം ഒരു ദിവസത്തെ പണിക്ക്
അഞ്ചുരൂപ! സിനിമാന്ന് പറഞ്ഞാൽ അപ്പോൾ പറഞ്ഞുകേൾക്കുന്നതു
പോലെതന്നെ. വലിയ സംഭവം തന്നെ.

തൈക്കാട്ടേക്ക് തിരിച്ചുപോകുമ്പോൾ ജോൺസൺ ഇല്ലായിരുന്നു.
ജോൺസണും ഡാനിയലും തമ്മിലെന്തോ ചർച്ചകൾ ഉണ്ടായിരുന്നതി
നാൽ റോസി തനിയെ തൈക്കാട്ടേക്ക് നടന്നു തുടങ്ങി.

ഉച്ചവെയിൽ തിളച്ചുമറിയുന്നുണ്ടായിരുന്നു. എങ്കിലും അവൾ വെയിൽ
തെല്ലും അറിഞ്ഞതേയില്ല.

റോസിയെന്ന ഏഴയായ പുലയപ്പെണ്ണ് അല്ല ഇപ്പോൾ തൈക്കാട്ടേക്ക്
നടന്നുപോകുന്നത്. അവൾ സ്വയം പറഞ്ഞു. ഇത് റോസിയെന്ന മലയാള
നാട്ടിലെ ആദ്യസിനിമാ നായിക. സിനിമയെന്തെന്ന് ഇപ്പോഴും അവൾക്ക്
ശരിക്കറിഞ്ഞുകൂടാ. പക്ഷേ, അതൊരു വലിയ സംഭവമാണ്. ആ വലിയ
സംഭവത്തിലെ പ്രധാനപ്പെട്ടയാളാണ് താൻ.

നല്ല വേഗത്തിൽ വന്ന ഒരു കുതിരവണ്ടി അവളെ ഇടിച്ചു, ഇടിച്ചില്ല
എന്നമട്ടിൽ കടന്നുപോയി. കുതിരവണ്ടിക്കാരൻ അവളെ നോക്കി എന്തോ
ചീത്ത പറഞ്ഞു. പക്ഷേ, റോസി അതൊന്നും അറിഞ്ഞതേയില്ല.

നാല്

ശാരദാവിലാസത്തിന്റെ സ്വീകരണമുറിയിപ്പോൾ പ്രൗഢമായൊരു നായർ തറവാടിന്റെ പൂമുഖമാണ്. റോസിയിപ്പോൾ തറവാട്ടിലെ ഏക പെൺകിടാവായ സരോജിനിയാണ്. ആഢ്യത്വമുള്ള തറവാടുകളിലെ പെൺകുട്ടികളെപ്പോലെ തന്നെ വിലയേറിയ മുണ്ടും റൗക്കയും ധരിച്ച്, കഴുത്തിലും കാതിലും കൈയിലും കാൽച്ചുവട്ടിലും സ്വർണ്ണാഭരണങ്ങൾ അണിഞ്ഞ സരോജിനി.

പൂമുഖത്തിരുന്ന് സരോജിനി ഉല്ലാസപൂർവ്വം വീണ വായിക്കുന്നു. അപ്പോൾ പുറത്തുകൂടി നടന്നുപോകുന്ന ജയചന്ദ്രൻ എന്നു ചെറുപ്പക്കാ രൻ അവളെ ആദ്യമായി കാണുന്നു. അയാൾ ആ വീണവായന കൗതുക പൂർവ്വം കേട്ടു നില്ക്കുന്നു. തെല്ലിട കഴിഞ്ഞ് അവളും ആ ചെറുപ്പക്കാ രനെ കാണുന്നു. പ്രഥമദൃഷ്ട്യാതന്നെ രണ്ടാളും പരസ്പരം ആകർഷണ ത്തിലാകുന്നു. ഒരനുരാഗത്തിന്റെ മൊട്ടിടൽ.

ഇതാണ് റോസി ആദ്യമായി അഭിനയിക്കാൻ പോകുന്ന രംഗം. ജയ ചന്ദ്രനായി നടിക്കുന്നത് ഡാനിയൽ സാറാണ്. അദ്ദേഹം ക്യാമറ പ്രവർത്തി പ്പിക്കുന്ന ലാലൻ എന്ന മലേഷ്യക്കാരന് ചില നിർദ്ദേശങ്ങൾ നല്കിക്കൊ ണ്ടിരിക്കുന്നു. രംഗത്തിന്റെ വിശദാംശങ്ങൾ രണ്ടുപേരും ചർച്ച ചെയ്യുന്നു മുണ്ട്.

തലേന്ന് 'റിഹേഴ്സൽ' സമയത്ത് ഡാനിയൽ സിനിമയുടെ കഥയെ പ്പറ്റിയും റോസിയുടെ കഥാപാത്രത്തെയുംകുറിച്ച് റോസിയോട് വിശദ മായി പറഞ്ഞിരുന്നു. അതൊക്കെ കേട്ടപ്പോൾ റോസിക്ക് ആദ്യം ചെറി യൊരു ഭയം തോന്നി. വലിയ വീടുകളിലെ നായർ പെൺകുട്ടികൾ എങ്ങനെ നടക്കും. പെരുമാറും എന്നൊന്നും തനിക്കറിയില്ല. പിന്നെ വീണ യൊക്കെ ഉപയോഗിക്കുന്ന പെൺകുട്ടിയാണ് നായിക. താനാണെങ്കിൽ ഇന്നേവരെയും വീണ കൈകൊണ്ട് തൊട്ടിട്ടുപോലുമില്ല.

പക്ഷേ, ഡാനിയൽ സാർ നിസ്സാരമട്ടിൽ പറഞ്ഞു: "നീ വിഷമിക്കേണ്ട, ശരിക്കൊരു മിടുക്കി പെൺകുട്ടിയായി അങ്ങഭിനയിക്കണം. എന്നുവച്ചാൽ, നിന്നെപ്പോലെതന്നെ. അപ്പോ എല്ലാം ശരിയാകും."

വീണ എങ്ങനെയാണ് പിടിക്കേണ്ടത്, ശ്രുതി മീട്ടേണ്ടത് എന്നെല്ലാം സാർ തന്നെ കാണിച്ചുതരികയും ചെയ്തു. "റോസി ഇത് സിനിമയാണ്, നിന്റെ വീണവായന കേട്ട് ആരും രസിക്കാനൊന്നുമില്ല. വീണ വായിക്കു ന്നതായി ഒന്ന് കാണുന്നവർക്ക് തോന്നണം. അത്രതന്നെ. വെറും അഭി നയം." ഡാനിയേൽ സാർ കുലുങ്ങിചിരിച്ചു.

എങ്കിലും ഇപ്പോഴിതാ ആദ്യമായി ക്യാമറായുടെ മുമ്പിൽ അഭിനയി ക്കുമ്പോൾ വീണ്ടും ചെറിയൊരു പേടി. ദൈവമേ കാത്തുകൊള്ളണേ.

"ഓ. കെ സ്റ്റാർട്ട്" ഡാനിയേലിന്റെ ശബ്ദം ഉച്ചത്തിൽ മുഴങ്ങി.

റോസി, ഡാനിയേൽ പരിശീലിപ്പിച്ച പ്രകാരം വീണ മടിയിൽവച്ച്

ശ്രുതി മീട്ടിത്തുടങ്ങി. വീണയിൽനിന്ന് എന്തോ വികലസ്വരങ്ങൾ ഉയരു ന്നത് റോസി സ്വയം അറിഞ്ഞു. പക്ഷേ, അതൊരു പ്രശ്നമേയല്ല എന്ന റിഞ്ഞ് അവൾ സരോജിനിയായി തന്റെതന്നെ സംഗീതാലാപനത്തിൽ ലയി ക്കുന്നതായി നടിച്ചുതുടങ്ങി.

നിമിഷങ്ങൾക്കകം ജയചന്ദ്രൻ ജനാലയ്ക്കപ്പുറത്തുകൂടി നടന്നുവന്നു. രണ്ടുപേരുടെയും കണ്ണുകൾ കൂട്ടിമുട്ടുന്നു. സരോജിനിയുടെ മുഖത്തെ അമ്പരപ്പ്, നാണം, രണ്ടുപേരുടെയും പരസ്പരാകർഷണം.

ഡാനിയേലിന്റെ ഭാവനയിലുള്ളതുപോലെതന്നെ രംഗം ക്യാമറ അബ്ര ത്തിലാക്കി.

"കട്ട്" വീണ്ടും ഡാനിയേലിന്റെ ഉറച്ച ശബ്ദം.

"വെൽഡൺ റോസി, വെൽഡൺ"

റോസി ഡാനിയൽ പറഞ്ഞ ഇംഗ്ലീഷ് വാക്കുകൾ കേട്ട് ഒരു നിമിഷം പകച്ചു നിന്നു. സാർ പറഞ്ഞ വാക്കുകളുടെ അർത്ഥം....

"നന്നായിരുന്നു റോസി, നന്നായിരുന്നു. നീ ശരിക്കും സരോ ജിനിയായി."

ഡാനിയലിന്റെ മുഖത്ത് നിറഞ്ഞ ചിരി. സന്തോഷത്താൽ റോസി യുടെ കണ്ണുകൾ നിറഞ്ഞു. ദൈവമേ, ഒരു പിഴവും കൂടാതെ തന്നെ താൻ ആദ്യമായി അഭിനയിച്ച രംഗം സാറിന് തൃപ്തിയായിരിക്കുന്നു.

ക്യാമറായുടെ ദൃശ്യപരിധിക്കപ്പുറം നിന്നിരുന്ന ജോൺസൺ അവ ളുടെയടുത്ത് വന്നു. "ഏതായാലും നീ എന്റെ മാനം കാത്തു കൊച്ചേ. ഞാൻ ഡാനിയലിന് കൊണ്ടുവന്നു കൊടുത്ത നായിക മോശമായിരുന്നെ ങ്കിൽ ഞാൻ പഴി കേട്ടേനെമല്ലോ.

ഇനിയിപ്പോ നിന്റെ വിജയം എന്റേതുകൂടിയാ."

"അയ്യോ കുറച്ചൊക്കെ ക്രെഡിറ്റ് ഡയറക്ടർക്കു കൂടി വച്ചേക്കണേ." ക്യാമറയ്ക്കു സമീപം എത്തിയിരുന്ന ഡാനിയൽ വിളിച്ചു പറഞ്ഞു. ജോൺസൺ പൊട്ടിച്ചിരിച്ചു.

തന്റെ അഭിനയം എല്ലാവർക്കും വളരെ തൃപ്തികരമാണെന്നറിഞ്ഞ് റോസിക്ക് സന്തോഷം തോന്നിയെങ്കിലും അവൾക്ക് ഒരു കാര്യത്തിൽ അതിശയവും ഉണ്ടായി. ശരീരമാസകലം ചവുട്ടിക്കുലുക്കി രാത്രി മുഴു വൻ നീളുന്ന കാക്കാരശ്ശിയിലെ അഭിനയവുമായി തട്ടിച്ച് നോക്കുമ്പോൾ ഈ സിനിമാഭിനയം എത്ര അനായാസമാണ്. ചെറിയ ചില ചലനങ്ങളും മുഖഭാവങ്ങളും ഒക്കെക്കൊണ്ട് സിനിമാഭിനയം ശരിയാകും. എന്നാൽ, കാക്കാരശ്ശിയിലോ എന്ത് മാത്രം അഭ്യാസബലം ഉണ്ടെങ്കിലേ അതിലെ പ്രധാന വേഷക്കാർക്ക് തങ്ങളുടെ അഭിനയം പൊലിപ്പിക്കാൻ സാധിക്കൂ.

അതു മാത്രമല്ല, കാക്കാരിശ്ശി നേരെ കാണികൾക്കു മുമ്പിൽ നിന്ന് അഭിനയിക്കുകയാണ്. അവിടെ ഒരു പിഴവ് വന്നാൽ, അതിന്റെ ഫലം അപ്പോൾത്തന്നെ കാണികളിൽനിന്നറിയാം. പക്ഷേ, ഇവിടെ സിനിമയിൽ പിഴവുകൾ ഒക്കെ ഒഴിവാക്കാനുള്ള അവസരങ്ങളുണ്ട്.

മുറ്റത്ത് നിന്നിരുന്ന മാവിൽനിന്ന് നിലത്തുവീണ മധുരമുള്ള മാമ്പഴം ഈമ്പി വലിക്കവേ റോസി സമാധാനിച്ചു. ഞാ, എന്തായാലും തന്റെ അഭി നയം എങ്ങനെയുണ്ടെന്ന് സിനിമ പുറത്തുവരുമ്പോൾ കാണാം.

തുടർന്ന് സരോജിനിയും അമ്മയും സരോജിനിയുടെ കൂട്ടുകാരി ഹേമാവതിയും ചേർന്നുള്ള ചില രംഗങ്ങളായിരുന്നു ചിത്രീകരിച്ചത്. അമ്മ യായി വേഷമിടുന്നത് കുന്നുകുഴിയിൽ താമസിക്കുന്ന കമല എന്നൊരു ഈഴവ സ്ത്രീയാണ്. ഹേമാവതിയായി കുന്നുകുഴിയിൽത്തന്നെയുള്ള റീന എന്നൊരു പുലയപ്പെണ്ണും.

റോസിയുമായി പരിചയപ്പെട്ട് നിമിഷങ്ങൾക്കകംതന്നെ കമല തന്റെ ജീവിതകഥ പറഞ്ഞിരുന്നു. കമലയ്ക്ക് നാല് മക്കളാണ്. ഭർത്താവ് കൂലി പ്പണി ചെയ്ത് കിട്ടുന്ന കാശ് മുഴുവൻ കുടിച്ചുകളയുകയാണ്. കമല കൂലി പ്പണി ചെയ്തുണ്ടാക്കുന്ന പൈസയും തരം കിട്ടിയാൽ അയാൾ എടു ത്തുകൊണ്ടു പോയി കള്ള് കുടിക്കും. ചുരുക്കത്തിൽ വീട്ടിൽ കൊടും ദാരിദ്ര്യമാണ്. അങ്ങനെയിരിക്കെയാണ് അയൽപക്കത്തുള്ള ടെയ്‌ലർ പാച്ചു അണ്ണൻ ഒരു സിനിമയിലേക്ക് ചില വേഷങ്ങൾ ചെയ്യാൻ സിനിമ കമ്പനിക്കാർ പെണ്ണുങ്ങളെ തേടുന്നുണ്ടെന്ന് പറയുന്നത്. തരക്കേടില്ലാത്ത കൂലിയും കിട്ടുമെന്ന് കേട്ടതോടെ കമല പാച്ചുവണ്ണന്റെ കൂടെ അഭിനയ ത്തിനിറങ്ങി പുറപ്പെടുകയായിരുന്നു. സിനിമയിലേക്ക് വേണ്ട കുറേ വേഷ ങ്ങൾ തയ്ക്കുന്നത് പാച്ചുവണ്ണനാണ്. അതുകൊണ്ടുതന്നെ പാച്ചുവണ്ണന്റെ വാക്കുകൾക്ക് സിനിമാകമ്പനിക്കാർ കുറച്ച് മതിപ്പ് വയ്ക്കും. അങ്ങനെ യാണ് കമലം സിനിമയിൽ എത്തിപ്പെട്ടത്.

പക്ഷേ, കമലത്തിന്റെ ഭർത്താവ് സിനിമ, അഭിനയം എന്നൊക്കെ പറ ഞ്ഞാൽ ആകെ പ്രശ്നമാക്കും. അതിനാൽ, ഏതോ വീട്ടിൽ പണിക്കു പോകുന്നുവെന്ന് പറഞ്ഞാണ് കമലം അഭിനയിക്കാൻ പട്ടത്തേക്ക് വരു ന്നത്.

"അല്ല ചേച്ചീ, ചേച്ചി അഭിനയത്തിന് പോയിരുന്നു എന്നു പിന്നീട യാളറിഞ്ഞാൽ പ്രശ്നം വരുല്ലേ?" റോസി ആരാഞ്ഞു.

"ഓ, അതപ്പഴല്ലേ, അപ്പഴത്തേ കാര്യം അപ്പഴ് നോക്കാം." കമലം ഒന്ന് ചിറി കോട്ടിക്കൊണ്ട് പറഞ്ഞു.

നാളിതുവരെ യാതൊരു അഭിനയവും ചെയ്തിട്ടില്ലാത്തതുകൊണ്ട് കമലവും റീനയും ചില പിഴവുകൾ വരുത്തുന്നുണ്ടായിരുന്നു. എന്നാൽ, ഡാനിയൽ ക്ഷമാപൂർവ്വം കാര്യങ്ങൾ പറഞ്ഞുകൊടുത്ത് രണ്ടുപേരെയും പിഴവുകൾ ഇല്ലാത്ത അഭിനയത്തിലേക്ക് കൊണ്ടുവന്നു.

ഉച്ചയ്ക്ക് മുറ്റത്ത് ഒരു മാവിൻചുവട്ടിൽ വലിയൊരു തടുക്കുപായ യിട്ട് റോസിയും കമലവും റീനയും അതിന്മേലിരുന്നാണ് ഉച്ചഭക്ഷണം കഴിച്ചത്. ഡാനിയലും ജോൺസണുമൊക്കെ അകത്ത് ഒരു മുറിയിൽത്ത ന്നെയാണ് ഭക്ഷണം.

മൂന്നു പെണ്ണുങ്ങളുള്ളതിൽ, റോസിക്കാണ് ഭേദപ്പെട്ട ഭക്ഷണമുള്ളത്.

അവൾ ഒരു പിത്തള ചോറ്റുപാത്രത്തിൽ കഞ്ഞിയും രണ്ട് ചുട്ട കൊര്യാ
ളയും ലേശം ഉണക്കതേങ്ങാ ചമ്മന്തിയും കൊണ്ടുവന്നിരുന്നു. കമല
ത്തിനും റീനയ്ക്കും കുറച്ച് കപ്പ വേവിച്ചതും മുളകുചമ്മന്തിയും മാത്രമാ
ണുള്ളത്. സത്യത്തിൽ, റോസിക്ക് വേണ്ടതിൽ കൂടുതൽ കഞ്ഞി അവ
ളുടെ പാത്രത്തിലുണ്ടായിരുന്നു. അവൾ കമലയ്ക്കും റീനയ്ക്കും കുറച്ചു
കഞ്ഞി പകർന്നുകൊടുത്തു. രണ്ടുപേരും ആദ്യം വേണ്ടെന്ന് പറഞ്ഞെ
ങ്കിലും ആവേശത്തോടെ അവൾ കൊടുത്ത കഞ്ഞി കുടിക്കുകയും
ചെയ്തു.

കഞ്ഞികുടിയും കഴിഞ്ഞ് ഉച്ചകഴിഞ്ഞുള്ള ചിത്രീകരണം തുടങ്ങു
ന്നതുവരെയുള്ള സമയം അവർ തടുക്കു പായയിൽത്തന്നെ വിശ്രമിച്ചു.
അപ്പോൾ കമലം ഈ സിനിമയുടെ പിന്നിലുള്ള ചില കഥകൾ കെട്ടഴിച്ചു.

"എന്നോട് ടെയ്ലർ പാച്ചുവണ്ണനാണ് ഇക്കാര്യങ്ങളെല്ലാം പറഞ്ഞത്.
റോസീ, നിനക്കറിയാമോ നീ ഇപ്പോൾ ചെയ്യുന്ന വേഷം ചെയ്യാൻ ആദ്യം
ആരെയാണ് നിശ്ചയിച്ചിരുന്നതെന്ന്." കമല അല്പം നാടകീയഭാവത്തിൽ
ഒന്നു നിർത്തി മുറുക്കാൻ ചവച്ചുകൊണ്ടിരുന്നത് ഒന്ന് നീട്ടിത്തുപ്പി. റോസി
ആകാംക്ഷയോടെ കമലയെ നോക്കി.

"ലാനാന്ന് പേരുള്ള ഒരു ചട്ടക്കാരി സുന്ദരി. ബോംബെക്കാരിയാണ്."
കമല ഇത്രയും പറഞ്ഞിട്ട് വീണ്ടും മുറുക്കാൻ വായിലിട്ട് ഇളക്കി രസി
ക്കാൻ തുടങ്ങി. റോസിക്കപ്പോൾ അത്ഭുതം അടക്കാൻ കഴിഞ്ഞില്ല.

"ചേച്ചീ, പിന്നെങ്ങനെയാ എന്നെ ഇതിലെടുത്തത്?"
കമല വീണ്ടും ഒന്ന് നീട്ടിത്തുപ്പിയിട്ട് കഥ പറഞ്ഞു.

നാടാർ സമുദായക്കാരനായ, നല്ല പണമുള്ള ഒരു അപ്പോത്തിക്കരി
യുടെ മകനാണ് ഡാനിയൽ. കോളേജ് പഠനമൊക്കെ കഴിഞ്ഞതോടെ
കക്ഷിക്ക് സിനിമാഭ്രാന്ത് കയറി. മദിരാശിയിലും ബോംബെയിലുമൊക്കെ
പോയി സിനിമാപിടിത്തത്തിന്റെ രീതികളൊക്കെ മനസ്സിലാക്കി. എന്നിട്ട്
തനിയെ ഒരു സിനിമാപിടിക്കാനുള്ള ശ്രമമായി. അങ്ങനെ കുടുംബവക
യായി കിട്ടിയ സ്വത്തുക്കളൊക്കെ കുറെ വിറ്റാണ് സിനിമാ കമ്പനിയും
സ്റ്റുഡിയോയും ഒക്കെ ഉണ്ടാക്കിയത്.

ബാക്കി എല്ലാ കാര്യങ്ങളും ശരിയായെങ്കിലും ഒരു നായികനടിയെ
മാത്രം ഏറെ അന്വേഷിച്ചിട്ടും കിട്ടിയില്ല. പത്രങ്ങളിലൊക്കെ പരസ്യം
ചെയ്തുനോക്കി. പക്ഷേ, നാട്ടിലൊക്കെയുള്ള ഒരു കുടുംബത്തിൽനിന്നും
പെൺകൊച്ചുങ്ങളെ സിനിമയ്ക്ക് വിടാൻ ആരും തയ്യാറല്ല.

"ഒടുക്കം അങ്ങ് ബോംബെയിൽനിന്ന് ലാന എന്നോ മറ്റോ പേരുള്ള
ഒരു ചട്ടക്കാരിപ്പെണ്ണ് നായികയാകാൻ തയ്യാറായി. വലിയ സുന്ദരിയാണ്.
പക്ഷേ, തോനെ പൈസ കൊടുത്താലേ യെവള് വരൂ. അയ്യായിരം രൂപ
ശമ്പളം പറഞ്ഞെന്നാ കേട്ടത്. ഡാനിയൽ സാറ് എല്ലാം സമ്മതിച്ചു.
അങ്ങനെ അങ്ങേർതന്നെ പോയി അവളെ തീവണ്ടിയിൽ കൂടിയ സൗക
ര്യങ്ങളിലൊക്കെ ഇരുത്തി തിരുവനന്തപുരത്ത് കൊണ്ടുവന്നു.

പക്ഷേ, യെവള് ഭയങ്കര ജാഡകളാ ഇറക്കിക്കൊണ്ടിരുന്നത്. പേട്ടേല് തീവണ്ടിയാപ്പീസീന്ന് യെവളെ താമസിപ്പിക്കാൻ വാടകയ്ക്കെടുത്ത കെട്ടിടത്തിലോട്ട് പോകണമെങ്കിൽ കുതിരവണ്ടിയെന്നും പോരാ കാറ് തന്നെ വേണമെന്ന് എന്തരവള് വാശി പിടിച്ചു. നല്ല ജഡ്ക്ക വണ്ടിയൊണ്ടെന്ന് പറഞ്ഞിട്ടൊന്നും യെവള് അനങ്ങൂല. പിന്നെ ഗതിയില്ലാതെ ഡാനിയല് സാറ് കഷ്ടപ്പെട്ട് മരക്കാറ് മൊതലാളീടെ കാറ് സംഘടിപ്പിച്ചുകൊണ്ടുവന്നു.

കാറിലിരുന്ന് ജാഡേല് സവാരി ചെയ്യുമ്പം യെവള് ചെല മണിമാളികകള് കണ്ടു. കൂട്ടത്തിലൊരെണ്ണം യെവൾക്ക് വല്ലാതിഷ്ടപ്പെട്ടു. അതേതാന്നറിയാമോ?

നമ്മടെ പൊന്നുതമ്പുരാക്കന്മാരുടെ കവടിയാര് കൊട്ടാരം. തൊടങ്ങിയില്ലേ യെവള് ഒരേ നിർബ്ബന്ധം. യെവക്ക് ആ കൊട്ടാരത്തിൽ മാത്രം താമസിച്ചാ മതി. വേറൊരു മാളികേം വേണ്ട. ഡാനിയല് സാറ് യെവളോട് എത്ര പറഞ്ഞിട്ടും എന്തരവള് നാലാള് കേട്ടാല് അടിപറ്റിക്കാൻ തോന്നിക്കുന്ന ആ മണ്ടത്തരോം പറഞ്ഞങ്ങ് നിന്നു.

ഒടുക്കം സാറ് യെവളെ അടുത്ത തീവണ്ടിക്ക് തന്നെ ബോംബെയ്ക്ക് കേറ്റി വിട്ട് തടി തപ്പിയെന്ന് പറഞ്ഞാല് മതി. പക്ഷേ, യെവള് മുൻകൂറായി വാങ്ങിച്ച രൂപേന്ന് ഒരു ചില്ലി പൈസപോലും ഡാനിയല് സാറിന് തിരിച്ചു കൊടുക്കാതാണ് ഇവിടന്ന് പോയത്. ഇതൊക്കെ ഏതാണ്ട് ഒന്നാന്നര വർഷമപ്പുറത്തെ കഥയാ. അപ്പോഴേക്ക് നായിക ഇല്ലാത്ത കുറേ ഭാഗങ്ങള് സിനിമയാക്കി കഴിഞ്ഞിരുന്നു. പിന്നെ ഭ്രാന്ത് പിടിച്ച് നായികയെ തപ്പിയുള്ള ഓട്ടമല്ലായിരുന്നോ സാറും കൂട്ടരും.

എന്തര് പറേണം റോസി, അത് നിന്റെ തലേലാ വരച്ചിരുന്നത്. നിനക്കാണ് യോഗം. ബോംബെ വരെ തപ്പീട്ട് ഒടുവില് തൈക്കാടൊള്ള പെണ്ണിനാണ് രാശി."

അപ്പോഴേക്ക് റോസിക്ക് അടുത്തൊരു രംഗം അഭിനയിക്കാനുണ്ടെന്ന് ഡാനിയലിന്റെ അറിയിപ്പ് വന്നു. അവൾ വേഗം തന്നെ ചിത്രീകരണ സ്ഥലത്തേക്ക് നടന്നു.

അടുത്തതായി അഭിനയിക്കേണ്ട രംഗത്തിന്റെ പ്രത്യേകത ഡാനിയല് സാർ വിശദീകരിക്കുമ്പോൾ, റോസിയുടെ പ്രജ്ഞയുടെ ഒരുവശം അതൊക്കെ സശ്രദ്ധം കേൾക്കുന്നുണ്ടായിരുന്നെങ്കിലും മറുവശം കമലത്തിൽനിന്ന് കേട്ട കാര്യങ്ങളെക്കുറിച്ചുള്ള ആലോചനയിലായിരുന്നു.

ജോൺസൺ സാർ വന്ന് തന്നോട് സിനിമയിൽ അഭിനയിക്കാമോ എന്ന് ചോദിച്ചപ്പോഴും, പിന്നീട് ഡാനിയല് സാർ തന്നെ വേഷം ചെയ്യാൻ ഉറപ്പിച്ചപ്പോഴുമെല്ലാം നല്ല സന്തോഷം തോന്നിയിരുന്നു. പക്ഷേ, താൻ ചെയ്യുന്നത് ഇത്രയും വലിയൊരു കാര്യമാണെന്ന് അപ്പോഴൊന്നുമറിഞ്ഞില്ലല്ലോ. രാജ്യം മുഴുവൻ തപ്പിയിട്ടും കിട്ടാത്ത ഒരപൂർവ്വ സ്ത്രീയല്ലേ താനിപ്പോൾ. എത്രായിരം രൂപാ കൊടുക്കാമെന്നു പറഞ്ഞിട്ടും പലരും തയ്യാറാകാത്ത കാര്യം!

തനിക്കോ, ദിവസം അഞ്ചുരൂപാ കൂലി മാത്രം. തീവണ്ടിയും വേണ്ട, കുതിരവണ്ടിയുമില്ല. കാളവണ്ടിയുമില്ല. കാൽനട മാത്രം.

എന്നാൽ, തൊട്ടടുത്ത നിമിഷം തന്നെ അവൾ ചിന്തകൾക്ക് കടി ഞ്ഞാണിട്ടു. ദൈവമേ, ഞാനെന്തൊക്കെയാണ് ചിന്തിച്ച് കൂട്ടുന്നത്. ദൈവ കൃപയുള്ളതുകൊണ്ട് തന്നെ ഇവർ നായികയായി തെരഞ്ഞെടുത്തു. അത്ര മാത്രമോ അഞ്ചുരൂപാ താനിന്നുവരെ ഒരുമിച്ചു കണ്ടിട്ടില്ല. വലിയ പ്രതാ പികളുടെ ഈ പട്ടണത്തിൽ ഒരു മൂലയിൽ ആരോരുമറിയാതെ ജീവിച്ച് തീരുന്ന ഒരേഴപ്പെണ്ണു മാത്രമാണ് താൻ. എന്നിട്ടിപ്പോ, പെട്ടെന്ന് തോനെ രൂപയുടെയും ജാഡയുടെയുമൊക്കെ കണക്കുകൾ കേട്ടപ്പോൾ മനസ്സ് വഴി തെറ്റുന്നുവോ, തന്നോട് അലിവോടെയും സ്നേഹത്തോടെയും മാത്രം പെരുമാറുന്ന ഡാനിയൽ സാറ് തരുന്നത് കുറഞ്ഞ കൂലിയാണെന്ന് പറഞ്ഞ് അദ്ദേഹത്തെ കുറ്റപ്പെടുത്തുന്നോ.

ഇനി ഒരിക്കലും രൂപയുടെ കണക്ക് കേട്ട് തന്റെ മനസ്സ് കലങ്ങി മറി യില്ലെന്ന് അവൾ ഉറപ്പിക്കാൻ ശ്രമിച്ചു.

നിമിഷങ്ങൾക്കുള്ളിൽ അവൾ വീണ്ടും പൂർണ്ണമായി സരോജിനി യായി. ജയചന്ദ്രൻ സരോജിനിയുടെ വീട്ടിൽ വരുന്നതും അയാൾ അവ ളുടെ മാതാപിതാക്കളെ പരിചയപ്പെടുന്നതുമായ രംഗം. പിന്നെ എല്ലാ വരും സരോജിനിയുടെ വീണവായന കേൾക്കുന്നു. ജയചന്ദ്രനും സരോ ജിനിയും കൂടുതൽ അടുക്കുന്നു.

ഈ രംഗങ്ങളിൽ തികഞ്ഞ സാഹിത്യഭാഷയിലുള്ള സംഭാഷണങ്ങ ളൊക്കെ ഡാനിയൽ എഴുതിവച്ചിരുന്നു. എന്നാൽ, ഇതൊരു നിശ്ശബ്ദ സിനിമ മാത്രമായതിനാൽ ആ സംഭാഷണങ്ങളുടെ കൃത്യതയിലൊന്നും ശ്രദ്ധ ചെലുത്തേണ്ടെന്ന് ഡാനിയേൽ പറഞ്ഞതോടെ റോസിക്കും കമല ത്തിനും ആദ്യം സാഹിത്യഭാഷയിലുള്ള സംഭാഷണത്തെ ചൊല്ലി തോന്നിയ പേടി മാറി. സംസാരിക്കുന്നുണ്ടെന്ന് സിനിമ കാണുന്നവർക്ക് തോന്നുംവിധം ചുണ്ടുകൾ അനങ്ങുന്നത് ക്യാമറയിൽ പതിഞ്ഞാൽ മതി.

വെളിച്ചം മങ്ങിത്തുടങ്ങിയതോടെ ഡാനിയേൽ ലാലനോട് ആലോ ചിച്ച ശേഷം ഇന്നത്തെ ചിത്രീകരണം അവസാനിപ്പിക്കാൻ തീരുമാനമെ ടുത്തു.

നല്ല സൂര്യവെളിച്ചമുണ്ടെങ്കിൽ മാത്രമേ ചിത്രീകരണം നടക്കുക യുള്ളൂ. ജോൺസൺ എപ്പോഴോ പറഞ്ഞിരുന്നു. ബോംബെയിലൊക്കെ സ്റ്റുഡിയോകളിൽ വൈദ്യുതി ഉപയോഗിച്ച് പ്രവർത്തിക്കുന്ന ചിത്രീകരണ വിളക്കുകളുണ്ട്. അത്തരം വിളക്കുകളിലെ വെളിച്ചമുണ്ടെങ്കിൽ,, സൂര്യ നൊന്നും പ്രശ്നമില്ല. പക്ഷേ, തിരുവനന്തപുരത്ത് വൈദ്യുതി സംവിധാ നമൊക്കെ തുടങ്ങിയിരുന്നതേയുള്ളൂ. അതിനാൽ അത്തരം വിളക്കുകൾ ഇവിടെയിപ്പോഴില്ല. അതുകൊണ്ടുതന്നെയാണ് ഇടവപ്പാതിക്കോള് വരു ന്നതിനു മുമ്പേ സിനിമാ ചിത്രീകരണം തീർക്കാൻ ഡാനിയൽ സാർ ഉത്സാ ഹിക്കുന്നത്.

ഡാനിയലിന്റെ ആഫീസ് മുറിക്ക് തൊട്ടടുത്ത ഒരു മുറിയിലായിരുന്നു പെണ്ണുങ്ങൾക്ക് വേഷം മാറാനുള്ള സ്ഥലം. കഥാപാത്രങ്ങൾക്കായുള്ള നല്ല വസ്ത്രങ്ങളും ആഭരണങ്ങളും മുറിയിൽത്തന്നെ സൂക്ഷിക്കുന്നു. ഓരോ ദിവസവും അഭിനയിക്കാൻ വരുമ്പോൾ എടുത്തണിഞ്ഞാൽ മതി.

വേഷം അഴിച്ചുവയ്ക്കവേ റോസി സ്വയം പറഞ്ഞു. ഇതാ ഞാൻ വീണ്ടും റോസി എന്ന പുലയിപ്പെണ്ണായിരിക്കുന്നു. ഇനി നാളെ രാവിലെ മാത്രം വീണ്ടും സരോജിനി എന്ന പത്രാസുള്ള നായർ പെൺകുട്ടി.

അഞ്ച്

വഴിയോരങ്ങളിലെ മാളികകളും സായാഹ്നത്തിരക്കിലുള്ള ആളുക ളെയും കൊല്ലത്തുനിന്ന് തിരുവനന്തപുരത്തേക്ക് വരുന്ന കരിഗ്യാസ് എട്ടു സീറ്റ് ബസിന്റെ പാച്ചിലുമെല്ലാം കണ്ട് റോസി കൂരയിലെത്തിയപ്പോൾ പോക്കുവെയിൽ തീരെയും താണിരുന്നു. പൗലോസ് മിഷണറി സായി പ്പിന്റെ വീട്ടിൽനിന്ന് അപ്പോഴും എത്തിയിട്ടില്ലായിരുന്നു. അത്താഴം കൂടി ഒരുക്കി തിരികെ അയാൾ വീട്ടിലെത്തുമ്പോൾ മിക്കവാറും ഇരുൾ നന്നായി വീണിരിക്കും.

കുഞ്ഞിയും മാലയും റോസിയുടെ വരവ് കാത്തിരിക്കുകയായിരുന്നു. റോസിയെ കണ്ടപാടേ, മാല സിനിമാ വിശേഷങ്ങൾ തിരക്കാൻ തുടങ്ങി. കുഞ്ഞി കൊണ്ടുവച്ച കട്ടൻകാപ്പി റോസിക്ക് ഒരിറക്ക്പോലും കുടിക്കാ നാവാത്തവിധം മാല അവളെക്കൊണ്ട് സിനിമയുടെ കാര്യങ്ങൾ പറയി പ്പിച്ചുകൊണ്ടിരുന്നു.

റോസി ഒരു നായർപെൺകുട്ടിയായാണ് സിനിമയിൽ അഭിനയിക്കു ന്നതെന്ന് കേട്ടപ്പോൾ കുഞ്ഞിക്ക് ഒരാശങ്കയുണ്ടായി. അവർ പറഞ്ഞു: "അയ്യോ, ഒരു പെലക്കിടാത്തി നായർ പെണ്ണിന്റെ വേഷം കെട്ടുന്നെന്നുപ റഞ്ഞ് ഇവിടത്തെ തമ്പ്രാക്കന്മാർ ഇളകുമോ ആവോ! മുമ്പത്തെ കാക്കാ രശ്ശീടെ പുകില് എന്തായിരുന്നെന്ന് ഓർത്തോണം. ഇനിയിപ്പഴ്..."

"ഓ, എന്റമ്മച്ചി. ഇത് എന്തിന്റെ കേടാ. ഇങ്ങനെ പേടിച്ചാലോ ഇത് വെറും അഭിനയമല്ലേ അതിനിപ്പം തമ്പുരാക്കന്മാർക്ക് എന്ത് കുന്തമാ." റോസി കാപ്പി മൊത്തിക്കൊണ്ട് പറഞ്ഞു.

മാലയ്ക്കാണെങ്കിൽ വിശേഷങ്ങൾ കേട്ടിട്ടും തീരുന്നില്ല. ഒടുവിൽ അവളുടെ അമ്മ, വെലുത്ത, വിളിച്ചുകഴിഞ്ഞപ്പോഴാണ് മനസ്സില്ലാ മന സ്സോടെ മാല റോസിയെ പിരിഞ്ഞത്.

പൗലോസ് വന്നപ്പോൾ റോസി സിനിമാവിശേഷങ്ങൾ ഒരിക്കൽക്കൂടി അയാളുമായി പങ്കുവച്ചു. എല്ലാം കേട്ട് കഴിഞ്ഞ് അയാൾ പറഞ്ഞു: "ഞാൻ സായ്പിനോട് നിന്റെ സിനിമാക്കാര്യം പറഞ്ഞു. അങ്ങേര് പറയുന്നത് അങ്ങ് അമേരിക്കയിലൊക്കെ സിനിമാ നായികമാർ, നടികൾ, വലിയ പദ വീലാന്നാ. രാജ്യം ഭരിക്കുന്ന മന്ത്രിമാരും പ്രസിഡേന്റുമാരുമൊക്കെ വലിയ

ബഹുമാനത്തോടെയാ സിനിമേലെ നായകന്മാരെയും നായികമാരെയും കാണുന്നതെന്ന്, ദൈവമേ, നമ്മടെ കൊച്ചും ഇനീം അങ്ങനൊക്കെയെങ്ങ്.."

"അങ്ങനാണേ ഈ സിനിമ ചെയ്ത് കഴിയുമ്പം നമ്മടെ റീജന്റ് മഹാ റാണിത്തമ്പുരാട്ടി ഇങ്ങോട്ട് എന്നെ കാണാൻ എഴുന്നള്ളുമായിരിക്കും. അല്ലേ?" തികഞ്ഞ ഗൗരവത്തിലാണ് റോസി അതു പറഞ്ഞത്. അതുകേട്ട് പൗലോസും കുഞ്ഞിയും അന്തംവിട്ട് അവളെ നോക്കി. ഒരു നിമിഷംകൂടി അവളാ ഗൗരവഭാവം തുടർന്നു. പിന്നെ പൊട്ടിപ്പൊട്ടി ചിരിച്ചു.

ചിരിച്ചുകൊണ്ടു തന്നെ അവൾ പറഞ്ഞു: "അപ്പനും അമ്മച്ചിയും ഒരു നിമിഷം ശരിക്കും പേടിച്ചുപോയി അല്ലേ, പെണ്ണിന് വല്ലാത്ത നെഗളമായിപ്പോയെന്ന് അല്ലേ?"

അപ്പോൾ പൗലോസ് അവളുടെ ചിരിയിൽ പങ്കുചേർന്നു. ചിരിച്ചു കൊണ്ടുതന്നെ പത്രോസ് പറഞ്ഞു: "അല്ലെങ്കിലും കോത റാണീടെ പാര മ്പര്യം ഉള്ളതല്ലേ നമ്മടെ കൊച്ചിന്. അപ്പോ ഇതിലൊന്നും വല്യ അതിശ യമില്ലടീ കുഞ്ഞി."

"വോ, എനി അതിന്റെ കൊറവേ ഉള്ളൂ." കുഞ്ഞി ചിറി കോട്ടി. ഇതു കണ്ട് റോസിക്ക് വീണ്ടും ചിരിപൊട്ടി. വല്ലപ്പോഴും അപ്പനും അമ്മയും വഴക്കുണ്ടാക്കുമ്പോൾ കടന്നുവരുന്ന ഒരു പേരാണ് കോതറാണിയെന്നത്.

എത്രയോ വർഷങ്ങൾക്കുമുമ്പ് കോത എന്ന പേരിൽ ഒരു പുലയ റാണി നെടുമങ്ങാടിനടുത്തുള്ള കൊക്കോതമംഗലം എന്ന ചെറുരാജ്യം ഭരിച്ചിരുന്നത്രെ. കൊക്കോതറാണിയെന്നും അവരെ പറയാറുണ്ട്. അപ്പന്റെ കൂട്ടക്കാർ കൊക്കോതറാണിയുടെ പാരമ്പര്യമുള്ളവരാണെന്ന് ഒരു പറ ച്ചിലുണ്ട്. അതുവെച്ചാണ്, കുഞ്ഞിയുമായി വഴക്കുണ്ടാക്കുമ്പോൾ താൻ കോതറാണീടെ കൂട്ടുക്കാരനാണെന്ന ഒരു വീമ്പ് അപ്പൻ അമ്മച്ചിയുടെ നേരെ പ്രയോഗിക്കുന്നത്.

റോസി കൊഞ്ചലോടെ കുഞ്ഞിയെ ചേർന്നുനിന്നുകൊണ്ട് പറഞ്ഞു: "അപ്പോ, അമ്മച്ചി, ഇനി റോസി റാണീടെ അമ്മ മഹാറാണി, അല്ലേ അപ്പാ?"

എന്നാൽ, കുഞ്ഞി തെല്ല് ഗൗരവത്തിൽത്തന്നെ അവളെ ഒന്ന് നോക്കി യിട്ട് കഞ്ഞിക്കലം വച്ചിരിക്കുന്ന അടുപ്പിലെ വിറകിന് തീ ഊതി കയ റ്റാൻ തുടങ്ങി.

പിറ്റേന്ന് സരോജിനിയും ജയചന്ദ്രനും ജയചന്ദ്രന്റെ സുഹൃത്തായ ചന്ദ്രകുമാറും ചേർന്നുള്ള രംഗങ്ങളായിരുന്നു ചിത്രീകരിച്ചത്. ഈ രംഗ ങ്ങളിലെല്ലാം സരോജിനിയും ജയചന്ദ്രനും തമ്മിൽ കൂടുതലായി പര സ്പരം അടുക്കുന്നു. അതൊരു പ്രണയമാകുന്നു.

അടുത്ത ദിവസം ചിത്രീകരണം കാണാൻ ഡാനിയലിന്റെ ചില സ്നേഹിതന്മാർ വന്നിട്ടുണ്ടായിരുന്നു. ഡാനിയൽ നല്കുന്ന നിർദ്ദേശങ്ങൾ വേഗം ഉൾക്കൊണ്ട് തന്മയത്വത്തോടെ അഭിനയിക്കുന്ന റോസിയെ അവർ ഏറെ പ്രശംസിച്ചു.

അവരിലൊരാൾ അത്ഭുതത്തോടെ പറഞ്ഞു: "ഡാനിയലിന് എവിടെ നിന്നു കിട്ടി ഈ പെങ്കൊച്ചിനെ! ഇവിടെയുള്ള നായർ വീടുകളിലൊക്കെ ഏറെ തപ്പിയിട്ടും ആരെയും കിട്ടിയില്ലെന്നല്ലേ പറഞ്ഞത്. ഒടുക്കം ഏത് തറവാട്ടുകാരാ ഈ കുട്ടിയെ വിട്ടുതരാൻ സമ്മതിച്ചത്?"

ഒരു രംഗത്തിന്റെ ചിത്രീകരണം കഴിഞ്ഞ്, തോർത്തുകൊണ്ട് മുഖത്തെ വിയർപ്പു തുടച്ച് മാറ്റുകയായിരുന്ന റോസി ഇതു കേട്ടു. അവൾ അറിയാതെ തല തിരിച്ച് ഡാനിയലിന്റെ സുഹൃത്തിനെ നോക്കി.

ഇയാൾ പറഞ്ഞതിന്റെ അർത്ഥം! താനൊരു വലിയ നായർ തറവാ ട്ടിലെ പെൺകുട്ടിയാണെന്ന് ഇയാൾ ധരിച്ചിരിക്കുകയാണ്. ചില നല്ല വസ്ത്രങ്ങളും കുറച്ച് ആഭരണങ്ങളും അണിയുക മാത്രമേ വേണ്ടിയിരു ന്നുള്ളൂ. താൻ ഒരു ഏഴക്കുടിലിലെ പുലയപ്പെണ്ണല്ലാതായിക്കഴിഞ്ഞു. റോസിയുടെ കവിളുകൾ അവളറിയാതെതന്നെ ഒന്നു തുടുത്തു. സാധാ രണ പുലയപ്പെണ്ണുങ്ങൾക്കില്ലാത്ത വെളുത്ത നിറവും സൗന്ദര്യവും തനി ക്കുണ്ടെന്ന് ഇടയ്ക്കൊക്കെ ഓരോരുത്തർ പറഞ്ഞ് കേൾക്കാറുള്ളത് അപ്പോൾ ശരിതന്നെ.

ചങ്ങാതി പറഞ്ഞത് കേട്ട് ഡാനിയൽ റോസിയെ ഒന്ന് നോക്കി. പിന്നെ കണ്ണിറുക്കി പുഞ്ചിരിയോടെ പറഞ്ഞു: "ഓ ഒടുവിൽ ഒരു തറവാ ട്ടുകാർ സമ്മതിച്ചു."

അപ്പോൾ മറ്റൊരു സ്നേഹിതൻ റോസിയോട് താല്പര്യപൂർവ്വം ചോദിച്ചു: "കുട്ടിയുടെ തറവാട് ഏതാണ്?"

റോസി പെട്ടെന്നൊന്ന് വിളറി.

ഡാനിയൽ ചോദ്യകർത്താവിന്റെ തോളിൽ കളിമട്ടിൽ ഒന്നടിച്ചു കൊണ്ട് പറഞ്ഞു: "എടേ, താൻ ഇവരുടെ തറവാട് ഏതാന്നൊക്കെ തിരക്കി കുഴപ്പമൊന്നും ഒപ്പിക്കണ്ട, കേട്ടോ. സ്ഥാനി കുടുംബക്കാരാ. തന്നേപ്പോ ലുള്ള അലവലാതി സെറ്റുമായിട്ടൊന്നും ഇടപാട് അവര് സഹിക്കൂല. അതു കൊണ്ട് വിട്ടുപിടിക്കണം. മിസ്റ്റർ."

അയാൾ ഒന്ന് ചമ്മിയെങ്കിലും എല്ലാവരുടെയും പൊട്ടിച്ചിരിയിൽ പങ്കു ചേർന്ന് തന്റെ ചമ്മൽ മറച്ചു. റോസിയും ആ ചിരിയിൽ പങ്കുചേർന്നു.

താനിപ്പോൾ തീർച്ചയായും നന്നായി അഭിനയിക്കുന്നുണ്ടെന്ന് അവൾക്ക് തോന്നി. ഒരു സിനിമാ നടിയായതോടെ ജീവിതത്തിലും ഇങ്ങനെ അഭിനയിക്കാൻ കഴിയുന്നുവല്ലോയെന്ന് അവൾ തെല്ലതിശയ ത്തോടെ ഓർത്തു.

ഉച്ചഭക്ഷണം കഴിഞ്ഞ് സുഹൃത്തുക്കൾ പിരിഞ്ഞശേഷം, ഡാനിയൽ റോസിയെ ആഫീസ് മുറിയിലേക്ക് വിളിപ്പിച്ചു. മുറിയിൽ ഡാനിയൽ മാത്രമേ ഉണ്ടായിരുന്നുള്ളൂ.

കസേരയിൽ ഇരിക്കാൻ ആവർത്തിച്ചു പറഞ്ഞപ്പോൾ അവൾ ഇരുന്നു. ഡാനിയൽ ഒരു നിമിഷം അവളെ വെറുതെ നോക്കിക്കൊണ്ടിരു ന്നു. പിന്നെ ആ മുഖത്ത് ഒരു ചിരി വിടർന്നു.

"റോസി, ഇന്ന് എന്റെ സ്നേഹിതന്മാർ വന്നപ്പോൾ പറഞ്ഞത് കേട്ടല്ലോ. ഏതാണീ നായർ പെൺകുട്ടിയെന്ന്! അവരിപ്പോ ധരിച്ചുവച്ചിരിക്കുന്നത് നീ ഒരു നായർ പെൺകുട്ടിയാണെന്നാണ്. ഞാനാ ധാരണ തിരുത്താനൊന്നും പോയില്ല. തല്ക്കാലം അങ്ങനെ ധരിക്കുന്നവർ അങ്ങനെ തന്നെ കരുതട്ടെ. ഒരു കണക്കിന് നമ്മുടെ സിനിമ കഴിയുന്നതുവരെയെങ്കിലും ഒരു പുലയപെൺകുട്ടിയാണ് നായർ പെൺകുട്ടിയായി വേഷം കെട്ടുന്നതെന്ന് അറിയാതിരിക്കട്ടെ. അതാണ് നല്ലത്."

"ഈാ, റോസിക്കതിൽ ബുദ്ധിമുട്ടൊന്നുമില്ലല്ലോ?"

"ഓ, ഇല്ല സാർ. പക്ഷേ,... റോസീന്നുള്ള പേര് കേട്ടാൽ, ഒരു നായർ പെണ്ണിന് എങ്ങനെയാ പേരു വന്നൂന്ന് ആൾക്കാർ ചോദിക്കൂലേ...?"

"ന്യായമായ സംശയം തന്നെ. പക്ഷേ, റോസീന്നുള്ളത് ഒരു സിനിമാപേരാന്ന് നിന്നെ അറിയാത്തവരെല്ലാം വിചാരിച്ചോളും. മറ്റ് നാടുകളിലും സിനിമാ നടികളെല്ലാം വേറെ പേരുകളാണുപയോഗിക്കുന്നത്."

"സിനിമയ്ക്കകത്തും പുറത്തും അഭിനയം തന്നെ. അല്ലേ സാർ?"

റോസി അവളുടെ മനസ്സിൽ തോന്നിയത് പെട്ടെന്ന് പറഞ്ഞുപോയി. ഡാനിയൽ അപ്പോൾ അവളെ സൂക്ഷ്മമായി ഒന്ന് നോക്കി. താൻ പെട്ടെന്നിങ്ങനെ ഒരഭിപ്രായം പറഞ്ഞത് തെറ്റിപ്പോയോ എന്നൊരു ശങ്കയായി റോസിക്ക്.

ഡാനിയലിന്റെ മുഖത്ത് തെല്ല് പുച്ഛത്തിലുള്ള ഒരു ചിരി ഉദിച്ചു. "റോസി നിനക്കറിയാമോ നീ ഒരു നായർ പെൺകുട്ടിയോ നല്ല വീട്ടിലെ നാടാർ പെൺകുട്ടിയോ ഒക്കെ ആകാതിരുന്നത് എത്ര നന്നായെന്ന്. നീ ചെയ്യുന്ന സരോജിനിയുടെ വേഷം കെട്ടാൻ ഞാൻ എത്രയെത്ര കാണാൻ കൊള്ളാവുന്നതും അഭിനയ തഞ്ചവുമുള്ളതായ പെൺകുട്ടികളെ തെരഞ്ഞെന്നോ. പക്ഷേ, ഒരെണ്ണത്തിനെ വീട്ടിന്ന് വിടൂല്ല. അഭിനയമെന്ന് പറഞ്ഞാൽ പെൺപിള്ളാരുടെ മാനം മുഴുവൻ കെട്ടുപോകുന്ന എന്തോ പരിപാടിയാണെന്നാ അവർ കരുതുന്നത്. നീ അത്തരം വല്യയിടത്തെ പെണ്ണല്ലത്താതുകൊണ്ട് നിനക്ക് നന്നായി. എനിക്കും."

അപ്പോൾ കമലം പറഞ്ഞത് ശരി തന്നെ. റോസി ചിന്തിച്ചു. ഇപ്പോൾ ബോംബെക്കാരി നടിയുടെ കാര്യം ഡാനിയൽ സാറിനോട് ചോദിച്ചാലോ? എന്നവൾ ഓർത്തു. അദ്ദേഹത്തിന് അത് വിഷമമമായെങ്കിലോ എന്ന് സംശയിച്ച് അവളതിൽനിന്ന് പിന്തിരിഞ്ഞു.

അന്നത്തെ ചിത്രീകരണം കഴിഞ്ഞ് കുടിലിലേക്ക് മടങ്ങുമ്പോൾ അടുത്ത നാല് ദിവസത്തേക്ക് റോസി അഭിനയിക്കേണ്ട രംഗങ്ങളൊന്നുമില്ലെന്നും അതിനാൽ നാലുദിവസം കഴിഞ്ഞ് വീണ്ടും വന്നാൽ മതിയെന്ന് ഡാനിയേൽ അവളോട് പറഞ്ഞു.

"പിന്നെ ഓർക്കണം. വേറെ അനാമത്ത് പണിക്കൊന്നും പോയി നായികയുടെ ഭംഗി കളഞ്ഞേക്കരുത്. നമുക്കീ സിനിമ തീരുംവരെ റോസിയെ ഇത്ര സുന്ദരിയായിത്തന്നെ വേണം, കേട്ടോ?" ഡാനിയൽ ചിരിച്ചുകൊണ്ട് പറഞ്ഞു.

ഏതാനും ദിവസങ്ങൾക്കൊണ്ടുതന്നെ പട്ടണവീഥികളിലൂടെയുള്ള വൈകുന്നേരത്തെ വീട്ടിലേക്കുള്ള നടത്തം റോസിക്ക് ഏറെ പ്രിയപ്പെട്ടതായി കഴിഞ്ഞിരിക്കുന്നു. അതുകൊണ്ടുതന്നെ അടുത്ത നാളുകളിൽ തനിക്ക് ഇങ്ങോട്ട് വരേണ്ടതില്ലെന്നോർത്ത് തെല്ല് സങ്കടത്തോടെയാണ് അവൾ നടന്നു തുടങ്ങിയത്.

രാജവീഥികളിലൂടെ വൈകുന്നേരം ഉലാത്താനിറങ്ങുന്ന മാന്യന്മാർ. ജഡ്ക്കകളിലും കാളവണ്ടികളിലും മണിക്കിലുക്കങ്ങളുടെ അകമ്പടിയോടെ സഞ്ചരിക്കുന്നവർ, ഹജൂർക്കച്ചേരിയിലോ മറ്റോ ഉദ്യോഗം കഴിഞ്ഞു മടങ്ങുന്നവർ. ചന്തകളിൽ പോയി വരുന്നവർ, വലിയ വലിയ ആൾക്കാർ താമസിക്കുന്ന മാളികവീടുകൾ, വൈകുന്നേരത്തെ ഇളംകാറ്റിൽ എല്ലാം കണ്ടങ്ങനെ നടക്കാൻ രസമുണ്ട്. നിരത്തിന്റെ അരികിലുള്ള ചില വീടുകൾ റോസി പ്രത്യേകമായി ശ്രദ്ധിച്ചുവച്ചിരുന്നു. വീടുകൾ മാത്രമല്ല അവിടങ്ങളിൽ താമസിക്കുന്ന നന്നായി ഉടുത്തൊരുങ്ങിയ മുല്ലപ്പൂമാലയൊക്കെ ചൂടിയ വിലാസവതികളായ പെൺകുട്ടികളെയും. കൂടുതലും നായർ പെൺകുട്ടികൾ. യാതൊരു അല്ലലും അറിയാതെ സുഭിക്ഷമായ ജീവിതം നയിക്കുന്ന പെണ്ണുങ്ങൾ. അവരൊക്കെ തന്നെപ്പോലെയുള്ള പെൺകുട്ടികൾ എത്ര കഷ്ടപ്പെട്ടാണ് ജീവിതം മുന്നോട്ട് കൊണ്ടുപോകുന്നതെന്ന് അറിയാറുണ്ടോ.

എന്നാൽ, ഇന്ന് റോസി ആ വീടുകളും അവിടത്തെ സ്ത്രീകളെയും കണ്ടപ്പോൾ ഡാനിയൽ സാർ പറഞ്ഞ വാക്കുകളാണ് അവളുടെ ഉള്ളിൽ ശക്തമായി മുഴങ്ങിയത്.

"റോസീ, നിനക്കറിയാമോ, നീ ഒരു നായർ പെൺകുട്ടിയോ വല്യ വീട്ടിലെ നാടാർ പെൺകുട്ടിയോ ഒക്കെ ആകാതിരുന്നത് എത്ര നന്നായെന്ന്?"

താൻ ഒരു പുലയിപ്പെണ്ണായതുകൊണ്ട് മാത്രമാണ് നമുക്കീ സിനിമയിലെ നായികയാകാൻ സാധിച്ചത്. ഉയർന്ന ജാതികളിലെയും വലിയ വീടുകളിലെയും പെൺകുട്ടികൾക്ക് നല്ല വസ്ത്രങ്ങളും ആഭരണങ്ങളും വളരെ രുചികരമായ ആഹാരസാധനങ്ങളും ഉണ്ടായിരിക്കും. പക്ഷേ, അവരൊക്കെ ഒരുതരത്തിൽ കൂട്ടിലടച്ച് വളർത്തുന്ന കിളികളെപ്പോലെയാണ്. സ്വർണ്ണംകൊണ്ടുള്ള കൂടുകളിലെ കിളികൾ. പണവും തറവാട്ട് മഹിമയും ജാതിമേന്മയും ചേർന്നതുകൊണ്ടൊന്നും ആ പെൺകുട്ടികൾക്ക് സ്വാതന്ത്ര്യം ഉണ്ടാകുന്നില്ല. അവർക്കിടയിലൊക്കെ എത്രയോ പെൺകുട്ടികൾക്ക് അഭിനയിക്കാനും ആടാനും പാടാനുമുള്ള വാസനയൊക്കെ കാണും. പക്ഷേ, അങ്ങേയറ്റം വന്നാൽ അവർക്ക് സ്വന്തം വീട്ടിലിരുന്ന് വീണയൊക്കെ മീട്ടി രസിക്കാം. അത്ര തന്നെ.

സരോജിനിയെപ്പോലെ.

പെട്ടെന്നവൾ താനേ നടത്തം നിർത്തി വഴിയിലങ്ങനെ നിന്നുപോയി. അതേ, താനിപ്പോൾ മനസ്സിലും ശരീരത്തിലും കൊണ്ടുനടക്കുന്ന സരോ

ജിനി, താൻ കൊതിയോടെ നോക്കുന്ന വലിയ വീടുകളിലെ പെൺകുട്ടി
കളിലൊരുവൾ.

സരോജിനിയായി വേഷമിടുമ്പോൾ ഒരു വേഷം കെട്ടിനില്ക്കുന്ന
നേരമെങ്കിലും താൻ അത്തരം പെൺകുട്ടികളിലൊരാളാണെന്ന് തോന്നി
സന്തോഷിച്ചു. ഇന്ന് ഡാനിയൽ സാറിന്റെ സുഹൃത്തുതന്നെ അങ്ങനെ
യൊരു പെൺകുട്ടിയായി തെറ്റിദ്ധരിച്ചപ്പോൾ തെല്ലഹങ്കാരവും തോന്നി.
അതേ അഹങ്കാരം തന്നെ.

ഇപ്പോൾ അഹങ്കാരമല്ല, സഹതാപം തോന്നുകയാണ്. ഒരു കലയോട്
ഇഷ്ടം തോന്നിയിട്ട് അതിനുവേണ്ടി പ്രവർത്തിക്കാൻപോലും സ്വാതന്ത്ര്യ
മില്ലാത്ത ഒരു പെൺകുട്ടിയായി താൻ അഹങ്കരിച്ചു. എത്ര കലാവാസന
യുള്ളവളായാലും ശരി, കലാകാരി എന്നു പറഞ്ഞാൽ അപമാനമാണെന്ന്
കരുതുന്ന വീടുകളിലെ പെൺകുട്ടിയാകുന്നതിൽ താൻ കേമത്തം കാണു
കയായിരുന്നു.

തനിക്കോ? കാക്കാരശ്ശീല് അഭിനയിക്കണമെന്ന് പറഞ്ഞപ്പോൾ ഒരു
അനിഷ്ടവും കാട്ടാതെ അപ്പൻ സമ്മതിച്ചു. അതും അന്നേവരെ ഒരു പെണ്ണും
കടന്നുചെന്നിട്ടില്ലാത്ത കാക്കാരശ്ശിയിൽ. പിന്നീട്, നാടകത്തിൽ വേഷം
ചെയ്യാൻ പോയപ്പോഴും ഒരെതിർപ്പും കാട്ടിയില്ല. തന്നെച്ചൊല്ലി പിന്നെ
നാടകക്കാരും കാക്കാരശ്ശിക്കാരും കൂടി വഴക്കും വക്കാണവുമായി വീടു
തന്നെ മാറി താമസിക്കേണ്ടിവന്നപ്പോഴും അപ്പൻ തന്നെ കുറ്റപ്പെടുത്തി
യില്ല. അമ്മച്ചി മാത്രം കുറേ കുത്തുവാക്കുകൾ പറഞ്ഞു. അത് പക്ഷേ,
മനസ്സിലെ വിഷമംകൊണ്ട് പറഞ്ഞുപോയതാണെന്നും തനിക്കറിയാം.

ആടാനും പാടാനും അഭിനയംകൊണ്ട് ആൾപകർച്ചകൾ കാണി
ക്കാനും തനിക്ക് പണ്ടേ കൊതിയുണ്ട്. പള്ളിക്കുടത്തിൽ മൂന്നാം ക്ലാസിൽ
പഠിച്ചിരുന്നപ്പോൾ കേട്ട കഥകളിലെയൊക്കെ ഓരോ കഥാപാത്രങ്ങളെ
കുടിലിലുള്ള മുറിക്കണ്ണാടി കഷണം നോക്കി എത്ര വട്ടം അഭിനയിച്ചിരി
ക്കുന്നു. ആരും കാണാത്തപ്പോൾ ഓരോ കഥാപാത്രമായി കണ്ണാടിയിൽ
മുഖം നോക്കി സംഭാഷണങ്ങളൊക്കെ തന്നത്താൻ ഉണ്ടാക്കി പറയുന്നത്
ഏറെ ഇഷ്ടമുള്ള കാര്യമായിരുന്നു. പിന്നീട്, കാക്കാരശ്ശി ആദ്യമായി കണ്ട
പ്പോൾ അഭിനയമെന്ന കല തന്റെ ജീവന്റെ ഭാഗമായി.

അഭിനയത്തോട് അത്ര ഇഷ്ടമുള്ള തനിക്ക് ഇപ്പോൾ സിനിമയിൽ
നായികയാകാനുള്ള ക്ഷണം വന്നപ്പോൾ വീട്ടുകാർ സമ്മതിച്ചില്ലായിരു
ന്നുവെങ്കിൽ എത്ര സങ്കടമായേനെ. താൻ ഒരു പാവപ്പെട്ട പുലയിപ്പെണ്ണാ
യതുകൊണ്ടു മാത്രം ഇതാ സിനിമയിലെ നായികയായി.

റോസി വീണ്ടും നടന്നുകൊണ്ടിരിക്കെ, ഏതോ മാളികയിൽനിന്ന്
വീണാനാദം ഒഴുകിവരുന്നത് കേട്ടു. കേട്ടാലറിയാം. നല്ല വഴക്കമുള്ള
ആരോ ആണ് ഇത്ര ശ്രുതിമധുരമായി വീണ മീട്ടുന്നത്.

പക്ഷേ, റോസി അത് കേൾക്കാൻ നിന്നില്ല. മുമ്പായിരുന്നെങ്കിൽ
നിന്നേനെ. പക്ഷേ, ഇപ്പോഴറിയാം. അത് ഒരു വലിയ വീട്ടിലെ ഹതഭാഗ്യ
യായ പെൺകുട്ടിയാകും വീണമീട്ടുന്നത്.

റോസി, മുമ്പ് നടന്നിരുന്നതിനേക്കാളൊക്കെ സ്വാതന്ത്ര്യബോധ
ത്തോടെ, അഭിമാനത്തോടെ രാജവീഥികളിലൂടെ നടന്നു. സിനിമാ നായിക
ആയതിന്റെ മാത്രം അഭിമാനമല്ല. ഒരു പുലയപെണ്ണായി ജനിച്ചതിന്റെ നിറ
വോടെ, സന്തോഷത്തോടെയുള്ള നടത്തം. വിലങ്ങുകളില്ലാത്ത ഒരു പുല
യപ്പെണ്ണിന്റെ ആനന്ദം നിറയുന്ന ചുവടുകൾ.

രാജവീഥികളിലൂടെ ഗാംഭീര്യത്തോടെ ഉലാത്തുന്ന മാന്യന്മാരും
ജഡ്ക്കകളിൽ പ്രൗഢിയിൽ പോകുന്നവരുമായ ചിലരെങ്കിലും ഒരു പെണ്ണ്
അസാധാരണമാംവിധം താൻപോരിമയുള്ള ശരീരഭാവങ്ങളോടെ ഇങ്ങനെ
കടന്നുപോകുന്നത് അത്ഭുതത്തോടെ നോക്കി. അപ്പോഴൊക്കെ,
മുമ്പൊക്കെ ചില പുരുഷന്മാർ കൊത്തിപ്പറിക്കുന്ന നോട്ടം അവളിലേക്ക്
പായിച്ചപ്പോൾ ചൂളിയതുപോലെ. റോസി അല്പവും ചൂളിയില്ല.
അന്നൊക്കെ സംഭവിച്ചതുപോലെ ദേഹം അപകർഷതയാൽ ചുരുങ്ങി
യുമില്ല. അവളുടെ കാലടികൾ പട്ടണവീഥികളെ ഉള്ളുറപ്പുള്ള സ്പർശന
ത്താൽ സ്നേഹിച്ചുകൊണ്ട് മുന്നോട്ടുപോയി.

<h1 style="text-align:center">ആറ്</h1>

പിറ്റേന്ന് മടിപിടിച്ച് വെറുതെ കുടിലിൽത്തന്നെ ചടഞ്ഞുകൂടിയിരി
ക്കാമെന്ന് കരുതിയതാണ്. പക്ഷേ, അപ്പനും അമ്മച്ചിയും പണിക്ക് പോയി
ക്കഴിഞ്ഞപ്പോൾ മാല ഒരു കോളും കൊണ്ടെത്തി.

കരമനയാറിനടുത്ത് ഒരു വലിയ തറവാട്ടുകാരുടെ പറമ്പിൽ അല്ലറ
ചില്ലറ പണികളുണ്ട്. പോരെങ്കിൽ ചെത്താൻ നിറയെ പുല്ലും. എങ്ങനെ
നോക്കിയാലും പകലന്തിക്ക് പണികഴിയുമ്പോൾ അഞ്ച് ചക്രം കൈക്കാശ്
ഉണ്ടാക്കാം.

മാലയുടെ കോള് കേട്ടിട്ടും ആദ്യം മുരി നിവർത്തി ഒരു കോട്ടുവാ
യിട്ട് പായയിൽ ചടഞ്ഞതേയുള്ളൂ.

"ങും? എന്താടീ നിനക്കൊരു അരുതായ്ക, ഓ അതോ ഇനിയി
യിപ്പം സിനിമാ നടികള് പറമ്പിലെ പണിക്കും പുല്ലുചെത്തിനൊന്നും വരൂ
ല്ലാരിക്കും." മാല ചുണ്ടൊന്നു കോട്ടി.

"പോടീ നീ എന്റെ കയ്യീന്ന് വാങ്ങിക്കും." റോസി കളിമട്ടിൽ മാലയെ
അടിക്കാനാഞ്ഞു.

"അല്ല പാവങ്ങള് വിളിച്ചൂന്നേയുള്ളൂ. സിനിമാനടി കൊച്ചമ്മ വരുന്നി
ല്ലെങ്കിൽ വേണ്ടായേ."

സത്യത്തിൽ, റോസി ചിത്രീകരണം തീരുന്നതുവരെ നായിക ശരീരം
ഭംഗികളയാതെ സൂക്ഷിക്കണമെന്ന് ഡാനിയൽ പറഞ്ഞത് കാര്യമായി എടു
ത്തിരുന്നു. പറമ്പിലെ പണിക്ക് പോയി വെയിലുകൊണ്ട് വല്ല അരിവാളും
കൊണ്ട് കൊത്തോ മുറിവോ ഒന്നും ഉണ്ടാകേണ്ടെന്നും കരുതിയതാണ്.
എന്നാൽ, തന്റെ ഏറ്റവും അടുപ്പമുള്ള ഇണക്കക്കൊരിയെ ചൊടിപ്പിക്കാനും

വയ്യ. ഇപ്പോൾ തമാശ മട്ടിലാണ് മാല തന്നെ കൊള്ളിച്ചുപറയുന്നതെ
ങ്കിലും അവളത് കാര്യമായിത്തന്നെ എടുക്കാനും സാദ്ധ്യതയുണ്ട്. സിനിമാ
നടിയായതോടെ തനിക്ക് വലിയ ജാടകള് ആയിപ്പോയെന്ന് മാല തെറ്റി
ദ്ധരിച്ചാൽ എന്തൊരു നാണക്കേടാണ്.

ഈ സിനിമേടെ കാര്യങ്ങള് ആർക്കറിയാം. ഇപ്പഴത്തെ സിനിമാപ്പണി
കഴിയുമ്പോൾ പിന്നീടും തനിക്ക് സിനിമയിൽ പണി കിട്ടുമോ സിനിമ
തന്നെ വീണ്ടും നടക്കുമോ ഒന്നും അറിഞ്ഞുകൂടാ. അപ്പോൾ വീണ്ടും
ഒരു പക്ഷേ, മൺവെട്ടിയും ചൂലും അരിവാളുമൊക്കെയായി താൻ പഴയ
ജീവിതത്തിലേക്ക് മടങ്ങേണ്ടതല്ലേ.

എന്തായാലും ഇപ്പോൾ മാലയ്ക്കൊപ്പം പണിക്ക് പോകുകതന്നെ.

റോസി മാലയുടെ കവിളിലൊന്ന് നുള്ളിക്കൊണ്ട് പറഞ്ഞു: "ശരി
യെടീ പെണ്ണേ, ഒരു സിനിമാനടിയുടെ കൂടെ നീ പണിക്ക് പോകുന്ന
തിന്റെ ഗമ ഇല്ലാതാക്കണ്ട."

മാല പറഞ്ഞത് ശരിയായിരുന്നു. ആറ്റിറമ്പത്തെ പറമ്പിൽ നിറയെ
തഴച്ചു വളരുന്ന പുല്ലുണ്ടായിരുന്നു. എത്രയും വേഗം കാര്യസ്ഥൻ ശിവ
പിള്ളയാദ്യം പറഞ്ഞേല്പിച്ച വിളപ്പണികൾ കഴിഞ്ഞിട്ട് പുല്ലു ചെത്തി
വാരിക്കൂട്ടാൻ മാലയും റോസിയും മനസ്സുറപ്പിച്ചു.

പറമ്പിലെ പണിക്കിടെ പിള്ളയദ്യം പതിവുപോലെ താനുൾപ്പെടെ
യുള്ള പെണ്ണാള് പണിക്കാരോട് എന്തൊക്കെയോ പണിക്കുറ്റങ്ങൾ പറഞ്ഞ്
മെക്കിട്ട്   കയറി. ഇടയ്ക്കിടെ തങ്ങളോട് അങ്ങനെ ഒച്ചയിട്ടില്ലെങ്കിൽ
അയാൾക്ക് എന്തോ ഏനക്കേടാണ്. എന്നാൽ, പണ്ടത്തെപ്പോലെ തല
കുമ്പിട്ട് അദ്യം പറയുന്നതെല്ലാം സമ്മതിച്ചുകൊടുക്കാൻ റോസിക്ക് മന
സ്സുവന്നില്ല. മുമ്പൊക്കെ തങ്ങളെ അനാവശ്യമായി ശകാരിക്കുകയാണെന്ന്
അറിയുമായിരുന്നെങ്കിലും ഇത്രയ്ക്ക് ദേഷ്യം തോന്നിയിട്ടില്ല. പക്ഷേ, ഇന്നി
പ്പോൾ അനാവശ്യമായ ഈ മെക്കിട്ടു കയറലുകൾ കേട്ടിട്ട് മനസ്സിൽ വല്ലാ
ത്തൊരു ഇടച്ചിൽ. താനിനി ഇതൊക്കെ സഹിച്ചു നില്‍ക്കേണ്ടവളാണോ?
എങ്കിലും റോസി ഈറ കടിച്ചു പിടിച്ചൊതുക്കി.

വിളയിലെ പണികൾ കഴിഞ്ഞതും മാല വേഗംതന്നെ പുല്ലു ചെത്താൻ
തുടങ്ങി. എന്നാൽ, റോസി ഒട്ടൊന്ന് സാവധാനത്തിലായിരുന്നു. സാധാ
രണ പുല്ലരിയുമ്പോൾ റോസിയുടെ വേഗത്തിനൊപ്പം മാലയ്ക്ക് ഒരിക്കലും
എത്താൻ കഴിയാറില്ലായിരുന്നു.

മാല ചോദിച്ചു: "ങും? എന്താടീ നിനക്കൊരു വാട്ടം?"

റോസി, ഓ, ഒന്നുമില്ല എന്ന് മറുപടി കൊടുത്തെങ്കിലും അവൾക്കു
തന്നെ അറിയാമായിരുന്നു. മാലയുടെ തോന്നല് ശരിയാണ്. തനിക്ക് ചെറി
യൊരു മാറ്റം വന്നിട്ടുണ്ട്.

മുമ്പൊക്കെ മാലയോട് മത്സരിച്ച് പുല്ലരിയാനൊക്കെ ഒരു ഹരമുണ്ടാ
യിരുന്നു.

പക്ഷേ, സിനിയമിലെ അഭിനയവും സിനിമയുടെ ചുറ്റുവട്ടവും ഒക്കെ ഒന്ന് പരിചയിച്ചിട്ട് ഈ പുല്ലരിയലിനും വിളപ്പണിക്കും മനസ്സും ശരീരവും മുഴുവനായങ്ങ് കൊടുക്കാൻ കഴിയുന്നില്ല. താൻ സിനിമയുടെ ലോകം കണ്ടിട്ട് മൂന്നു ദിവസങ്ങളേ ആയിട്ടുള്ളൂ. എങ്കിലും അവിടെ ചെയ്യുന്ന അഭിനയവും അതിന് ഡാനിയൽ സാറിനെപ്പോലുള്ളവരുടെ പക്കൽനിന്ന് കിട്ടുന്ന നല്ല അംഗീകാരവുമെല്ലാം തന്നെ പഴയ റോസിയല്ലാതാക്കുന്നില്ലേ?

ദൈവമേ, എന്നെത്തന്നെ മറക്കാനിട വരരുതേ. അവൾ പുല്ലരിയവേ ഉള്ളിൽ പ്രാർത്ഥിച്ചു.

മാല അപ്പോൾ സോൽസാഹം ഒരു തമിഴ് നാടകഗാനം പാടുന്നുണ്ടായിരുന്നു. അടുത്തയിടെ ഏറെ പ്രചാരത്തിലായ ഒരു ഗാനം. റോസിയും ആ വരികൾ മൂളി അദ്ധ്വാനത്തിന്റെ ഉത്സാഹത്തിൽ ലയിക്കാൻ ശ്രമിച്ചു.

അടുത്ത രണ്ടു ദിവസങ്ങളിലും റോസി മാലയ്ക്കൊപ്പം വിളപ്പണികൾക്കും പുല്ലു ചെത്തിനും പോയി.

റോസി വീണ്ടും അഭിനയത്തിന് പോകേണ്ട ദിവസത്തിന്റെ തലേന്ന് വൈകുന്നേരം പണിയെല്ലാം കഴിഞ്ഞ് പുല്ല് കെട്ട് മണക്കാട്ട് ചന്തയിൽ വിറ്റിട്ട് തൈക്കാട്ടേക്ക് വരുമ്പോൾ ജോൺസണെ വഴിയിൽവെച്ച് കണ്ടു. ജോൺസണെ കണ്ട് റോസിക്ക് പെട്ടെന്നൊരു ചമ്മൽ ഉണ്ടായി. തന്റെ വിയർപ്പ് പൊടിയുന്ന ദേഹവും മണ്ണ് പുരണ്ട വസ്ത്രങ്ങളും എല്ലാം കണ്ടാലേ അറിയാം; താൻ പറമ്പിലെ പണിക്ക് പോയിട്ട് വരികയാണ്. ജോൺസണെ കാണാതെ ഒഴിഞ്ഞുമാറാൻ ശ്രമിച്ചെങ്കിലും റോസിക്കതിന് കഴിഞ്ഞില്ല.

“ഓ, ഇതാരാ? നമ്മുടെ നായികയോ?”

റോസിയുടെ മുഖം നാണത്താൽ തുടുത്തു. അവൾ മാലയെ ഒളികണ്ണിട്ട് നോക്കി. അവൾ ജോൺസന്റെ മുഖത്തേക്ക് നോക്കി വിടർന്ന ചിരിയോടെ നില്ക്കുകയാണ്.

“ഇത് ഞാൻ ഡാനിയലിനോട് പറയും; കേട്ടോ? നമ്മടെ സിനിമേലെ നായിക ഇങ്ങനെ അരിവാളും വട്ടീമൊക്കെയായി പട്ടണത്തിൽ അലഞ്ഞു തിരിഞ്ഞ് നടക്കുകയാ, ങ്ഏ?”

“ജോൺസൺ സാറെ അതുപിന്നെ...” റോസി വാക്കുകൾ കിട്ടാതെ വിഷമിച്ചു. അവളാകെ സംഭ്രമത്തിലായി. ഡാനിയൽ സാർ തന്നോട് തല്ക്കാലം പണിക്ക് പോകേണ്ടന്ന് പറഞ്ഞതുമാണ്. എന്നിട്ട് താനിപ്പോ...

റോസിയുടെ മുഖത്തെ വൈഷമ്യം കണ്ട് ജോൺസൺ തന്റെ ഗൗരവഭാവം അയച്ചുവിട്ടു. “അയ്യോ, കൊച്ചേ, വെഷമിക്കാതെ, ഞാൻ ചുമ്മാ ഒന്ന് വെരട്ടിയതല്ലേ. സത്യം പറയട്ടെ, നീ ചെയ്യുന്നത് തന്നെയാണ് നല്ല കാര്യം. നടിയാണെന്ന് പറഞ്ഞ് ജാഡകളിക്കുന്നവളുമാരുണ്ട്. അവളുമാര് നിന്നെ കണ്ട് പഠിക്കണം. നീ നിന്റെ പണി സത്യത്തോടെ ചെയ്യുന്നു. കൂലിപ്പണിയായാലും അഭിനയമായാലും. അല്ലാതെ നടിയൊന്നും പറഞ്ഞ് കൊച്ചമ്മ ചമയുന്നില്ലല്ലോ. ഇങ്ങനെതന്നെ വേണം.”

റോസി വിസ്മയാധീനയായി അയാളെ നോക്കി.

"തന്നെ കൊച്ചേ. സത്യമാണ് ഞാൻ പറയുന്നത്. ഓ, നാളെ സ്റ്റുഡി യോയിൽ കാണാം." അയാൾ കൈവീശി തമ്പാനൂരിലേക്കുള്ള ഒരിടവഴി യിലൂടെ നടന്നകന്നു.

ജോൺസന്റെ അഭിനന്ദനം റോസിക്ക് ഏറെ ആശ്വാസം പകർന്നു. ഒരർത്ഥത്തിൽ ഇന്ന് പകലൊക്കെ തന്നെ അലട്ടിയിരുന്ന ചിന്തകൾക്കു കൂടിയുള്ള ശരിയായ ഉത്തരമാണ് ആ വാക്കുകളെന്ന് അവൾ കരുതി.

ഏഴ്

പിറ്റേന്ന് രാവിലെ റോസി പട്ടത്തേക്ക് നടന്നുപോകുമ്പോൾ പെട്ടെന്ന് ഒരാരവം കേട്ടു. അടുത്തു വരുന്ന കുതിരക്കുളമ്പടികൾ. ആളു കളുടെ ആർപ്പുവിളികൾ. ഒരു മോട്ടോർ കാറിന്റെ ഹോൺ ശബ്ദം. അവൾ വഴിയോരത്ത് ഒതുങ്ങിനിന്ന് ശ്രദ്ധിച്ചു.

റീജന്റ് മഹാറാണിയുടെ എഴുന്നള്ളത്താണ്. മുടവൻമുകളിലുള്ള തമ്പുരാട്ടിയുടെ സെതൽമണ്ട് കൊട്ടാരത്തിൽനിന്ന് ശ്രീപത്മനാഭസ്വാമി ക്ഷേത്രത്തിലേക്കുള്ള യാത്ര. ഒരു തുറന്ന കാറിലാണ് തമ്പുരാട്ടി. മുമ്പിലും പിമ്പിലും കുതിരപ്പട്ടാളക്കാർ അകമ്പടി.

ആദ്യമായാണ് റോസി തമ്പുരാട്ടിയുടെ എഴുന്നള്ളത്ത് ഇത്ര അടു ത്തുനിന്ന് കാണുന്നത്. സാധാരണഗതിയിൽ എഴുന്നള്ളത്ത് സമയം താഴ്ന്ന ജാതിക്കാരൊന്നും രാജവീഥിയിൽ അങ്ങനെ സ്വച്ഛമായി നില്ക്കാ റില്ല.

റോസി കൗതുകത്തോടെ ആ യാത്ര നോക്കിനിന്നു. തമ്പുരാട്ടി സഞ്ച രിക്കുന്ന കാർ അവളുടെ തൊട്ടു മുമ്പിലെത്തിക്കഴിഞ്ഞു. തമ്പുരാട്ടിയുടെ കണ്ണുകൾ തന്റെമേൽ സൂക്ഷ്മമായി പതിഞ്ഞുവെന്ന് അവൾക്ക് തോന്നി.

ഈ! താൻ ഭക്തിപൂർവ്വം തമ്പുരാട്ടിയെ തൊഴാൻ മറന്നിരിക്കുന്നു. തമ്പുരാക്കന്മാരും തമ്പുരാട്ടിമാരും ഇങ്ങനെ എഴുന്നള്ളുമ്പോൾ അങ്ങനെ ഭക്ത്യാദരപൂർവ്വം തൊഴുന്നതാണ് പതിവ്. തമ്പുരാട്ടിയുടെ മുഖത്ത് ഒരാ ശ്ചര്യം പെട്ടെന്ന് ഉണ്ടായതുപോലെ. ഒരു പുറംജാതിക്കാരിപ്പെണ്ണ് ഇങ്ങനെ രാജവീഥിയിൽ എഴുന്നള്ളത്ത് സമയത്ത് തമ്പുരാട്ടിയെ കണ്ടിട്ടും ധിക്കാര പൂർവ്വം സ്വതന്ത്രമായി നില്ക്കുന്നതുകണ്ട് അവർ അമ്പരന്നതാണോ. പക്ഷേ, താൻ ഒരു താഴ്ന്ന ജാതിക്കാരി ആണെന്ന് കാഴ്ചയിൽ അങ്ങനെ മനസ്സിലാകുമോ? അല്ലെന്നല്ലേ ആളുകൾ പറയുന്നത്.

ഛേ! എന്തിനിതൊക്കെ ഓർത്ത് ദുരിശപ്പെടണം. താനിപ്പോൾ ഒരു നടിയാണ്. ഗോവിന്ദനാശാൻ പറഞ്ഞിട്ടുള്ളത് നടനം എന്നത് മഹത്തായ കലയാണ്. ആ കല ചെയ്യുന്ന ഒരാൾക്ക് ജാതിയൊന്നും വിഷയമാകാൻ പാടില്ല. കലയ്ക്ക് മുമ്പിൽ ജാതിയും തീണ്ടലുമൊന്നും പാടില്ല.

റോസി ഉത്സാഹത്തോടെ നടന്നു.

സ്റ്റുഡിയോയ്ക്ക് അല്പം അകലെ നിന്ന റോസി അവിടമാകെ വർണ്ണ
ക്കടലാസുകൾകൊണ്ടുള്ള തോരണങ്ങളാൽ അലങ്കരിക്കപ്പെട്ടിരിക്കുന്നത്
ശ്രദ്ധിച്ചു. എന്താണോ വിശേഷം! ഒരുപക്ഷേ, ഇന്നത്തെ ചിത്രീകരണ
ത്തിൽ ഈ അലങ്കാരങ്ങളൊക്കെ ആവശ്യമുള്ള എന്തെങ്കിലും ഭാഗങ്ങൾ
കാണുമായിരിക്കും. അവൾ കൗതുകത്തോടെ തോരണങ്ങളിൽ മിഴിനട്ടു
കൊണ്ട് ചിന്തിച്ചു.

പക്ഷേ, അല്പസമയത്തിനുള്ളിൽ റോസി അറിഞ്ഞു; അതെല്ലാം
ചില വിശിഷ്ടാതിഥികൾക്ക് വേണ്ടിയാണ്. ഡാനിയൽസാറിന്റെ ഭാര്യ ജാനറ്റ്
മാഡം സിനിമാപിടിത്തം കാണാൻ ഇവിടെ എത്തിയിരിക്കുന്നു. ഒപ്പം അവ
രുടെ രണ്ട് കൊച്ചുകുട്ടികളും.

സരോജിനിയായി വേഷം മാറിവന്ന റോസി സാകൂതം ജാനറ്റിനെ
നോക്കി. ഒരു കസേരയിലിരുന്നുകൊണ്ട് അവർ ജയചന്ദ്രന്റെ വേഷം ധരി
ക്കുന്ന ഡാനിയലുമായി സംസാരിക്കുകയാണ്. രണ്ടാളും നല്ല പ്രേമപൂർവ്വ
മാണ് നോട്ടവും സംസാരവുമെല്ലാം.

എന്ത് സുന്ദരിയാണ് ജാനറ്റ് മാഡം. ഡാനിയൽ സാറിന് ചേരുന്ന
പെണ്ണു തന്നെ. രണ്ടാളും നന്നേ ചെറുപ്പത്തിലേ പ്രേമത്തിലായിരുന്നെന്നാ
കമലം പറഞ്ഞത്. അതിൽ അതിശയിക്കാനില്ല. അത്രയ്ക്ക് ചേർച്ചയുള്ള
ജോഡിയാണവർ.

മക്കൾ സ്റ്റുഡിയോയ്ക്ക് അകത്തും പുറത്തുമായി ഓടിക്കളിക്കുന്നു.
മൂത്തത് നാലുവയസ്സുകാരൻ മകൻ സുന്ദരം. അവനാണ് സിനിമയിലെ
പ്രധാന കഥാപാത്രമായ ചന്ദ്രകുമാറിന്റെ കുട്ടിക്കാലം അഭിനയിക്കുന്നത്.
വില്ലന്മാർ തട്ടിക്കൊണ്ട് സിലോണിലേക്ക് കടത്തുന്ന കുട്ടി. മകൾ രണ്ടുവ
യസ്സുകാരി സുലോചന. സരോജിനിയുടെ കുട്ടിക്കാലം അഭിനയിക്കുന്നു.
അങ്ങനെ സഹോദരീസഹോദരന്മാരായ സരോജിനിയെയും ചന്ദ്രകുമാ
റിനെയും യഥാർത്ഥത്തിൽ ആങ്ങളയും പെങ്ങളുമായ സുന്ദരവും സുലോ
ചനയുംതന്നെ അവതരിപ്പിക്കുന്നു. കുട്ടികളുടെ രംഗങ്ങളൊക്കെ ഏറെ
മുമ്പേ തന്നെ ക്യാമറയിലാക്കിക്കഴിഞ്ഞെന്നാണ് പറഞ്ഞുകേട്ടത്.

ഉച്ചഭക്ഷണത്തിന്റെ സമയമായപ്പോഴേക്ക് ജാനറ്റും റോസിയും വളരെ
അടുത്തുകഴിഞ്ഞിരുന്നു. റോസിയുടെ കുടുംബക്കാര്യങ്ങളും കാക്കാ
രശ്ശിയിലെ അഭിനയത്തെക്കുറിച്ചുമെല്ലാം ജാനറ്റ് താല്പര്യപൂർവ്വം ചോദി
ച്ചറിഞ്ഞു. റോസിയുടെ അപ്പൻ എൽ എം എസ് മിഷണറി സായിപ്പിന്റെ
കുശിനിക്കാരനാണെന്ന് അറിഞ്ഞപ്പോൾ ജാനറ്റ് പറഞ്ഞു: "ഓഹോ,
അപ്പോൾ ഞാൻ തീർച്ചയായും റോസിയുടെ അച്ഛൻ ഉണ്ടാക്കിയ ഡിന്നർ
കഴിച്ചിട്ടുണ്ട്. രണ്ടു മാസം മുമ്പ് അവിടെ ഞങ്ങളുൾപ്പെടെ ചില കുടുംബ
ങ്ങൾക്ക് ഒരു ഡിന്നർ സായ്പ് തന്നിരുന്നു. നല്ല രുചിയുള്ള ഭക്ഷണമായി
രുന്നു, കേട്ടോ!"

ഇടയ്ക്കെപ്പോഴോ സുലോചന കൊഞ്ചിക്കൊണ്ട് ജാനറ്റിന്റെ മടിയിൽ
കയറിയിരുന്നപ്പോൾ അവർ മോളോട് പറഞ്ഞു: "നോക്ക്, ഈ റോസി

ചേച്ചിയാണ് സിനിമേല് നീ ചെയ്ത മോള് വെലുതാകുമ്പോഴാകുന്നത്."
കൗതുകത്തോടെ റോസിയെ നോക്കി. കുട്ടിക്ക് എന്തെങ്കിലും മനസ്സി
ലായോ ആവോ!

ഡാനിയലിനൊപ്പം ഉച്ചഭക്ഷണം കഴിച്ചശേഷം ജാനറ്റ് റോസിയും
കമലയും റീനയും മാവിൻചുവട്ടില് വിശ്രമിക്കുന്നിടത്തേക്ക് എത്തി. അവര്
തെല്ല് ക്ഷമാപണസ്വരത്തില് പറഞ്ഞു: "അയ്യോ, നിങ്ങളിങ്ങനെ കുറച്ച്
പെണ്ണുങ്ങളിവിടെ ഉണ്ടെന്ന് രാവിലെ വീട്ടില്നിന്നു വരുമ്പോള് ഓര്ത്ത
തല്ല, കേട്ടോ. അല്ലെങ്കില് എന്തെങ്കിലും കുറച്ച് വറുത്തതോ പൊരിച്ചതോ
ഒക്കെ കൊണ്ടുവരാമായിരുന്നു. മൂന്നുപേരും ഇറച്ചിയും മീനും ഒക്കെ കൂട്ടു
ന്നവരല്ലേ?"

മൂവരും മറുപടിയൊന്നും പറയാതെ നില്ക്കുന്നതുകണ്ട് ജാനറ്റ്
ചിരിച്ചു.

ഒരു മടീം വിചാരിക്കണ്ട. നാളെ മിക്കവാറും ഞാന് വരും. അപ്പോ
കുറച്ച് ആട്ടിറച്ചി വറുത്തതും മീന്കറിയും കൊണ്ട് വരാം."

ഇക്കുറി കമലം പറഞ്ഞു: "അയ്യോ മാഡം, അങ്ങനെയൊക്കെ
ഞങ്ങള്ക്കു വേണ്ടി ബുദ്ധിമുട്ടരുത്."

"എന്ത് ബുദ്ധിമുട്ടാണ്. ഈ ഷൂട്ടിങ് ഇനി ഏതാനും ദിവസങ്ങള്
കൂടിയല്ലേയുള്ളൂ. പിന്നെ നിങ്ങളെയൊക്കെ കാണാനാകുമോ?" സുന്ദര
വുമായി കുറുമ്പുകാട്ടി ഓടിവന്ന സുലോചനയെ ഒക്കത്തേറ്റി കൊഞ്ചി
ക്കാന് തുടങ്ങവേ ജാനറ്റ് പറഞ്ഞു.

ജാനറ്റ് അവിടെ നിന്ന് പോയപ്പോള് കമലം ദീര്ഘനിശ്വാസത്തോടെ
പറഞ്ഞു: "അയ്യോ ഞാനും റീനയും അപ്പാവികള് തന്നെ. നാളെ ഞങ്ങള്
രണ്ടാള്ക്കും പണി ഇല്ല. ജാനറ്റ് മാഡം കൊണ്ടുവരുന്ന നല്ല ഭക്ഷണ
മൊക്കെ നിനക്ക് തന്നെടീ. നീ രാശിയുള്ള പെണ്ണുതന്നെ."

റോസിക്ക് അതുകേട്ട് വിഷമമമായി. അങ്ങനെയെങ്കില് ജാനറ്റ്
മാഡത്തോട് പറഞ്ഞിട്ട് കമലയും റീനയുംകൂടി ഉള്ള ദിവസം വിശേഷ
ഭക്ഷണം കൊണ്ടുവന്നാല് മതിയെന്ന് പറഞ്ഞാലോ. റോസിയുടെ
ആശയംകേട്ട് കമലം മൂക്കത്ത് വിരല്വെച്ചു. "എടീ പുള്ളേ നീ എന്തരാ
ഈ പറേണത്. മാഡത്തിനോട് നാളെ വേണ്ട. പിന്നെ മതീന്നൊക്കെ പറ
യാന് നമ്മളാരാ. നീ വെറുതെയിരി. എന്നിട്ട് നാളെ ഈ അപ്പാവികള്ക്കു
ള്ളതുംകൂടെ അങ്ങ് കഴിച്ചാല് മതി."

വൈകുന്നേരത്തിനു മുമ്പായി റോഡിലൂടെ നടന്നുപോകുന്ന സരോജ
നിയുടെ തലമുടിയില് ചൂടിയിരുന്ന ഒരു പൂവ് സൈക്കിളില് വരുന്ന ജയ
ചന്ദ്രന് കടന്നെടുത്ത് ചുംബിക്കുന്നതും തുടര്ന്ന് അവര് തമ്മില് പ്രേമക
ടാക്ഷങ്ങളും പുഞ്ചിരികളും കൈമാറുന്ന ദൃശ്യമാണ് ചിത്രീകരിക്കേണ്ടത്.

ജാനറ്റിന്റെ കണ്മുമ്പില്വെച്ച് ഡാനിയല് സാറുമായി ഇങ്ങനെ ഒരു
പ്രേമരംഗം എങ്ങനെ ചെയ്യുമെന്നോര്ത്ത് റോസി തെല്ല് വിഷമിച്ചു. അതു
കൊണ്ടുതന്നെ ചിത്രീകരണത്തിനു മുമ്പായുള്ള പരിശീലന വേളയില്

അവളുടെ ചലനത്തിലും പെരുമാറ്റത്തിലും പിഴവുകൾ വന്നു. പതിവി ല്ലാതെ റോസിയിൽനിന്ന് പിഴവുകളുടെ ആവർത്തനമുണ്ടാകുന്നതുകണ്ട് ഡാനിയൽ അമ്പരന്നു. തെല്ല് ഈർഷ്യയോടെ ഡാനിയൽ അവളെ നോക്കി. "എന്താ റോസീ ഇങ്ങനെ. നിന്റെ ശ്രദ്ധ എവിടേക്കോ മാറിപ്പോ യിരിക്കുന്നു."

എന്നാൽ, ചിത്രീകരണം ശ്രദ്ധിച്ചുകൊണ്ടിരുന്ന ജാനറ്റിന് കാര്യം മന സ്സിലായിരുന്നു. അഭിനയത്തിനിടെ ചമ്മലോടെ റോസി തന്റെ നേർക്ക് ഏറുകണ്ണിട്ട് നോക്കുന്നത് അവർ ശ്രദ്ധിച്ചിരുന്നു.

ജാനറ്റ് ഡാനിയലിന് സമീപം ചെന്ന് പറഞ്ഞു: "അതേയ് റോസിക്ക് ഞാനിവിടെ നില്ക്കുന്നതുകൊണ്ടുള്ള നാണമാണ് കാര്യം. ഞാൻ നോക്കു മ്പോൾ അവൾ എങ്ങനെയാ ഡാനിയലിനെ പ്രേമിക്കുന്നതെന്ന വിഷമം."

ഡാനിയൽ ജാനറ്റിനെ വിസ്മയത്തോടെ നോക്കി. "നിനക്കതെങ്ങനെ മനസ്സിലായി?"

"ഓ, ഇതൊക്കെ പെണ്ണുങ്ങൾക്ക് എളുപ്പം പിടികിട്ടും." ജാനറ്റ് മന്ദ ഹസിച്ചു.

ഡാനിയൽ റോസിയെ അടുത്തു വിളിച്ചു നിർത്തി. ജാനറ്റ് തന്നോടു പറഞ്ഞ കാര്യം ശരിയോ എന്നാരാഞ്ഞു.

റോസിയുടെ മുഖം ലജ്ജയാൽ കുതിർന്നു. അവൾ ജാനറ്റിനെ നോക്കി ലജ്ജയോടെ പുഞ്ചിരിച്ചു. ജാനറ്റ് റോസിയുടെ കവിളിൽ മൃദു വായി തട്ടി. "നോക്ക് കൊച്ചേ, ഇത് വെറും അഭിനയം മാത്രമല്ലേ, നീ ധൈര്യമായി പ്രേമിച്ചഭിനയിക്ക്. എന്നെ ശ്രദ്ധിക്കുകയേ വേണ്ട."

വീണ്ടും പരിശീലനം തുടങ്ങി. ഇത്തവണ റോസി വേഗംതന്നെ അവ ളുടെ പതിവ് അഭിനയപാടവത്തിലേക്ക് കയറിവന്നു. ജാനറ്റ് തന്റെ മന സ്സിലുള്ളത് തുറന്നുപറയുകയും അത് ഒരുവിഷയമേ അല്ലെന്ന് പറയു കയും ചെയ്തതോടെ റോസിയുടെ നാണവും വൈക്ലബ്യവും പാടേ മാറി.

പ്രേമരംഗത്തിന്റെ ചിത്രീകരണം കഴിഞ്ഞതും ജാനറ്റ് കസേരയിൽ നിന്ന് എഴുന്നേറ്റ് റോസിയുടെ കരം കവർന്നു. "ബ്യൂട്ടിഫുൾ! റിയലി ബ്യൂട്ടി ഫുൾ! റോസീ, ഇത്രയും പ്രേമഭാവത്തോടെ ഞാൻ പോലും ഇന്നുവരെ ഡാനിയലിനെ നോക്കിയിട്ടുണ്ടോ എന്ന് സംശയമാണ്. നീ ശരിക്കും അങ്ങ് പ്രേമിച്ചു, കേട്ടോ?"

അപ്പോൾ ഡാനിയൽ പറഞ്ഞു. "അയ്യോ ഇവളിങ്ങനെ പ്രേമപൂർവ്വ മെന്നെ നോക്കിയപ്പോൾ എനിക്കും ശരിക്കിവളോട് പ്രേമം തോന്നി. കുഴ പ്പമായയോ ജാനറ്റ്?"

ജാനറ്റ് ചിരിച്ചുകൊണ്ട് ഡാനിയലിന്റെ കവിളത്തൊന്ന് നുള്ളി.

ഇതെല്ലാം ശ്രദ്ധിച്ച് നിന്നിരുന്ന ജോൺസൺ കൃത്രിമമായ ഒരു ദയനീയ ഭാവത്തിൽ പറഞ്ഞു: "റോസീ, നീ എന്നെ കുഴപ്പത്തിൽ ചാടി ക്കരുത്. ഒടുക്കം ജാനറ്റിന്റെ കൈയിൽനിന്ന് ഞാനാ അടികൊള്ളാൻ പോകുന്നത്. ഞാനല്ലേ നിന്നെ ഇവിടെ കൊണ്ടുവന്നത്?"

എല്ലാവരും പൊട്ടിച്ചിരിച്ചു. റോസിയാകട്ടെ നാണംകൊണ്ട് വിളറി ചിരിച്ചു.

അപ്പോൾ ജാനറ്റ് പറഞ്ഞു: "ശരി ശരി ഇനി ആരും കമന്റുകൾ ഒന്നും പറയണ്ട. നമ്മുടെ നായികയെ പിണക്കിയാൽ നമുക്കുതന്നെ നഷ്ടം."

പിറ്റേദിവസം രാവിലെ സരോജിനിയെ, കഥയിലെ പ്രധാനവില്ലനായ ഭൂതനാഥന്റെ കൂട്ടുകാരനായ വിശ്വമോഹൻ ബലാല്ക്കാരമായി പ്രാപി ക്കാൻ ശ്രമിക്കുന്ന രംഗമായിരുന്നു ചിത്രീകരിക്കാനുണ്ടായിരുന്നത്. സ്റ്റുഡി യോയ്ക്ക് സമീപംതന്നെയുള്ള ഒരു പൂന്തോട്ടത്തിലാണ് ഈ രംഗം ചിത്രീ കരിക്കുന്നത്. സരോജിനി ഏകയായി ഉദ്യാനത്തിൽ ഉലാത്തുകയാണ്. ആ സമയം അതുവഴി വരുന്ന വിശ്വമോഹൻ അവളോട് പ്രണയാഭ്യർത്ഥന നടത്തുന്നു. പക്ഷേ, സരോജിനി ആ അഭ്യർത്ഥന തിരസ്കരിക്കുന്നു. ഇതിൽ കുപിതനായ വിശ്വമോഹൻ അവളെ കടന്നുപിടിക്കാൻ ശ്രമി ക്കുന്നു. തല്സമയംതന്നെ ചന്ദ്രകുമാറും ജയചന്ദ്രനും അവിടെ വരുന്നു. വിശ്വമോഹൻ സരോജിനിയെ ഉപദ്രവിക്കുന്നത് കാണുന്ന ചന്ദ്രകുമാറും ജയചന്ദ്രനും വിശ്വമോഹന്റെ മേൽ ചാടിവീണ് അയാളെ അവിടെനിന്ന് തുരത്തുന്നു.

സ്റ്റുഡിയോയ്ക്ക് പുറത്തുള്ള ചിത്രീകരണമായിരുന്നതിനാൽ, കുറേ ആളുകൾ സിനിമാപിടിത്തത്തിന്റെ വിശേഷങ്ങൾ അറിഞ്ഞുകേട്ട് ചിത്രീ കരണം കാണാനായി പൂന്തോട്ടത്തിന്റെ അരികിൽ ഉണ്ടായിരുന്നു. അവ രെല്ലാം തികഞ്ഞ അത്ഭുതത്തോടെ തന്നെ നോക്കുന്നത് റോസി ശ്രദ്ധി ക്കുന്നുണ്ടായിരുന്നു. ചിലരൊക്കെ എന്തോ തന്നെ ചൂണ്ടി അടക്കം പറഞ്ഞ് ചിരിക്കുന്നുമുണ്ട്. എന്നാൽ റോസി അതൊന്നും അല്പവും ഗൗനിക്കാതെ ഡാനിയേലിന്റെ നിർദ്ദേശങ്ങളിൽ പൂർണ്ണശ്രദ്ധ കൊടുത്ത് അഭിനയിച്ചു തുടങ്ങി.

ഇനി വിശ്വമോഹൻ റോസിയോടുള്ള തന്റെ പ്രണയാഭ്യർത്ഥന നിര സിക്കപ്പെട്ടതിൽ കോപിഷ്ണനായി അവളെ കടന്നാക്രമിക്കുന്ന ഭാഗമാണ് ചിത്രീകരിക്കേണ്ടത്. വിശ്വമോഹനായി ജോൺസനാണ് വേഷമിടുന്നത്. ആദ്യം ജോൺസനോട് തട്ടിക്കയറി ശകാരവാക്കുകൾ പറയാൻ റോസിക്ക് ചെറിയ വിഷമം ഉണ്ടായിരുന്നു. എന്നാൽ, തലേനാളിൽ ഡാനിയൽ സാറി നോടൊപ്പമുള്ള പ്രേമരംഗത്തിലെന്നപോലെ, ഇത് വെറും അഭിനയം മാത്രമല്ലേ എന്ന് മനസ്സിലുറപ്പിച്ചതോടെ അവൾ ആ രംഗം ഭംഗിയായി ചെയ്തു.

അടുത്തതായി വിശ്വമോഹൻ സരോജിനിയുടെ കൈയിൽ കടന്നു പിടിക്കുന്ന ഭാഗമെത്തിയതും റോസി ഒരു ഞെട്ടലോടെ അറിഞ്ഞു; തനി ക്കിതാ തീണ്ടാരി വന്നിരിക്കുന്നു. ദൈവമേ! തീണ്ടാരി വരുമ്പോൾ സാധാ രണ ഉപയോഗിക്കുന്ന പഴന്തുണികളൊന്നും ഇവിടെ തന്റെ പക്കലില്ല താനും. പഴന്തുണികൾ വച്ചില്ലെങ്കിൽ അല്പസമയത്തിനകം താൻ ഉടു ത്തിരിക്കുന്ന നല്ല വെള്ള മുണ്ടിൽ ചോരയുടെ ചാലുകൾ വീണുതുടങ്ങും.

അവളുടെ മുഖമാകെ വിളറി വെളുത്തു. ഒറ്റ നിമിഷത്തിനുള്ളിൽ റോസി താനഭിനയിക്കുന്ന രംഗത്തിൽനിന്ന് പൂർണ്ണമായി വെളിയിലായി. അവളുടെ മിഴികൾ വെപ്രാളത്തിൽ പിടഞ്ഞു.

ജോൺസന്റെ പിടി അവളുടെ കൈത്തണ്ടയിൽ മുറുകിയിട്ടും റോസി യിൽനിന്ന് പ്രതികരണമേതുമുണ്ടായില്ല. അവൾ നിശ്ശേഷ്ടയായി അവിടെ തറഞ്ഞുനിന്നു.

റോസിക്ക് പെട്ടെന്നെന്തോ കുഴപ്പം സംഭവിച്ചിരിക്കുന്നു. ഡാനിയൽ വേഗംതന്നെ തിരിച്ചറിഞ്ഞു. മനോഹരമായി കഥാപാത്രത്തെ ഉൾക്കൊണ്ട് അഭിനയിച്ചുവന്ന റോസിക്ക് എന്തോ അബദ്ധം പറ്റിയിട്ടുണ്ട്. ഡാനിയൽ ലാലനോട് ക്യാമറാ നിർത്താൻ പറഞ്ഞിട്ട് അവളുടെ സമീപമെത്തി.

റോസിക്ക് എന്തോ തകരാർ സംഭവിക്കുന്നുവെന്ന് ജോൺസണും മനസ്സിലായിരുന്നു. അല്ലെങ്കിൽ ഇവളിങ്ങനെ വിരണ്ടു നില്ക്കില്ലല്ലോ. ഇനി, ഒരുവേള, താൻ അവളെ കടന്നുപിടിക്കുന്നത് അവൾക്കിഷ്ടപ്പെടാഞ്ഞിട്ടോ മറ്റോ... പക്ഷേ, ഒരു തികഞ്ഞ നടിയായിക്കഴിഞ്ഞിരിക്കുന്ന റോസി ഒരി ക്കലും അതൊന്നും പ്രശ്നമാക്കില്ലല്ലോ.

"റോസീ, നിനക്കെന്ത് പറ്റിയത്?" ഡാനിയൽ ആകാംക്ഷയോടെ ചോദിച്ചു. റോസി ചുറ്റിനും നോക്കി. ഡാനിയൽ സാർ, ജോൺസൺ സാർ, പിന്നെ ചന്ദ്രകുമാറായി വേഷമിടുന്ന പീറ്റർ, ലാലൻ സാർ, ഡാനിയൽ സാറിന്റെ സഹായികളും ജോലിക്കാരും, ചിത്രീകരണം കാണാനെത്തി യിരിക്കുന്ന ആൾക്കൂട്ടം. പുരുഷന്മാരുടെ ഒരുവലിയ നിര. പുരുഷന്മാർ മാത്രം. ഇന്ന് കമലവും റീനയും ഇല്ല. ജാനറ്റ് മാഡം ഇതേവരെ എത്തി യിട്ടുമില്ല.

പെണ്ണായി താനൊരുത്തി മാത്രം. താനെങ്ങനെ ഇവരോടാരോടെ ങ്കിലും തനിക്ക് സംഭവിച്ചിരിക്കുന്നത് എന്താണെന്ന് പറയും. പക്ഷേ, താനി ങ്ങനെ ഇവിടെത്തന്നെ നിന്നാൽ നിമിഷങ്ങൾക്കകം മുണ്ടിലെ ചോര പടരും. ഓ, ദൈവമേ.

"റോസീ, നീ പറ, എന്തര് പറ്റിയത്?" ജോൺസന്റെ മുഖത്ത് തികഞ്ഞ സംഭ്രമം.

അവളതിന് മറുപടി പറയാൻ നിന്നില്ല. നടത്തത്തിനും ഓട്ടത്തിനുമി ടയിലുള്ള ഒരു കുതിപ്പിൽ റോസി സ്റ്റുഡിയോയുടെ അരികിലുള്ള മറപ്പു രയിലേക്ക് ചലിച്ചു. റോസീ, റോസീ എന്നുള്ള വിളികൾ പിന്നിലുയരു ന്നത് അവൾ കേട്ടെങ്കിലും ഇല്ലെന്ന് നടിച്ചു.

മറപ്പുരയിൽ കയറിയതും ഉടുത്തിരിക്കുന്ന മുണ്ടഴിച്ച് അവൾ സ്വയം ശരീര പരിശോധന നടത്തി. വേഗം തന്നെ പഴന്തുണി കിട്ടിയില്ലെങ്കിൽ തനിക്ക് സ്റ്റുഡിയോയിൽനിന്ന് തന്നിരിക്കുന്ന മുണ്ടാകെ നാശമാകും. ദൈവമേ, ആരോടാണ് തന്റെയീ വിഷമാവസ്ഥ ഒന്ന് പറയുക. ചിത്രീക രണം നടക്കുന്ന ദിവസങ്ങളിൽ ഇങ്ങനെ ഒരു ദുർഘടം വരുമെന്ന് ചിന്തി ച്ചതേയില്ലായിരുന്നു സാധാരണ മാസമുറ വരുമ്പോൾ മുന്നോടിയായുള്ള ചെറിയ മേലുകാച്ചിലും വയറ് നൊമ്പരവും ഇത്തവണ ഉണ്ടായതേയില്ല.

റോസി ഉടുമുണ്ടഴിച്ച് തറയിൽ കുന്തിച്ച് ഇരുന്നു.

എത്ര നേരം അങ്ങനെ ഇരുന്നുവെന്ന് അവൾക്ക് നിശ്ചയമില്ലാതായി. പെട്ടെന്നാണ് പുറത്ത് പരിഭ്രമത്തോടെയുള്ള വിളി കേട്ടത്. "റോസീ, നീയെ വിടെയാണ്?"

ജാനറ്റ് മാഡത്തിന്റെ സ്വരമാണ്. അവരുടെ വിളി അടുത്തുവന്നുകൊ ണ്ടിരുന്നു. ഒപ്പം അവരുടെ ചെരുപ്പുകൾ നിലത്ത് അമരുന്ന ഒച്ചയും.

റോസി അധികം ഒച്ചയില്ലാതെ വിളിച്ചു പറഞ്ഞു: "മാഡം, ഞാനി വിടെയുണ്ട്."

"ഓ, നീ ഇവിടെ ഉണ്ടല്ലേ?" ജാനറ്റ് മറപ്പുരയ്ക്ക് മുന്നിലെത്തി.

"റോസീ, നിനക്കിതെന്തര് പറ്റിയത്? എല്ലാവരും പേടിച്ചിരിക്കുകയാ. നീ ക്യാമറയുടെ മുമ്പീന്ന് ഓടിപ്പോയെന്നാ ഡാനിയൽ പറഞ്ഞത്." അടഞ്ഞ വാതിലിനപ്പുറംനിന്ന് ജാനറ്റ് ഉൽക്കണ്ഠപ്പെട്ടു.

"അയ്യോ, മാഡം അത് പിന്നെ... എനിക്ക്..." ലജ്ജയും സങ്കടവും മൂലം റോസിക്ക് വാക്കുകൾ വിക്കി.

"എന്തര്? നിനക്ക് വയറിന് വല്ല ഏനക്കേടും വന്നോ?"

"മാഡം, അത് പിന്നെ..."

"ഹാ! നീ കാര്യം പറ കൊച്ചേ.... എന്തരായാലും നിനക്ക് എന്നോട് പറഞ്ഞുടേ?"

റോസി ഒരു നിമിഷം മൗനത്തിലമർന്നു. ജാനറ്റ് മാഡത്തോട് ഇത് പറയാനാകില്ലെങ്കിൽ പിന്നെ ഇവിടെ ആരോടാണ് തനിക്കിക്കാര്യം പറ യാൻ കഴിയുക!

"ചേച്ചീ, എനിക്ക് തീണ്ടാരി വന്നിരിക്കുകാ. ഇപ്പോ പെട്ടെന്നായതാ. എന്റേല് വെച്ചുകെട്ടാൻ പഴന്തുണിയൊന്നുമില്ല. നല്ല വെളുത്ത മുണ്ടേല് ചോര പടർന്നാല്.. ഞാനെങ്ങനെ ആളുകളുടെ മുമ്പില് നില്ക്കും?"

"അയ്യോടീ കൊച്ചേ. ഇതാണോ കാര്യം. ശരി നീ ഇവിടിരി. ഞാൻ പഴന്തുണീം വേറെ മുണ്ടും ഒക്കെ ഇങ്ങെത്തിക്കാം." ജാനറ്റിന്റെ കാലടി കൾ വേഗം അകന്നു.

റോസി ചൂളിപ്പിടിച്ച് അവിടെത്തന്നെ ഇരുന്നു. ഇപ്പോ മാഡം ചെന്ന് ഡാനിയൽ സാറിനോട് വിവരം പറയും. പിന്നെ ജോൺസൺ സാർ അറിയും. ഛേ! അവരൊക്കെ ഇതറിയുകാന്ന് പറഞ്ഞാല്! പങ്കം! പങ്കം!

പക്ഷേ, ജാനറ്റ് മാഡത്തിന് സാറിനോട് വിവരം പറഞ്ഞല്ലേ പറ്റൂ. സത്യത്തില്, ഇതിലിപ്പോ എന്താ നാണക്കേടുള്ളത്. ലോകത്തില് എല്ലാ പെണ്ണുങ്ങൾക്കും ഉള്ള കാര്യം തന്നെ. ജാനറ്റ് മാഡത്തിനും മാസംതോറും സംഭവിക്കുന്ന കാര്യം.

എന്നാലും ഇങ്ങനെയുള്ള സന്ദർഭങ്ങളിൽ പെണ്ണുങ്ങൾക്ക് വല്ലാത്ത മെനക്കേട് തന്നെ.

ജാനറ്റ് വൈകാതെ തന്നെ പഴന്തുണിയും അഭിനയത്തിന് വേണ്ട നല്ല മുണ്ടും ഒക്കെയായി വന്നു. വെള്ളമൊഴിച്ച് ചോരപ്പാടുകളൊക്കെ

കഴുകിക്കളഞ്ഞ്, വസ്ത്രമെല്ലാം മാറി റോസി ജാനറ്റിനൊപ്പം വീണ്ടും ചിത്രീകരണസ്ഥലത്തേക്ക് എത്തി.

ഡാനിയൽ റോസിയെ നോക്കി ഒന്ന് മന്ദഹസിക്കുക മാത്രം ചെയ്തു. തുടർന്ന് അദ്ദേഹം ലാലനുമായി ചിത്രീകരണത്തിന്റെ തയ്യാറെടുപ്പുകളിൽ മുഴുകി. ജോൺസണും റോസിയെ നോക്കി മധുരമായി ഒന്ന് പുഞ്ചിരിക്കുക മാത്രം ചെയ്തു.

എന്നാൽ, അവിടെയുള്ള വിവിധ ജോലിക്കാരായ മറ്റാണുങ്ങളൊക്കെ അവളെ തങ്ങളുടെ പണികൾക്കിടയിലും സാകൂതം വീക്ഷിക്കുന്നുണ്ടെന്ന് റോസി ശ്രദ്ധിച്ചു. അവരെല്ലാം അതേവരെ അവളെ കണ്ടിട്ടില്ലാത്തവിധം ഏറുകണ്ണിട്ടും ഏങ്കോണിച്ചും തന്നെ നോക്കുന്നതായി റോസിക്ക് തോന്നി. ചിലരുടെ ചുണ്ടുകളിൽ ലേശം വക്രിച്ച ഒരു ചിരിച്ചും കാണാനുണ്ട്! എങ്ങനെയോ ഇതൊക്കെ തനിക്ക് സംഭവിച്ചത് അറിഞ്ഞിരിക്കുന്നു.

എന്നാൽ, റോസി ഇപ്പോൾ തെല്ലും പതറിയില്ല. അവളുടെ മനസ്സ് ശാന്തതയിലേക്കെത്തിയിരുന്നു. ഇവരുടെയും ഭാര്യമാർക്കും പെങ്ങന്മാർക്കും അമ്മമാർക്കും ഉള്ള കാര്യംതന്നെയല്ലേ തനിക്കുണ്ടായിരുന്നത്. തന്റെ ഇപ്പോഴത്തെ ശാരീരികാവസ്ഥ അവർക്ക് വക്രിച്ച കൗതുകവും വഷളൻ ചിരിയുമൊക്കെ നല്കുന്നുണ്ടെങ്കിൽ അത് തന്റെ പ്രശ്നമല്ല. അവന്മാരുടെ മാത്രം പ്രശ്നമാണ്. പെണ്ണുങ്ങളെ ഇവർ ഇനിയും ശരിക്കറിഞ്ഞിട്ടില്ല എന്ന് കരുതിയാൽ മാത്രം മതി.

ജാനറ്റാകട്ടെ, തുടർന്നുള്ള സമയമത്രയും തന്നെ ഒരു പ്രത്യേക കരുതലിൽ വയ്ക്കുന്നതായി റോസിക്ക് അനുഭവപ്പെട്ടു. ഉച്ചഭക്ഷണത്തിന് ജാനറ്റ് തലേന്ന് വാഗ്ദാനം ചെയ്ത പ്രകാരം ആട്ടിറച്ചിയും കടലറ്റും നല്ല മീൻ പൊരിച്ചതും പ്രത്യേകമായി കൊണ്ടുവന്നിരുന്നു. അവയൊക്കെ റോസിയെക്കൊണ്ട് കഴിപ്പിക്കുന്നതിൽ ജാനറ്റ് പ്രത്യേക താല്പര്യവുമെടുത്തു.

"വില്ലൻ ജോൺസന്റെ ആക്രമണം ഒക്കെ സഹിച്ചതല്ലേ? അതുകൊണ്ട് ക്ഷീണമൊക്കെ മാറാൻ റോസി കുശാലായിട്ട് ഭക്ഷണം കഴിക്കണം." ഊണ് കഴിഞ്ഞ് മുറ്റത്തേക്ക് ഉലാത്താൻ വന്ന ഡാനിയൽ ഒന്ന് കണ്ണിറുക്കി ചിരിച്ചുകൊണ്ട് പറഞ്ഞു.

എട്ട്

പിറ്റേന്ന് രാവിലെ റോസി ചോറ്റുപാത്രവും കൈയിൽ തൂക്കി നടന്ന് വി ജെ റ്റി ഹാളിനടുത്തെത്തിയപ്പോൾ അവിടെ വലിയൊരാൾക്കൂട്ടം തടിച്ചുകൂടി നില്ക്കുന്നത് കണ്ടു. അവിടെ എമ്പാടും കൊടിതോരണങ്ങൾകൊണ്ട് അലങ്കരിച്ചിട്ടുമുണ്ട്.

റോസി നടത്തം മെല്ലെയാക്കി. ഓ ഇത് തങ്ങളുടെ കൂട്ടക്കാർ. പുലയർ തന്നെയാണല്ലോ. അവൾ അത്ഭുതത്തോടെ ശ്രദ്ധിച്ചു. ഇതെന്താണോ

പുലയരുടെ വലിയൊരു കൂട്ടം, സാധാരണ പട്ടണത്തിലെ നല്ല വിലയും നിലയും ഉള്ള ആൾക്കാർ മാത്രം സമ്മേളിക്കുന്ന ഈ വി ജെ റ്റി ഹാളിൽ വന്നുകൂടിയിരിക്കുന്നത്.

റോസി ഹാളിന്റെ തൊട്ട് മുമ്പിലെത്തിയപ്പോൾ ആൾക്കൂട്ടത്തിലേക്ക് സൂക്ഷിച്ചു നോക്കി. അപ്പോൾ തനിക്ക് പരിചയമുള്ള ചില മുഖങ്ങൾ ആ കൂട്ടത്തിലുള്ളത് അവൾ കണ്ടുപിടിച്ചു. പ്രത്യേകിച്ച് ആമത്തറയിലുള്ള മാതു അണ്ണൻ. പുലയരുടെ ഉന്നമനത്തിനെന്നൊക്കെ പറഞ്ഞ് എപ്പോഴും ഓടി നടക്കുന്ന ആളാണ്. അയ്യങ്കാളി നേതാവുമായിട്ടൊക്കെ നല്ല അടുപ്പ മാണെന്നും കേട്ടിട്ടുണ്ട്.

മാതു അണ്ണൻ അപ്പനുമായി, ആമത്തറയിലുണ്ടായിരുന്ന കാലത്ത്, നല്ല അടുപ്പത്തിലായിരുന്നു. അയ്യങ്കാളി നയിക്കുന്ന സാധുജന പരിപാലന സംഘത്തിന്റെ കുടിലിൽ വന്നു പറയുന്നത് കേട്ടിരുന്നു. എന്നാൽ, അപ്പൻ ഒഴിഞ്ഞു മാറുകയേ ഉള്ളൂ. ആദ്യമൊക്കെ സാധുജനപരിപാലനസംഘ ക്കാർ തങ്ങളെപ്പോലെ പുതുക്രിസ്ത്യാനികളെയൊക്കെ ദേഷ്യത്തോടെ യാണ് കണ്ടിരുന്നതത്രെ. എന്നാൽ, ഇപ്പോഴൊക്കെ ആ നിലപാടിൽ അയവ് വന്നിട്ടുണ്ടെന്ന് കേൾക്കുന്നു. എന്തായാലും തങ്ങളൊക്കെ പണ്ടേ എൽ എം എസ് സഭയിലായി. ഇനി അതിന്റെ വഴി തങ്ങളങ്ങ് പോകട്ടെ എന്നാണ് അപ്പൻ പറയാറുള്ളത്.

മാതുവണ്ണൻ ആരോടോ ഗൗരവത്തിൽ ചില കാര്യങ്ങൾ സംസാരി ക്കുകയാണ്. റോസി ആ സംസാരം തീരുന്നതുവരെ കാത്തുനിന്ന ശേഷം, അവൾ അയാളെ സമീപിച്ചു.

"ഓ ആരിത്, റോസിയോ? നീ യോഗത്തിന് വന്നതാ?" ആഹ്ലാദ ത്തോടെ അയാൾ ചോദിച്ചു.

റോസി ചിരിച്ചുപോയി. "അയ്യോ അല്ലണ്ണാ." അവൾ തന്റെ സിനിമാ ഭിനയക്കാര്യമൊക്കെ അയാളോട് വിശദീകരിച്ചു. ഒടുവിൽ ഇത്ര വലിയ ഒരു പുലയക്കൂട്ടം ഇവിടെ കൂടിയിരിക്കുന്നതിന്റെ കാര്യമെന്താണെന്ന് അവൾ ആരാഞ്ഞു.

മാതു ഉത്സാഹപൂർവ്വം മറുപടി നല്കി. തിരുവിതാംകൂറിലെ പുലയ രുടെ ഏറ്റവും വലിയ സംഘടനയായ സാധുജനപരിപാലനസംഘത്തിന്റെ വാർഷികയോഗം ഇന്നിവിടെ നടക്കാൻ പോകുകയാണ്. കഴിഞ്ഞ കുറേ വർഷങ്ങളായി ശ്രീമൂലം പ്രജാസഭയുടെ യോഗം കഴിയുന്നതിന്റെ പിറ്റേ ദിവസമാണ് സംഘത്തിന്റെ വാർഷികയോഗം നടക്കുന്നത്. ഇന്നും അങ്ങനെ തന്നെ അയ്യങ്കാളിയാണ് സ്വാഗതപ്രസംഗം നടത്തുന്നത്. ദിവാൻ വി എസ് സുബ്രഹ്മണ്യ അയ്യർ അവർകളാണ് അദ്ധ്യക്ഷത വഹിക്കുന്നത്. ഒപ്പം ചീഫ് സെക്രട്ടറി, പേഷ്കാർ തുടങ്ങിയ വലിയ ഉദ്യോഗസ്ഥരൊക്കെ യോഗത്തിന്റെ വേദിയിലുണ്ട്. ചുരുക്കത്തിൽ ഇന്നാർക്കും അവഗണിക്കാ നാവാത്തവിധം സംഘം വളർന്നു കഴിഞ്ഞിരിക്കുന്നു എന്ന് മാതു ആവേ ശത്തോടെ പറഞ്ഞു.

പെട്ടെന്ന് എന്തോ ഓർമ്മ വന്നതുപോലെ മാതു പറഞ്ഞു: "അല്ലേ, റോസീ നിനക്ക് അയ്യങ്കാളിയണ്ണനെ പരിചയപ്പെടേണ്ടേ. നമ്മുടെ സമുദായത്തിൽനിന്ന് ഇങ്ങനെ ഒരു കലാകാരി ഉണ്ടായത് തീർച്ചയായും അദ്ദേഹത്തിന് സന്തോഷമാകും."

റോസി പരിഭ്രമത്തോടെ പറഞ്ഞു: "അയ്യോ, മാതുവണ്ണാ, വെറുതെയെന്തിനാ അങ്ങേരെ ബുദ്ധിമുട്ടിക്കുന്നത്. അതിനുംവേണ്ടിയൊന്നും ഞാനെന്തായെന്നാ? പിന്നിപ്പഴ് യോഗമൊക്കെ തൊടങ്ങാനും പോകുന്ന ഈ ദുരിശത്തിനിടേൽ."

"ഛെ! ഒരു ബുദ്ധിമുട്ടുമില്ല. ദുരിശോമില്ല. നീ വരണം പെണ്ണേ, ദാ കാളിയണ്ണൻ അവിടെ നിപ്പൊണ്ട്."

ആജ്ഞാശക്തിയോടെ മാതു പറഞ്ഞപ്പോൾ, റോസിക്ക് പിന്നെ അയാളെ പിന്തുടരാതെ നിർവ്വാഹമില്ലായിരുന്നു.

റോസി അയ്യങ്കാളിയെ ആദ്യമായി കാണുകയായിരുന്നു.

ഏതാൾക്കൂട്ടത്തിലും ആരും ശ്രദ്ധിക്കുന്ന ഒരാളത്വം. വാർദ്ധക്യത്തിന്റെ ചുളിവുകളും ചാലുകളും മുഖത്ത് കാണുന്നുണ്ടെങ്കിലും അവയെ എല്ലാം തോല്പിക്കുംവിധമുള്ള നിശ്ചയകരുത്. തെറിച്ചുനില്ക്കുന്ന കണ്ണുകളും ഓജസ്സ് നിറഞ്ഞ എടുപ്പും നില്പുമെല്ലാം അദ്ദേഹത്തെ വേറിട്ടു തന്നെ നിർത്തുന്നു. കറുത്ത കരയോടുകൂടിയ വെള്ള തലപ്പാവും ഷർട്ട്-കോട്ടും മുണ്ടും എല്ലാം ആ ഗാംഭീര്യത്തിന് കുടപിടിക്കുകതന്നെ ചെയ്യുന്നുണ്ട്.

കൈയിലുള്ള ചില കടലാസുകളിൽ കണ്ണോടിച്ചു നില്ക്കുകയായിരുന്ന അയ്യങ്കാളിയുടെ ശ്രദ്ധ ഒന്ന് ചുമച്ച് ആകർഷിച്ചശേഷം മാതു പറഞ്ഞു: "അണ്ണോ, ഇത് റോസി. നമ്മടെ കൂട്ടക്കാരിതന്നെ. ഒരു കലാകാരിയാണ്. ഇപ്പഴ് നമ്മടെ നാട്ടില് ആദ്യമായി പിടിക്കുന്ന സിനിമേല് ഇവള് നായികയായി അഭിനയിച്ചുകൊണ്ടിരിക്കുകയാ."

അയ്യങ്കാളി വിടർന്ന മിഴികളോടെ അവളെ നോക്കി. സാകൂതമുള്ള ആ നോട്ടത്തിനൊടുവിൽ, അയ്യങ്കാളി വെളുക്കനെ ചിരിച്ചു. പിന്നെ പറഞ്ഞു. "കൊച്ചേ, ഞാൻ സിനിമയൊന്നും കണ്ടിട്ടില്ല. സിനിമ എന്തോ വിശേഷ സംഭവമാണെന്ന് പറയുന്നു. അല്ലേ, എന്തായാലും, നല്ലത് തന്നെ നീ അതില് നായികയായത്." സിനിമയെ സംബന്ധിക്കുന്ന ചില കാര്യങ്ങൾ റോസി അവൾക്കറിയാവുന്ന വിധം അദ്ദേഹത്തിന്റെ ചോദ്യങ്ങൾക്കു ത്തരമായി പറഞ്ഞു.

"പണ്ട് ഞാൻ പറഞ്ഞിട്ടൊണ്ട്. റോസി കേട്ടിരിക്കുമോ എന്തോ, നമ്മടെ സമുദായത്തിൽനിന്ന് ഒരു പത്ത് ബി എക്കാരെങ്കിലും ഒണ്ടാകുന്ന ഒരു കാലം വരണമെന്ന്. എന്നാല്, ഒരു സിനിമാനടി ഉണ്ടാകുമെന്ന് ഞാൻ സ്വപ്നം പോലും കണ്ടിട്ടില്ല. ആരും പറയാതെ, നീ നായികയായി. നന്നായി വരട്ടെ കൊച്ചേ."

റോസി ആദരവും നന്ദിയും പ്രകടിപ്പിക്കുംവിധം തെല്ല് തലകുനിച്ച്

കൈകൾ കൂപ്പി അപ്പോൾ ദിവാന്റെ വരവ് സംബന്ധിച്ച എന്തോ ഒരുക്ക ത്തിന്റെ ആവശ്യത്തിലേക്കായി ഒരാൾ വന്ന് പറഞ്ഞതനുസരിച്ച് അയ്യ ങ്കാളി വേദിയിലേക്ക് നടന്നു.

ഹാളിലും ചുറ്റുമായി പുലയസമുദായക്കാർ പിന്നെയും വന്നുകൊ ണ്ടിരിക്കുകയായിരുന്നു. അക്കൂട്ടത്തിൽ ധാരാളം പെണ്ണുങ്ങളുമുണ്ടായി രുന്നു. അവരുടെയൊക്കെ മുഖങ്ങളിൽ സാധാരണ പണിസ്ഥലങ്ങളിലും കുടിലുകളിലും വെച്ചൊന്നും കാണാത്തവിധമുള്ള ഒരാവേശവും ഉത്സാ ഹവും നിറഞ്ഞു നില്ക്കുന്നത് റോസി ശ്രദ്ധിച്ചു.

കുറേ സമയമെങ്കിലും യോഗത്തിൽ പങ്കെടുക്കാൻ കഴിഞ്ഞെങ്കിലെന്ന് അവളാശിച്ചു. എന്നാൽ, സ്റ്റുഡിയോയിലെത്താൻ വൈകും എന്നതിനാൽ അവളാ ആശയെ ഉപേക്ഷിച്ചു. മാതുവണ്ണനോട് യാത്ര പറഞ്ഞ് അവൾ പട്ടത്തേക്ക് നടന്നു തുടങ്ങി. തീണ്ടാരിയുടെ ക്ഷീണവും വയറ് വേദനയും ഉണ്ടായിരുന്നെങ്കിലും അവൾ കാലുകൾ നീട്ടിവെച്ച് നടന്നു. അയ്യങ്കാളി എന്ന വലിയ നേതാവിനെ നേരിൽ കണ്ടതിന്റെയും അദ്ദേഹത്തിന്റെ അനുഗ്രഹം ഏറ്റുവാങ്ങിയതിന്റെയും ഉത്സാഹവും അവളുടെ ശാരീരികക്ഷീണത്തെ മറികടക്കുന്ന മരുന്നായി.

മാർക്കം കൂടിയ ക്രിസ്ത്യാനികളായ തങ്ങളെപ്പോലുള്ളവരൊന്നും പുലയരായിപ്പോയതിന്റെ പേരിൽ വല്ലാത്ത കടുത്ത ദുരിതങ്ങളൊന്നും അനുഭവിച്ചിട്ടില്ല. തനിക്കാണെങ്കിൽ പള്ളിക്കൂടത്തിൽ ചേരാനും, മൂന്നു ക്ലാസ് വരെ പഠിക്കാനും ആരുടെയും സമ്മതം വേണ്ടിയിരുന്നില്ല. പക്ഷേ, ഹിന്ദുക്കളായിത്തന്നെ കഴിയുന്ന തങ്ങളുടെ കൂട്ടുകാരൊക്കെ അടുത്ത കാലംവരെ അനുഭവിച്ചിരുന്ന, ഇപ്പോഴും കുറേയൊക്കെ അനുഭവിക്കുന്ന പീഡനങ്ങളും അപമാനങ്ങളും പറഞ്ഞ് കേട്ടിട്ടുണ്ട്. വലിയൊരളവുവരെ അയ്യങ്കാളിയാണ് അത്തരം പീഡനങ്ങൾക്കെതിരെ സമരം ചെയ്ത് പുല യരെ നട്ടെല്ലുള്ള മനുഷ്യരാക്കി മാറ്റിയത്. അപ്പനും അമ്മയ്ക്കുമൊക്കെ മതത്തിന്റെ പേരുപറഞ്ഞ് അയ്യങ്കാളിയെ അത്രയ്ക്ക് താല്പര്യമൊന്നു മില്ല. പക്ഷേ, എൽ എം എസ് കാരൊക്കെ എന്തുപറഞ്ഞാലും അയ്യങ്കാളി വലിയ മനുഷ്യൻതന്നെയാണ്.

അടുത്തയിടെ, മാല പറഞ്ഞാണറിഞ്ഞത്. അയ്യങ്കാളിയും കൂട്ടരും ഹിന്ദുക്കളായ പുലയർക്കുകൂടി അമ്പലങ്ങളിലൊക്കെ കയറി തൊഴാനുള്ള അവകാശം നേടുന്ന സമരം നടത്തിവരികയാണ്. ഈഴവരുടെ വലിയ നേതാക്കളൊക്കെ ഈ സമരത്തിന്റെ മുൻപന്തിയിലുണ്ടത്രേ. മാല ഹിന്ദു ക്കളായ എല്ലാവർക്കും എല്ലാ അമ്പലങ്ങളിലും തൊഴാനുള്ള ഭാഗ്യം വരുന്ന ആ നാളിനായി നോക്കി പാർത്തിരിക്കുകയാണ്. അവളെപ്പോഴും പറയുന്ന ഒരാഗ്രഹമാണ്; ശ്രീ പത്മനാഭസ്വാമി ക്ഷേത്രത്തിൽ കയറി ഒന്നു തൊഴണം. പുത്തൻചന്തവഴി പോകുമ്പോഴൊക്കെ ആ ഭംഗിയുള്ള ക്ഷേത്രം കാണുമ്പോൾ മാലയ്ക്കാകെ ഒരു ചങ്കുപിടച്ചിലാണെന്നാ അവൾ പറയു ന്നത്. എന്നെങ്കിലും തന്റെ കൂട്ടുകാരിക്ക് അവിടെ കയറാനുള്ള യോഗം വരുമോ ആവോ!

മാല പറഞ്ഞ ഒരു കഥവച്ച് നോക്കുമ്പോൾ മറ്റാരേക്കാളും ആ ക്ഷേത്ര
ത്തിൽ കയറാനുള്ള അവകാശം പുലയർക്കാണ്. പണ്ട്, പണ്ട് ആ പ്രദേ
ശമാകെ കൊടുംകാടായിരുന്നു. അനന്തൻകാട്! അവിടെയൊക്കെ ഒത്തിരി
പുലയക്കുടിലുകളും ഉണ്ടായിരുന്നു. ഒരുനാൾ അടുത്തുള്ള നെൽപ്പാടത്ത്
കറ്റ പറിച്ചുകൊണ്ടുനിന്നിരുന്ന ഒരു പുലയി ഒരു കുഞ്ഞു കരയുന്ന ഒച്ച
കേട്ടു. ശ്രദ്ധിച്ചപ്പോൾ കാട്ടിനുള്ളിൽനിന്നാണ് കരച്ചിൽ കേൾക്കുന്നത്.
അവൾ അവിടേക്ക് ഓടി. കാട്ടിനുള്ളിൽ വെറും നിലത്ത് ഒരാൺകുഞ്ഞ്
കിടക്കുന്നു.

നല്ല തേജസ്സുള്ള ഒരു കുഞ്ഞ്! പെട്ടെന്ന് ഒരു പാമ്പ് ഇഴഞ്ഞുവന്ന്
ആ കുഞ്ഞിന്റെ ചുറ്റിനും അതിനെ സംരക്ഷിക്കാനെന്നവണ്ണം ഫണമു
യർത്തി നിന്നു. പുലയിത്തള്ള ഓടിച്ചെന്ന് അവരുടെ ആമ്പ്രന്നോനെ
വിവരം ധരിപ്പിച്ചു. ഉടനെ രണ്ടാളും കൂടിയെത്തി ഒരു ചിരട്ടയിൽ പൂക്കളും
പഴവും വച്ച് ആ ദിവ്യശിശുവിന് നിവേദ്യം സമർപ്പിച്ചു. ആ നിമിഷം തന്നെ
കുഞ്ഞിനെ കാണാതാവുകയും ചെയ്തു. വിവരം കേട്ടറിഞ്ഞ അന്നത്തെ
വേണാട്ടരചൻ മഹാവിഷ്ണുവാണ് അവിടെ ദിവ്യശിശുവായി കാണപ്പെ
ട്ടതെന്ന് തീരുമാനിക്കുകയും ആ സ്ഥലത്ത് ഒരു വലിയ ക്ഷേത്രം പണിക
ഴിപ്പിക്കാൻ കല്പന ഇടുകയും ചെയ്തുവത്രേ. അങ്ങനെയാണ് ശ്രീ പത്മ
നാഭസ്വാമി ക്ഷേത്രം പണിയാനിടവന്നത്.

പക്ഷേ, ഈ കഥയൊക്കെ ഇപ്പോൾ പുലയർക്ക് വെറുതെ പറഞ്ഞ്
രസിക്കാം. പഴയ കഥയും പറഞ്ഞ് എന്തെങ്കിലും പുലയൻ ആ ചുറ്റുമതി
ലിനുള്ളിൽ കടന്നാൽ കാണാം കഥയെന്താകുമെന്ന്!

സ്റ്റുഡിയോവിലെത്തിയപാടേ, റോസിക്ക് കമലത്തിനോടും റീന
യോടും അയ്യങ്കാളിയെ കണ്ട കാര്യം പറയണമെന്നുണ്ടായിരുന്നെങ്കിലും
ചിത്രീകരണത്തിന്റെ തിരക്കുമൂലം സാവകാശം കിട്ടിയില്ല. ഉച്ചയൂണിന്റെ
സമയത്തേ വിശേഷങ്ങൾ അവരോട് പങ്കുവെക്കാനായുള്ളു. പക്ഷേ,
റോസി പ്രതീക്ഷിച്ചപോലെ ഒരാവേശം രണ്ടുപേർക്കും അയ്യങ്കാളി
വിശേഷം കേട്ടപ്പോൾ ഉണ്ടായതുമില്ല. അയ്യങ്കാളീം സമരോം യോഗോ
മൊക്കെ നമ്മടെ പാവം ജീവിതത്തിലെന്ത് എന്ന മട്ടായിരുന്നു രണ്ടാൾക്കും.

അന്നുതന്നെ സന്ധ്യക്ക് മാലയോട് രാവിലത്തെ വിശേഷങ്ങൾ പങ്കു
വെച്ചപ്പോൾ മാത്രമാണ് റോസി ഉച്ചയ്ക്ക് കമലത്തിൽനിന്നും റീനയിൽ
നിന്നുമുണ്ടായ തണുപ്പൻ പ്രതികരണത്തിന്റെ നിരാശയിൽനിന്ന് കരക
യറിയത്. "ഓ, എന്റെ യോഗം ചെയ്ത പെണ്ണേ." എന്നു പറഞ്ഞ് മാല
കെട്ടിപ്പിടിച്ചപ്പോൾ റോസിക്ക് അയ്യങ്കാളിയുമായി നേരിൽ സംസാരിച്ചപ്പോ
ഴുണ്ടായത്രെ തന്നെ ആവേശം അനുഭവപ്പെട്ടു.

പിറ്റേന്നത്തെ ചിത്രീകരണവും കഴിഞ്ഞതോടെ ആ നാൾ വന്നു
ചേർന്നു. ചിത്രീകരണത്തിന്റെ അവസാനദിവസം. തന്റെ കാമുകനായ ജയ
ചന്ദ്രന്റെ സുഹൃത്തായ ചന്ദ്രകുമാറിന്റെ മുതുകിലുള്ള ഒരടയാളത്തിൽ
നിന്ന് സരോജിനി, ചന്ദ്രകുമാർ ബാല്യത്തിൽ കൊള്ളക്കാരാൽ അപഹ

രിക്കപ്പെട്ട തന്റെ പ്രിയസഹോദരനാണെന്ന് തിരിച്ചറിയുന്നു. സരോജിനി
യുടെ സാന്നിദ്ധ്യത്തിൽ വില്ലന്മാരായ ഭൂതനാഥനെയും വിശ്വമോഹനെയും
ഘോരസംഘട്ടനത്തിൽ ചന്ദ്രകുമാറും ജയചന്ദ്രനും പരാജയപ്പെടുത്തുന്ന
രംഗത്തിനൊടുവിലാണ് ഈ തിരിച്ചറിയൽ സംഭവിക്കുന്നത്. തുടർന്ന്,
സരോജിനിയുടെ മാതാപിതാക്കളെ വിവരമറിയിക്കുകയും അവർ
തങ്ങൾക്ക് എന്നെന്നേക്കുമായി നഷ്ടപ്പെട്ടെന്ന് കരുതിയിരുന്ന പ്രിയപുത്ര
നുമായി ഒരുമിക്കുകയും ചെയ്യുന്നതോടെ സിനിമ ശുഭം ആയിത്തീരുന്നു.

രാവിലെതന്നെ സ്റ്റുഡിയോയിൽ എല്ലാവരും അറിഞ്ഞിരുന്നു. ചിത്രീ
കരണം തീരുന്നത് പ്രമാണിച്ച് ഉച്ചയ്ക്ക് പ്രത്യേകം സദ്യയുണ്ട്. ഉച്ചയായ
തോടെ, സിനിമയിൽ ഒരുവിധം പ്രധാനവേഷങ്ങളിൽ അഭിനയിച്ചവരെല്ലാം
എത്തിച്ചേർന്നു. കെങ്കേമൻ ശമയലിന് പേരുകേട്ട ഒരു പട്ടർസ്വാമിയുടെ
മേൽനോട്ടത്തിൽ സ്റ്റുഡിയോ വളപ്പിൽത്തന്നെയാണ് സദ്യ ഒരുങ്ങിയത്.

റോസി ജീവിതത്തിൽ ആദ്യമായിട്ടാണ് ഇത്തരം ഒരു സദ്യ ഉണ്ണു
ന്നത്. കറികളും കൂട്ടാനുകളും വിവിധതരം പായാസങ്ങളും ഒന്നിന്
പിന്നാലെ ഒന്നായി വന്നുകൊണ്ടിരുന്നു. എല്ലാം നന്ന് തന്നെയായിരുന്നെ
ങ്കിലും അവൾക്ക് കഴിഞ്ഞൊരു ദിവസം ജാനറ്റ് വിളമ്പിക്കൊടുത്ത കട്ല
റ്റിന്റെയും മീൻപൊരിച്ചതിന്റെയും സ്വാദ് ഈ സദ്യയിൽ അനുഭവപ്പെട്ടില്ല.
ഒരുപക്ഷേ, ഇന്നത്തോടെ സിനിമ തീരാൻ പോകുകയാണെന്ന വിഷമം
സദ്യക്ക് അത്ര സ്വാദ് തോന്നാതിരിക്കാൻ കാരണമാകുന്നുണ്ടെന്ന്
റോസിക്ക് തോന്നി. ആകെ പത്തുദിവസത്തെ അഭിനയം മാത്രമേ തനി
ക്കുണ്ടായിരുന്നുള്ളൂവെങ്കിലും അതിനേക്കാളെത്രയോ ഏറെ നാളുകളായി
സിനിമയിൽ അഭിനയിക്കുകയായിരുന്നു എന്ന് തോന്നിപ്പോകുകയാണ്.
അത്രത്തോളം സിനിമയുടെ ആ ലോകവുമായി താൻ ഇഴുകിച്ചേർന്നുക
ഴിഞ്ഞിരിക്കുന്നു. ഇടയ്ക്ക് ചില ബുദ്ധിമുട്ടുകൾ വന്നിരുന്നുവെങ്കിലും
ചിത്രീകരണത്തിന്റെ ബഹളങ്ങളും നായികാപദവിയും ഡാനിയൽ സാറും
ജോൺസൺ സാറും ജാനറ്റ് മാഡവും കമലവും റീനയും രാവിലെയും
വൈകുന്നേരവും കാഴ്ചകൾ കണ്ടുള്ള നടത്തവുമെല്ലാം ചേർന്ന് കഴിഞ്ഞ
ദിവസങ്ങൾ എത്ര രസകരമായിരുന്നു. ഏതാനും നാഴികകൾ കഴിയുന്ന
തോടെ എല്ലാം അവസാനിക്കുകയാണ് വീണ്ടും റോസി അവളുടെ ഏഴ
ജീവിതത്തിലേക്ക് മടങ്ങുകയാണ്.

സത്യത്തിൽ, ഇപ്പോൾതന്നെ, ഇക്കഴിഞ്ഞ സിനിമാനാളുകളെല്ലാം ഒരു
നീണ്ട സ്വപ്നംപോലെ മാത്രം തോന്നുകയാണ്.

സദ്യ കഴിഞ്ഞതും, സിനിമയിലെ അണിയറക്കാരും നടീനടന്മാരും
എല്ലാം ഒരുമിച്ച് ചേർന്നുള്ള ഫോട്ടോയെടുപ്പ് പരിപാടിയായിരുന്നു.
കഴിഞ്ഞ ദിവസങ്ങളിലൊക്കെ, അഭിനയിക്കുന്ന പ്രധാന രംഗങ്ങളുടെ
ഫോട്ടോകൾ എടുക്കുന്നുണ്ടായിരുന്നു. റോസി ഉൾപ്പെടുന്ന ചില രംഗ
ങ്ങളുടെയും ഫോട്ടോകൾ എടുത്തിരുന്നു. ജീവിതത്തിലാദ്യമായി എടു
ക്കുന്ന തന്റെ ഫോട്ടോ പിന്നീടെപ്പോഴെങ്കിലും ഡാനിയൽ സാറിനോട്

പറഞ്ഞ് ഒരെണ്ണം തനിക്കായി സൂക്ഷിച്ചുവയ്ക്കാൻ വാങ്ങിക്കണമെന്ന് അവളോർത്തു.

വൈകുന്നേരത്തിന്റെ തുടക്കത്തോടെതന്നെ അവസാനരംഗവും ചിത്രീകരിച്ചു. ചന്ദ്രകുമാറും സരോജിനിയും അവരുടെ അച്ഛനും അമ്മയും പിന്നെ ജയചന്ദ്രനും ചേർന്ന് സന്തോഷത്തോടെ നിറഞ്ഞ ചിരിച്ച് നില്ക്കുന്ന രംഗം. ചിത്രീകരണം തീരുന്നതിനുള്ള വിഷമം നിറഞ്ഞു നില്ക്കുന്ന മനസ്സിനെ മറി കടന്ന് സന്തോഷം ചിതറുന്ന ചിരി തന്റെ മുഖത്ത് വരുത്താൻ റോസിക്ക് കുറച്ച് പാടുപെടേണ്ടിവന്നു. എന്നാൽ, ഡാനിയേലിന് തൃപ്തിവരത്തക്ക രീതിയിൽത്തന്നെ റോസി ആ ശുഭ വേളയിൽ അഭിനയിക്കുകയും ചെയ്തു.

ചിത്രീകരണം അവസാനിച്ചതായി ഡാനിയേൽ പ്രഖ്യാപിച്ചതും ആനന്ദസൂചകമായി എല്ലാവരും ഉച്ചത്തിൽ കൈയടിച്ചു. പെണ്ണുങ്ങൾക്ക് വേഷം മാറാനുള്ള മുറിയിൽനിന്നുകൊണ്ട് സിനിമയിലെ കഥാപാത്രങ്ങ ളുടെ വേഷങ്ങളും ആഭരണങ്ങളും റോസിയും കമലവും റീനയും അഴി ച്ചുവച്ചു. ഇനി അവരവരുടെ സ്വന്തമായി പകിട്ടില്ലാത്ത, തീരെ വിലകുറഞ്ഞ കുപ്പായങ്ങൾ മാത്രം. കാതുകളിൽനിന്ന് നല്ല ഭംഗിയിൽ പണിതീർത്ത തോടകൾ അഴിച്ചെടുക്കവേ കമലം നെടുവീർപ്പിട്ടു. "ഓ, ഇല്ലൂലും നേര മെങ്കി ഇല്ലൂലും നേരമെങ്കിലും ഇടാൻ പറ്റി. ഇനി ഈ ജന്മത്തില് ഇതൊക്കെ കണി കാണുമോ ആവോ!"

റോസി ഒന്നും പറയാതെ ചിരിക്കുക മാത്രം ചെയ്തെങ്കിലും അവ ളിലും ചെറിയ സങ്കടം ഉറഞ്ഞുകൂടാതിരുന്നില്ല. വേഷം കെട്ടിനാണെങ്കിലും കുറച്ചു ദിവസം പകിട്ടിലൊക്കെ നടന്നിട്ട്. എല്ലാം മുഴുവനായി അഴിച്ചുവ യ്ക്കുമ്പോ, ഒരു വിങ്ങൽ.

ഇനി അവരവർ ചെയ്ത പണിയുടെ കൂലി വാങ്ങിക്കുക, സ്ഥലം വിടുക. അത്രമാത്രം.

പ്രധാനപ്പെട്ടവർക്കൊക്കെ, ഡാനിയൽതന്നെ ആഫീസ് മുറിയിലിരു ന്നുകൊണ്ട് പണം കൊടുക്കുകയാണ്.

റോസിയെ നിർബ്ബന്ധപൂർവ്വം തനിക്കെതിരെ കസേരയിൽ ഇരുത്തിയ ശേഷം ഡാനിയൽ പറഞ്ഞു: "റോസി, ശരിക്കും നീയാണ് എന്റെ സിനി മയ്ക്ക് ജീവൻ തിരികെ തന്നത്. ഒരു നായികയെ കിട്ടാതെ ഞാനാകെ വലഞ്ഞതൊക്കെ നീ അറിഞ്ഞുകാണുമല്ലോ. സത്യത്തില് നിനക്ക് ആദ്യമേ പറഞ്ഞതിനേക്കാൾ കൂടുതല് കൂലി തരേണ്ടതാണ്."

റോസിയുടെ കണ്ണുകൾ സന്തോഷത്താൽ തിളങ്ങി.

മേശവലിപ്പിൽനിന്നും രൂപകളുടെ ഒരു കെട്ടിൽനിന്നും ഏതാനും നോട്ടുകൾ വലിച്ചെടുത്തുകൊണ്ട് ഡാനിയൽ തുടർന്നു. "പക്ഷേ, കൊച്ചേ തല്ക്കാലം കൂടുതലൊന്നും നിനക്ക് തരാനാകാത്ത അവസ്ഥയാണ്. സിനി മാന്ന് പറഞ്ഞാൽ രൂപ കത്തിത്തീരുന്ന പരിപാടിയാണ്. ഇപ്പോത്തന്നെ ഞാനാകെ വലഞ്ഞിരിക്കുകയാ. നിനക്ക് പത്തുദിവസം അഞ്ചുരൂപാവച്ച്

അമ്പത് രൂപ കൂലിയുണ്ട്. പിന്നൊരു പത്തുരൂപയും കൂടി ഞാനങ്ങ്
തരുകാ. ദൈവം സഹായിച്ചാ. ഞാൻ ഇനിയും സിനിമ പിടിക്കും. അപ്പഴ്
കണിശമായും നീ അതിലുണ്ടാകും. ഇപ്പഴത്തെ ദുരിതമൊക്കെ അന്ന്
തീർക്കാം."

റോസി ഇരുകൈകളും നീട്ടി അദ്ദേഹം നീട്ടിയ രൂപകൾ വാങ്ങി.
പിന്നെ കസേരയിൽനിന്നെഴുന്നേല്ക്കവേ പറഞ്ഞു: "സാർ, ജാനറ്റ് മാഡ
ത്തിനോട് എന്റെ അന്വേഷണങ്ങള് ഒന്ന് പറയണേ."

"തീർച്ചയായും." ഡാനിയൽ നിറഞ്ഞ ചിരിയോടെ പറഞ്ഞു.

ഡാനിയലിനെ താഴ്മയോടെ ഒന്ന് തൊഴുതിട്ട് റോസി വാതിലിനരി
കിലെത്തി. പെട്ടെന്നവൾ നിന്നു. പിന്നെ ചെറിയൊരു ചമ്മലോടെ പിന്തി
രിഞ്ഞ് ഡാനിയേലിനെ നോക്കി.

ഡാനിയേൽ അത്ഭുതത്തോടെ അവളെ ശ്രദ്ധിച്ചു. "എന്തുപറ്റി
റോസീ?"

"സാർ... അത്... പിന്നെ.... ഒരു കാര്യം ചോദിക്കാൻ." അവൾ വിക്കി.

"ഓ ചോദിക്കണം."

"സാർ, ഈ സിനിമേടെ പേര് എന്താരെന്ന് എനിക്കറിയില്ല." റോസി
യുടെ കണ്ണുകൾ ലജ്ജകൊണ്ട് ചെറുതായി.

ഡാനിയൽ പെട്ടെന്ന് പൊട്ടിച്ചിരിച്ചു. ചിരിയടങ്ങിയപ്പോൾ അദ്ദേഹം
പറഞ്ഞു. "ഇത് നായികയുടെ കുഴപ്പമല്ല. ഞാൻ നേരത്തെ പറയേണ്ട
തായിരുന്നു. ശരി. കേട്ടോ, *വിഗതകുമാരൻ* എന്നാണ് പേര്. ഇംഗ്ലീഷിൽ
'ദ ലോസ്റ്റ് ചൈൽഡ്' എന്നും.

മുറിക്ക് പുറത്തിറങ്ങിയപ്പോൾ റോസിക്ക് സ്വയം ചിരി വന്നുപോയി.
താനാണ് സിനിമയിലെ നായിക. എന്നിട്ടിത്രനാളും സിനിമയുടെ പേരറി
യാതെയുള്ള തകർപ്പൻ അഭിനയം.

സ്റ്റുഡിയോയിൽനിന്ന് എല്ലാവരോടും യാത്ര പറഞ്ഞിറങ്ങുമ്പോള്
ജോൺസൺ പറഞ്ഞു: "അപ്പഴേ റോസിക്കൊച്ചേ, ഇനീം സിനിമകളില്
നായികയാകുമ്പോ നമ്മളെപ്പോലുള്ള പാവത്തുങ്ങൾക്ക് കൂടി നല്ല വേഷ
ങ്ങള് വാങ്ങിച്ച് തരുല്ലേ. നമ്മളെയൊന്നും മറന്നേക്കരുതേ."

റോസി പരിഭവം നടിച്ച് ചിരികോട്ടി. "പിന്നെ പോണൊണ്ടോ സാറേ.
അപ്പാവികളെ വാരിയാ ദൈവദോഷം വരും. പറഞ്ഞേക്കാം."

സ്റ്റുഡിയോവിട്ട് നിരത്തിലേക്കിറങ്ങുമ്പോൾ റോസിക്കൊപ്പം കമലവും
റീനയും ഉണ്ടായിരുന്നു. സ്റ്റുഡിയോ വളവിലേക്കുള്ള കവാടം കടന്ന് നിര
ത്തിലേക്കിറങ്ങിറങ്ങവേ, റോസി ഒരിക്കൽക്കൂടി പുറകിലേക്ക് തിരിഞ്ഞു
സ്റ്റുഡിയോ മൊത്തമൊന്ന് നോക്കി.

ഇനിമേൽ തനിക്കിവിടെ വരേണ്ടതില്ല. ഇനിമേൽ താനിവിടെ നായി
കയുമല്ല.

റോസിയുടെ തിരിഞ്ഞ് നോട്ടവും മുഖത്തെ വിഷാദഭാവവും ശ്രദ്ധിച്ച
കമലം പറഞ്ഞു: "പെണ്ണേ നീ ഇനി സിനിമകളില് എത്തുമെടീ. എല്ലാ

രിക്കും നിന്റെ അഭിനയം ഇഷ്ടപ്പെട്ടിരിക്കുവല്ലേ. നീ പിന്നേം നായികയാ കുമ്പോ, ദേ എന്നേം ഇവളേം ഒക്കെ ഓർത്തോണേ."

ഓരോ വിശേഷങ്ങൾ പറഞ്ഞ്, കുറെ നടന്നുകഴിഞ്ഞതോടെ കമല ത്തിനും റീനയ്ക്കും അവരവരുടെ വീടുകളിലേക്ക് തിരിഞ്ഞുപോകേണ്ട വഴിയായി. മൂന്നാളും ഈ തിരുവോന്തരത്ത് തന്നെയല്ലേ, ഇനിയും തങ്ങൾ കണ്ടുമുട്ടും എന്ന പ്രത്യാശയോടെ അവർ വഴിപിരിഞ്ഞു.

തനിയെ അല്പദൂരം നടന്നുകഴിഞ്ഞപ്പോൾ, റോസി വലിയൊരു ചോലമരത്തിന്റെ ചുവട്ടിൽ, നിരത്തിന് മറഞ്ഞുനിന്നു. പിന്നെ, മുണ്ടിന്റെ കോന്തല അഴിച്ച് അതിൽ വച്ചിരുന്ന തന്റെ കൂലി കൈവെള്ളയിലെടുത്തു. മൊത്തം അറുപത് രൂപ!

അവൾ തികഞ്ഞ സൂക്ഷ്മതയോടെ ഓരോ രൂപയും വിടർത്തി പരി ശോധിച്ചു. ജീവിതത്തിൽ ആദ്യമായാണ് ഇത്രയും രൂപ ഒന്നിച്ച് കാണു ന്നത്. തന്റെ അപ്പൻപോലും പത്തുരൂപയിൽ കൂടുതൽ ഒരുസമയം കണ്ടി ട്ടുണ്ടാവില്ല. തനിക്കാണെങ്കിൽ വിളകളിലെ പണികൾക്കും പുല്ലുചെത്തി വിൽക്കുന്നതിനുമൊക്കെ ഒന്നോ ഒന്നരയോ ചക്രമൊക്കെയാണ്.

ഇതിൽ നാല്പതുരൂപ തിരുവിതാംകൂർ രൂപയാണ്. ബാക്കിയുള്ളത് ബ്രിട്ടീഷ് രൂപയാണ്. ബ്രിട്ടീഷ് രൂപയും ജീവിതത്തിലാദ്യമായി കാണുക യാണ്. ബ്രിട്ടനിലെ ജോർജ്ജ് ചക്രവർത്തിയുടെ തലയുള്ളതുകൊണ്ട് അത് ബ്രിട്ടീഷ് രൂപയാണെന്ന് മനസ്സിലായി. ബ്രിട്ടീഷ് രൂപയ്ക്ക് അര ചക്രമോ മറ്റോ തിരുവിതാംകൂർ രൂപയേക്കാൾ കൂടുതലായി വിലയുണ്ടെന്ന് പറഞ്ഞ് കേട്ടിട്ടുണ്ട്. അങ്ങനെ വരുമ്പോ, അറുപത് തിരുവിതാംകൂർ രൂപ യേക്കാൾ കൂടുതലുണ്ട് തനിക്ക് കിട്ടിയ കൂലി.

അവൾ ഭീതിയോടെ ചുറ്റും നോക്കി. ദൈവമേ, വല്ല തെമ്മാടികളും ഒറ്റയ്ക്കൊരു പെണ്ണ് ഇത്രയും രൂപയുംപിടിച്ച് തെരുവിൽ നില്ക്കുന്നത് കണ്ടാൽ! ഏതായാലും ആരും ഇതുവരെ ഒന്നും കണ്ടിട്ടില്ല. അവൾ വേഗം തന്നെ രൂപ മടക്കി മുണ്ടിന്റെ കോന്തലയിൽ ഭദ്രമായി മുറുക്കി കെട്ടിവച്ചു.

പിന്നെ മുഖത്ത് കൂടുതലായി ഒരേഴ ഭാവം എടുത്തണിഞ്ഞ് അവൾ മുമ്പോട്ട് നടന്നു. തന്നെ കണ്ടാൽ, ഇത്രയും പണം കൈയിലുള്ളവളാ ണെന്ന് ആർക്കും തോന്നരുതല്ലോ.

റോസിക്ക് ഉള്ളിൽ ചിരി പൊട്ടി. സിനിമാഭിനയം കഴിഞ്ഞെങ്കിലും താൻ വീണ്ടും അഭിനയിച്ചുകൊണ്ടിരിക്കുകയാണ്. സിനിമയിൽ പ്രഭുകുമാ രിയാണെങ്കിൽ, ഇവിടെ തന്റെതന്നെ അവസ്ഥ കൂടുതലായി എടുത്തു പിടിക്കുന്നു എന്നു മാത്രം.

റോസി വീണ്ടും നടക്കവേ, ശ്രദ്ധാപൂർവ്വം വഴിയോരക്കാഴ്ചകളിൽ മിഴിനട്ടു. വലിയ ആൾക്കാരൊക്കെ താമസിക്കുന്ന മാളികകൾ, സർക്കാ രിന്റെ കെട്ടിടങ്ങൾ, മോടിയിലുള്ള പാവാടയും മേലുടുപ്പും ധരിച്ച മദാമ്മ മാരും തലയിൽ തൊപ്പിയും കൈയിൽ വടിയുമൊക്കെയായി ഗമയിലുള്ള സായിപ്പുമാരും ചേർന്ന് അലസമായി സായംകാല കാറ്റുമേറ്റുള്ള നടത്തം.

കുതിരവണ്ടികളുടെയും വില്ലുവണ്ടികളുടെയും മണികിലുക്കങ്ങൾ കേൾപ്പി
ച്ചുള്ള പാച്ചിൽ... എന്തെല്ലാം രസകരമായ കാഴ്ചയാണ്.

നാളെ മുതൽ തനിക്കൊന്നും കാണാനില്ല. ഇനി ഒരിക്കലും... പിന്നെ,
ആർക്കറിയാം. *വിഗതകുമാരൻ* സിനിമ പുറത്തുവരുന്നതോടെ എല്ലാവരും
പറയുന്നതുപോലെ തനിക്ക് വീണ്ടും സിനിമകൾ വന്നാൽ എല്ലാം തിരികെ
വരുമായിരിക്കും.

വലിയ ശബ്ദത്തിൽ ഹോൺ മുഴക്കി കരിഗ്യാസ് ബസ് കടന്നുപോ
യപ്പോൾ റോസി ആശയോടെ അതിലേക്ക് നോക്കി. ഇപ്പോ. ആ ബസിൽ
കയറാനുള്ള ചീട്ടിനുവേണ്ട രൂപയൊക്കെ തന്റെ കൈയിലുണ്ട്. ഒരുനാൾ
തിരുവനന്തപുരം മുതൽ കൊല്ലംവരെ അപ്പനെയും അമ്മച്ചിയെയുമൊക്കെ
കൂട്ടി ഈ ബസിലൊന്ന് യാത്ര ചെയ്യണം.

പുലയരേം താണ ജാതിക്കാരേയുമൊക്കെ ബസിൽ കയറ്റുമോ.
ആവോ. തങ്ങള് മാർക്കക്കാരായതുകൊണ്ട് വലിയ പ്രശ്നം കാണില്ലായി
രിക്കും. എന്തായാലും ഈ ബസിലൊന്ന് യാത്രം ചെയ്യണം.

ഒമ്പത്

അടുത്തദിവസം റോസി കുടിയിൽത്തന്നെ ചടഞ്ഞുകൂടിയിരുന്നു.
പൗലോസും കുഞ്ഞിയും പണിക്ക് പോയിക്കഴിഞ്ഞതോടെ, മാല അവളു
ടെയടുത്തെത്തി. റോസിയോട് എത്ര ചോദ്യങ്ങൾ ചോദിച്ചാലും എത്ര
ഉത്തരങ്ങൾ കേട്ടാലും അവൾക്ക് മതിയാവില്ല. വീണ്ടും വീണ്ടും സിനിമാ
പിടിത്തത്തിന്റെ വിശേഷങ്ങൾ മാലയ്ക്കറിയണം.

മാല വഴിയാണ് ചുറ്റുപാടുമുള്ള കുടിലുകളിലും കുറേ മേൽജാതി
ക്കാരുടെ വീടുകളിലുമൊക്കെ ഇവിടെനിന്ന് റോസിയെന്നൊരു പെണ്ണ്
സിനിമ എന്ന പുതിയ കലാപ്രസ്ഥാനത്തിലെ നായികയായ വിവരം പ്രച
രിച്ചത്. പലർക്കും സിനിമ എന്ന് പറഞ്ഞാൽ എന്താണെന്ന് തീരെ പിടി
പാടില്ല. അവരോടൊക്കെ, റോസിയിൽനിന്ന് കേട്ട വിശേഷങ്ങൾ മാല
തന്നെയാണ് അവളുടേതായ ധാരണയിൽ പരുവപ്പെടുത്തി സിനിമയെ
ക്കുറിച്ച് വിവരിക്കുന്നത്.

കാപ്പിക്കട നടത്തുന്ന ഗംഗാധരപിള്ള മാത്രമാണ് ഈ പ്രദേശത്ത്
സിനിമ കണ്ടിട്ടുള്ള ഒരാൾ. അയാൾ മുമ്പെങ്ങോ കുറേ നാൾ സേലത്താ
യിരുന്നു. അവിടെവെച്ച് ചില തമിഴ്, ഹിന്ദി പടങ്ങൾ കണ്ടിട്ടുണ്ട്.

ഗംഗാധരൻപിള്ളയുടെ കാപ്പിക്കടയിൽ വിറക് കഷണങ്ങളുംകൊണ്ടു
വന്ന മാലയോട് അയാൾ പറഞ്ഞു: "വോ, നിന്റെയൊരു റോസി. എടീ
കൊച്ചേ, സിനിമേന്ന് പറയുന്നത് നീ നിരൂപിക്കുംപോലെ കുഞ്ഞുകളി
യല്ല. അതിലെ നായികാന്ന് ഒക്കെ പറഞ്ഞാ നല്ല മദാമ്മമാരുപോലെ
വെളുത്തു തുടുത്ത പെങ്കൊച്ചുങ്ങളാ. അല്ലാതെ പൊലയക്കുടീലെ കിടാ
ത്തിയല്ല. അവള് വെറുതെ ഗുണ്ട് അടിച്ചുവിടുന്നതല്ലേ."

മാലയ്ക്ക് പെരുത്തുകയറി. "പിന്നെ, പിന്നെ അണ്ണനല്ലേ സിനിമേടെ ആള്. റോസി അത്തരം പുളുവൊന്നും പറയുന്ന പെണ്ണല്ല. ങാ, എന്തരിന് പറേണു സിനിമ വരൂല്ലോ, അപ്പോ കാണാം."

"വോ, വോ. നമ്മക്ക് കാണാമെടീ. നിന്റെ റോസി അതിലൊരു വേലക്കാരിയായി തല കാണിക്കുന്നത്."

മാല റോസിയോട് പിള്ളയുടെ പരിഹാസം അറിയിച്ചപ്പോൾ റോസി ദേഷ്യപ്പെട്ടു. "എന്തരിന് കൊച്ചേ, നീ വെറുതെ മാലോകരോട് എന്റെ സിനിമാക്കാര്യം പറഞ്ഞ് വഴക്കിടുന്നത്?"

പക്ഷേ, മാലയ്ക്ക് പിള്ളയോട് അവളുടെ ഗതികെട്ട അവസ്ഥകൊണ്ട് കൊള്ളിച്ച് നാലുവാക്ക് പറയാൻ കഴിഞ്ഞില്ല എന്ന ദുഃഖം മാത്രമാണുള്ളത്.

മാല വഴിതന്നെയാണ് റോസി അറിഞ്ഞത്, ചുറ്റുപാടുമുള്ള പല വലിയ വീടുകളിലും മേൽജാതിക്കാരുടെ വീടുകളിലുമെല്ലാം റോസിയെന്ന പുലയപ്പെണ്ണ് സിനിമയിലെ നായികയായയെന്ന് കേൾക്കുമ്പോൾ വല്ലാത്ത പുച്ഛമാണത്രേ. ഓ, പിന്നല്ലേ, പെലക്കിടാത്തി സിനിമയിലെ നായികയോ, നല്ല കഥ! എന്ന മട്ട്. ഏറിയാൽ വല്ല അടിച്ചുതളിക്കാരീടേം വേഷമാകും എന്ന രീതിയിലാണ് കൊച്ചമ്മമാരുടെ പ്രതികരണം.

എത്രയും വേഗം സിനിമ ഒന്ന് പുറത്തുവന്ന് ഇക്കൂട്ടരെയെല്ലാം ഒന്ന് കാണിച്ചുകൊടുക്കണം എന്ന വാശിയിലായിരുന്നു മാല. റോസിക്കാകട്ടെ പലപ്പോഴും അവളുടെ വാശി കാണുമ്പോൾ തമാശയാണ് തോന്നുക.

പുല്ലുചെത്താനും മറ്റ് പറമ്പുപണികൾക്കും രണ്ടാളും പോകുന്ന വേളകളിൽ മാല ഇടയ്ക്കിടെ ചോദിക്കും. നിന്റെ സിനിമ വരാറായോടീ?"

ഓ, ഇതെന്തര് ഇത്ര താമസം. സിനിമയൊന്ന് പുറത്തിറങ്ങാൻ.

റോസിക്ക് അതേക്കുറിച്ച് ഒരറിവുമില്ല. സിനിമയിൽ നായികയായെന്നല്ലാതെ, ബാക്കി എന്ത് പണിയാണ്. എന്തായിത്തീരുമെന്നൊന്നും അവൾക്കറിയില്ല. കൊട്ടകയിൽ വെളുത്ത തുണി വലിച്ചുകെട്ടി അതിന്മേൽ അഭിനയിച്ച രംഗങ്ങളൊക്കെ കാണാൻ പറ്റുമെന്ന വിശ്വാസം മാത്രമുണ്ട്.

ഒരുദിവസം ജോൺസണെ വഴിയിൽവെച്ച് കണ്ടപ്പോൾ റോസി, സിനിമ എന്നത്തേക്ക് പുറത്തുവരും എന്നാരാഞ്ഞു. കുറേക്കൂടി താമസമുണ്ട്. എന്തായാലും തീയതി തീരുമാനമായിക്കഴിഞ്ഞാൽ റോസിയെ അറിയിച്ചുകൊള്ളുമെന്ന് ജോൺസൺ സമാധാനിപ്പിച്ചു.

"അല്ലെങ്കിലും നായിക അറിയാതെ സിനിമ പുറത്തിറങ്ങുമോ കൊച്ചേ?" എന്ന് അയാൾ പതിവ് കളിമട്ടിൽ പറഞ്ഞു.

ഇതിനിടെ മറ്റൊന്ന് സംഭവിക്കുകയായിരുന്നു.

ചുറ്റുവട്ടത്തൊക്കെ പണിക്ക് പോകുമ്പോൾ ചിലരൊക്കെ മുമ്പില്ലാത്ത വിധം അവളെ ചൂണ്ടി ഓരോന്ന് പറയുന്നു. സൂക്ഷ്മമായി നോക്കുന്നു. ചിലരുടെ നോട്ടങ്ങളിൽ അത്ഭുതം, ചിലരുടേതിൽ പുച്ഛം, ചിലരുടേതിൽ തികഞ്ഞ വഷളത്തം.

അല്ലാത്ത സമയങ്ങളിലൊക്കെ പുലയരെന്ന് കേട്ടാൽക്കൂടി ശരീര
ത്തിൽ അപ്പിവീണെന്ന ഭാവം പ്രകടിപ്പിക്കുന്ന പല മേൽജാതിക്കാർ ആണു
ങ്ങൾ, പെണ്ണേ നീ ഇപ്പോ സുന്ദരിയായെന്നും, നീ എന്റെ കൂടെ
ഒതുക്കത്തിൽ ഒരിടംവരെ വരണമെന്നും, വന്നാൽ നിനക്ക് പല സമ്മാന
ങ്ങൾ തരാമെന്നും പറഞ്ഞ് റോസിയെ സമീപിച്ചുതുടങ്ങി. അപ്പോഴൊക്കെ
നല്ല ആട്ടാട്ടി അവൾ അവരെ പായിച്ചു. സത്യത്തിൽ, ഇതൊന്നും
റോസിയെ അത്രയ്ക്ക് വിഷമിപ്പിച്ചില്ല. മേൽജാതിക്കാരായ ആണുങ്ങൾ
കുറേപേരെങ്കിലും ഇങ്ങനെ ഏതു പെണ്ണിന്റെയും പുറകെ മണത്ത് നട
ക്കുന്നവരാണ്. എന്ന് കുറേക്കാലമായി പണിക്കൊക്കെ പുറത്തുപോകു
മ്പോഴുള്ള കാഴ്ചകളും അനുഭവങ്ങളുംകൊണ്ട് അവൾക്കറിയാവുന്ന
താണ്.

എന്നാൽ, ഞായറാഴ്ചകളിൽ പള്ളി ആരാധനയ്ക്ക് പോയപ്പോഴു
ണ്ടായ ചില അനുഭവങ്ങൾ റോസിയെ വല്ലാതെ നൊമ്പരപ്പെടുത്തി. ആമ
ത്തറയിൽ താമസിക്കുമ്പോൾ തങ്ങളുടെ കുടുംബവുമായി നല്ല അടുപ്പ
ത്തിലായിരുന്ന ചിലരൊക്കെ അവളെ കണ്ടപ്പോൾ മുഖം കനപ്പിച്ച് പിടിച്ചു
നില്ക്കുന്നത് റോസിയറിഞ്ഞു. മാർഗരറ്റ് പതിച്ചി, ലൂസി തുടങ്ങിയവ
രൊക്കെ തങ്ങളുമായി അകന്ന ബന്ധമുള്ളവർകൂടിയാണ്. എന്നാൽ, ആരാ
ധനാവേളയിൽ തൊട്ടടുത്ത് നില്ക്കുകകൂടിയായിരുന്നെങ്കിലും അവരാരും
നോക്കി ഒന്ന് ചിരിച്ചതുപോലുമില്ല.

മുമ്പൊക്കെ റോസിയെ കാണുമ്പോൾ എന്തര് കൊച്ചേ വിശേഷം,
എന്നൊക്കെ പറഞ്ഞ് വലിയ അടുപ്പം കാണിക്കുന്ന പെണ്ണുങ്ങളാണ്. ആരാ
ധനയാണെന്നോ, മിഷണറി പ്രസംഗിക്കുകയാണെന്നോ എന്നൊന്നും
അവർക്ക് പ്രശ്നമല്ല. ആരാധന തീരുമ്പോഴേക്ക് അവർക്ക് എല്ലാ വിശേ
ഷങ്ങളും അറിയണം, പറയണം. എന്നാൽ, ഇന്നിപ്പോൾ തന്റെ നേരെയോ
അമ്മച്ചിയുടെ നേരെയോ അവർ മുഖം തരാതെ നില്ക്കുകയാണ്.
എന്താണ് കാര്യമെന്ന് എത്ര ചുഴിഞ്ഞ് ചിന്തിച്ചിട്ടും റോസിക്ക് മനസ്സിലാ
യില്ല.

ആരാധന കഴിഞ്ഞ് എല്ലാവരും പള്ളിയങ്കണത്തിലേക്കിറങ്ങിയതും
റോസി മാർഗരറ്റ് പതിച്ചിയെ സമീപിച്ചു. പ്രസവമെടുക്കാൻ വിദഗ്ധയാ
യതിനാലാണ് എല്ലാവരും അവരെ മാർഗരറ്റ് പതിച്ചി എന്ന് വിളിക്കുന്നത്.
വളരെ അടുപ്പമുള്ളവർ പതിച്ചി എന്നു മാത്രവും.

"എന്താ പതിച്ചി, നിങ്ങളൊക്കെ എന്താ ഇങ്ങനെ കെറുവിച്ചപോലെ
മോന്ത വച്ചിരിക്കുന്നത്?" റോസി പതിച്ചിയുടെ കൈയിൽ കടന്നുപിടിച്ചു
കൊണ്ട് ചോദിച്ചു.

ആദ്യമൊക്കെ, 'ഓ ഒന്നുമില്ലെന്നേ,' എന്നു പറഞ്ഞ് അവർ ഒഴിഞ്ഞു
മാറാൻ ശ്രമിച്ചു. എന്നാൽ, റോസി വിടാതെ അവരെ പിടികൂടിയപ്പോൾ
അവളെ കീറിമുറിക്കുന്ന ഒരു നോട്ടത്തോടെ പതിച്ചി പറഞ്ഞു: "നീ സിനി
മേല് അഭിനയിച്ചെന്ന് കേട്ടു. എടീ, ഇതൊക്കെ കർത്താവിന് നിരക്കുന്ന

പണി വല്ലതുമാണോ? നമ്മള് ക്രിസ്ത്യാനികൾക്ക് ഇതൊന്നും പാടില്ലാ
ത്തതല്ലേ. മുമ്പ് കാക്കാരശ്ശീം നാടകോമെന്നൊക്കെ പറഞ്ഞ് നീ നിന്റെ
അപ്പനേം അമ്മേം ശരിക്ക് വിഷമിപ്പിച്ചു. അത് പോരാഞ്ഞിട്ടാണോ ഇപ്പം
സിനിമേന്നും പറഞ്ഞ് ഇറങ്ങിയിരിക്കുന്നത്?"

റോസിയുടെ ഉള്ളിൽ ദേഷ്യം പതഞ്ഞുയർന്നെങ്കിലും തന്നേക്കാൾ
എത്രയോ പ്രായമുള്ള സ്ത്രീയല്ലേ എന്ന ചിന്തയോടെ അവളത് കടിച്ച
മർത്തി. അവൾ പിന്നെ ഒന്നുംതന്നെ പറയാതെ, തെല്ലപ്പുറത്ത് നിൽക്കുന്ന
കുഞ്ഞിയുടെ അടുത്തെത്തി, അവരെയുംകൊണ്ട് തിടുക്കത്തിൽ നടന്ന
കന്നു.

അപ്പോഴും തന്നെക്കുറിച്ച് എന്തൊക്കെയോ മോശമായി പതിച്ചിയും
വറെ ചില പെണ്ണുങ്ങളും പറയുന്നുണ്ടെന്ന് റോസി അറിയുന്നുണ്ടായി
രുന്നു.

പത്ത്

റോസിക്ക് വല്ലാത്ത മടുപ്പ് തോന്നി. എത്ര നേരമാ ഒറ്റയ്ക്കിങ്ങനെ
നിന്ന് പുല്ല് ചെത്തുകയും കാടും പടലും വെട്ടിത്തെളിച്ച് പറമ്പ് വൃത്തി
യാക്കുകയും ഒക്കെ ചെയ്യുന്നത്.

രാവിലെ പണിക്കിറങ്ങാൻ തുടങ്ങിയപ്പോഴാണ് മാലയുടെ അമ്മ
വെളുത്ത വന്ന് പെണ്ണിന് നല്ല ഏനമില്ല, കിടക്കുകയാണെന്നു പറഞ്ഞത്.
ചെന്നുനോക്കിയപ്പോൾ ശരിയാണ്. മേല്കാച്ചിലുണ്ട്. തലേന്ന് മാലയുടെ
ചിറ്റമ്മ വന്നപ്പോൾ, ഒപ്പം എവിടെയോ പോയി പുറത്തുനിന്ന് എന്തോ
പലഹാരം വാങ്ങിക്കഴിച്ചാരുന്നത്രേ. അതിന്റെ പിടിക്കരുതായ്കയാണ്.

അങ്ങനെ തുണയില്ലാതെ ഒറ്റയ്ക്ക് പണിക്ക് പോരേണ്ടിവന്നു. ആരെ
ങ്കിലും മിണ്ടിയും പറഞ്ഞുമിരിക്കാനില്ലെങ്കിൽ പണിക്കെന്ത് രസം. പക്ഷേ,
രസം നോക്കിയിരുന്നാൽ ജീവിതം മുമ്പോട്ട് നീങ്ങില്ലല്ലോ.

റോസി ചുറ്റിനും നോക്കി. ആരുമില്ല. കാര്യസ്ഥൻ ശിവരാമപിള്ള
പണി പറഞ്ഞേല്പിച്ചിട്ട് രാവിലെതന്നെ എങ്ങോട്ടോ പോയതാണ്. ശരി,
അല്പനേരം ഒന്ന് നടുനിവർത്തി എവിടെയെങ്കിലും ഇരുന്നിട്ടുതന്നെ
കാര്യം.

ആറ്റിറമ്പിലുള്ള പുരയിടമാണ്. മേലേവില എന്ന പേരുകേട്ട തറവാ
ട്ടിലെ ജനാർദ്ദനൻ തമ്പി മുതലാളിയുടെ വകയാണ് പുരയിടം. റോസിയും
മാലയും ഇതിനുമുമ്പ് അഞ്ചാറ് തവണ പണിക്ക് വന്നിട്ടുള്ള പുരയിടമാണ്.

ആറ്റിറമ്പത്തെ നല്ല കണ്ണായ മണ്ണ്. പക്ഷേ, തെങ്ങല്ലാതെ കാര്യമായ
കൃഷിയൊന്നുമില്ല. തെങ്ങാണെങ്കിലോ നല്ല കായ്ഫലമുള്ളതും.

ഇവിടെനിന്ന് നോക്കിയാൽ ഒറ്റവീടുപോലും കാണാനില്ല. പുരയിട
ത്തിൽ പല ഭാഗത്തും നല്ല കാട് തന്നെയുണ്ട്.

ആറിന് മുകളിലേക്ക് ശിഖരങ്ങൾ പടർത്തി നിൽക്കുന്ന ഒരു കടമ്പ

മരത്തിന്റെ തായ്ത്തടിയിൽ റോസി വിശ്രമത്തിനായി പുറംചാരിയിരുന്നു. ആറ്റമട്ടയിൽനിന്ന് കാല് വെള്ളത്തിലേക്ക് തൂക്കിയിട്ട് തണുത്ത കാറ്റുമേറ്റ് ഇങ്ങനെ ഇരിക്കാൻ എന്തൊരു സുഖമാണ്.

ഒട്ടുംതന്നെ കലക്കമില്ലാതെ ഒഴുകുന്ന വെള്ളത്തിന് മുകളിലൂടെ കാർവർണ്ണനിറത്തിലുള്ള പൂങ്കുലകൾ തത്തിക്കളിച്ച് വരുന്നുണ്ട്. മണിമരുതിൻ പൂക്കളാണ്. അടുത്തുകിടന്നിരുന്ന ഒരു കമ്പുകൊണ്ട് റോസി ഭംഗിയുള്ള ആ പൂങ്കുലകൾ ആറ്റമട്ടയിലേക്ക് വലിച്ചടുപ്പിക്കാൻ ശ്രമിച്ചു. എന്നാൽ, പൂങ്കുലകളിൽ പിടിത്തംകിട്ടിയെങ്കിലും പിന്നൊരു ചിന്തയിൽ അവൾ ആ ശ്രമം ഉപേക്ഷിച്ചു. പൊയ്ക്കോട്ടെ, ഈ മണിമരുതിൻ പൂക്കൾ ആറ്റുവെള്ളത്തിലൂടെ ശേലിലങ്ങനെ ഒഴുകിപ്പൊയ്ക്കോട്ടെ. റോസി പൂങ്കുലകൾക്ക് കൈവീശി അവയെ യാത്രയാക്കി.

മുമ്പ് ഇവിടെ വന്നപ്പോഴൊക്കെയും ഈ കടമ്പ് മരം നോട്ടമിട്ട് വച്ചിരുന്നതാണ്. ഈ മരത്തേൽ ചാരി സ്വസ്ഥമായി കാറ്റു കൊണ്ടിരിക്കാൻ അന്നൊക്കെ കൊതി തോന്നിയിരുന്നു. പക്ഷേ, ശിവരാമപിള്ളയോ വേറേ തെങ്കിലും കൈയാളന്മാരോ പുരയിടത്തിലെപ്പോഴുമുണ്ടാകും. ഒരു നിമിഷം വെറുതെയിരിക്കാൻ സമ്മതിക്കാത്ത കൂട്ടരാണ്. ഉച്ചയ്ക്ക് ചീനിയോ കഞ്ഞിയോ കഴിക്കാനുള്ള സമയം ഒഴിച്ച് ബാക്കിനേരമത്രയും പണി ചെയ്തുകൊണ്ടേയിരിക്കണം. അല്ലെങ്കിൽ അവരുടെ വക പുളിച്ച തിമിട്ടുകൾ കേൾക്കേണ്ടിവരും.

ഇപ്പോഴേതായാലും നല്ല നേരംതന്നെ.

സ്വന്തമായിട്ട് ആറ്റിറമ്പത്ത് ഇങ്ങനെ ഒരു പറമ്പും അതിലൊരു വീടും വേണം. എങ്കിൽ എന്നും ഇങ്ങനെയൊക്കെ വെള്ളത്തിലോട്ട് കാലും നീട്ടി കാറ്റുമേറ്റ് ഇരിക്കാൻ പറ്റും.

താനൊരു വലിയ സിനിമാനടിയായിക്കഴിയുമ്പോൾ അങ്ങനെ സാധിക്കുമായിരിക്കും. കുറേ സിനിമകളിലൊക്കെ അഭിനയിച്ച് തോനെ രൂപ കിട്ടുമ്പോൾ ഈ ആഗ്രഹം നടന്നേക്കും.

പക്ഷേ, എത്ര വലിയ സിനിമാനടിയായാലും മാർക്കക്രിസ്ത്യാനി ആണെങ്കിലും തിരുവനന്തപുരത്തെ മേലാളന്മാരാരെങ്കിലും അവരുടെ കൈവശമുള്ള ഭൂമി ഒരു പുലയപ്പെണ്ണിന് വില്ക്കുമോ? മേലാളരാരും ഇന്നോളം ഇവിടെ പുലയർക്ക് ഭൂമി വിറ്റ കേൾവിയില്ല.

എന്നാലും മനസ്സ് പറയുകയാണ്. താൻ വലിയ സിനിമാനടിയായി മാറുമ്പോൾ മേലാളർക്ക് തന്നെ കണ്ടുകണ്ടങ്ങ് ഇഷ്ടംതോന്നി പുലയി ആണെന്ന അവജ്ഞയും നിന്ദയുമെല്ലാം മാറിയേക്കും. റോസിയെന്ന നല്ല കലാകാരിയുടെ കലയുടെ അത്ഭുതംകൊണ്ട് ജാതീടെ തീണ്ടലൊക്കെ അലിഞ്ഞില്ലാതാകും.

ഇങ്ങനൊക്കെ സംഭവിക്കണമെങ്കിൽ ഇനിയും സിനിമ ഈ നാട്ടിൽ സംഭവിക്കേണ്ടേ? താനിതിൽ അഭിനയിക്കേണ്ടേ?

ഇപ്പൊത്തന്നെ, താനൊരു സിനിമയിലഭിനയിച്ചത് എത്രയോ

മുമ്പെങ്ങോ നടന്നത് പോലായിക്കഴിഞ്ഞു. അവൾ മനസ്സിൽ കണക്കു കൂട്ടി നോക്കി. മേടത്തിലാണ് സിനിമ തീർന്നത്. ഇതിപ്പം ചിങ്ങം. ഏതാണ്ട് മൂന്ന് മാസങ്ങൾ കഴിഞ്ഞിരിക്കുന്നു.

പക്ഷേ, മൂന്നു മാസങ്ങളല്ല, മൂന്ന് വർഷങ്ങൾക്കപ്പുറത്ത് എന്നോ നടന്ന പോലെയായിരിക്കുന്നു തന്റെ സിനിമാഭിനയം. ഒരു സിനിമാനടി യായി എന്നതിന്റെ യാതൊരു അടയാളങ്ങളും തന്നിലിപ്പോൾ കാണാ നില്ല. ദേഹമാകെ വിയർപ്പിന്റെ ഒട്ടലുമായി മുൾപ്പടർപ്പുകളിൽ കൈയും കാലും മുറിഞ്ഞ് ചോര പൊടിഞ്ഞ്, അരിവാളും മൺവെട്ടിയുമൊക്കെ യായി നില്ക്കുന്ന ഈ പെണ്ണ് തന്നെയാണോ *വിഗതകുമാരൻ* എന്ന സിനി മയിലെ നായികയായത്. തനിക്ക് തന്നെ വിശ്വസിക്കാൻ പ്രയാസം തോന്നു ന്നു.

"ആഹാ, സുഖപരിപാടികള് തന്നെ." പെട്ടെന്ന് പുറകിൽനിന്ന കനത്ത സ്വരം കേട്ട് റോസി ഞെട്ടിപ്പിടഞ്ഞു. ദൈവമേ, ശിവരാമപിള്ള. നടന്നടുത്തു വരുന്ന കാലൊച്ചകൂടി കേട്ടില്ലല്ലോ.

"കൊള്ളാമല്ലോടീ പെണ്ണേ പരിപാടി. ഒന്ന് കണ്ണ് തെറ്റിയപ്പോഴേക്ക് വേലക്കള്ളിയായി ഇല്ലേ? ആറ്റിലോട്ട് കാലും നീട്ടി തമ്പ്രാട്ടിയായിട്ടാണല്ലോ ഇരിപ്പുകള്?"

റോസി ആകെ ചൂളിവലിഞ്ഞ് എഴുന്നേറ്റു: "അത് പിന്നെ... വല്ലാ ത്തൊരു ക്ഷീണം തോന്നിയപ്പോ..."

"ഉം! ഇത്തരം വേലക്കള്ളിത്തരം ഇറക്കിയാലൊണ്ടല്ലോ. നീ വിവര മറിയും." ശിവരാമപിള്ള തിമിട്ടി.

റോസി വേഗംതന്നെ അരിവാളുമായി അവൾ പണി ചെയ്തുകൊ ണ്ടിരുന്ന ഭാഗത്തേക്ക് നടന്നുതുടങ്ങി. ഇയാളോട് മറുപടി പറഞ്ഞാൽ എങ്ങുമെത്തില്ല. അപ്പോൾ പിള്ള വിളിച്ചു. "നിക്ക്, നിക്ക്. നീയിപ്പം അരി വാളൊക്കെ താഴെയിട്. നിനക്ക് വേറൊരു കൂട്ടം പണിയൊണ്ട്. എന്റെ കൂടെയിങ്ങ് വാ."

അവൾ അമ്പരന്നു. ഇനി വേറൊരു പണിയെന്താണോ ആവോ. ശിവ രാമപിള്ളയുടെ പുറകെ റോസി നടക്കവേ അയാൾ പറഞ്ഞു: "എടീ ആ പുരയിടത്തിലുള്ള തേങ്ങാപ്പുര മാളിക നീ കണ്ടിട്ടില്ലേ? അതൊന്ന് അടി ച്ചുവാരണം. കുറേ നാളായി അവിടൊക്കെ ചൂലൊന്നോടിയിട്ട്. എങ്ങാനും തമ്പിയങ്ങുന്ന് ഇവിടേക്ക് ഒന്ന് വന്നാല്. നടു നീർക്കണമെങ്കില് ആകെ കുഴയും."

റോസി മുമ്പു വന്നിട്ടുള്ളപ്പോഴൊക്കെ കണ്ടിട്ടുള്ളത് തന്നെയാണ് തേങ്ങാപ്പുര മാളിക. പുരയിടത്തിന്റെ വേറൊരു കോണിലാണ് മാളികയി രിക്കുന്നത്. പ്രധാനമായും തേങ്ങാ കൂട്ടിയിടാനുള്ള ഒരു പുരയാണത്. ഒപ്പം വെട്ടുകല്ലുകൊണ്ട് തീർത്ത, അടച്ചുകെട്ടുള്ള രണ്ട് മുറികളുണ്ട്. ഇന്നു വരെ അതിനകത്ത് കയറിയിട്ടില്ല.

മാളികയുടെ മുമ്പിലെത്തിയപ്പോൾ പിള്ള നീട്ടി ഒന്ന് മുറുക്കിത്തുപ്പി

യിട്ട് പറഞ്ഞു: "ദാ ചൂലിവിടൊണ്ട്. എല്ലാം നന്നായിട്ടൊന്ന് അടിച്ചുവാരി വൃത്തിയാക്കണം. തീരുമ്പം എന്നോട് വന്ന് പറഞ്ഞാ മതി."

റോസി ഉവ്വെന്ന് തലയാട്ടി. അവൾ ചൂലുമായി മാളികപ്പുരയിലേക്ക് കയറി.

മുറികളിൽ നിറയെ പൊടിയും മാറാലയും തന്നെ. അവൾ ചൂലന ക്കിത്തുടങ്ങിയതും പൊടി പാറിത്തുടങ്ങി. മൂക്കിലും കണ്ണിലും കുമുകു മാന്ന് പൊടി കയറിയെങ്കിലും അവൾ അങ്ങേയറ്റം സൂക്ഷ്മതയോടെ വൃത്തിയാക്കൽ നടത്തി.

ശിവരാമപിള്ള ഇനി ഒരുവട്ടം കൂടി താൻ വേലക്കള്ളിയാണെന്ന് പറ യാനിടവരുത്തരുത്. അങ്ങേരുടെ വായിലിരിക്കുന്ന ചീത്ത കേൾക്കാൻ വയ്യ. ചീത്ത പറയുന്നത് തന്നെയല്ല, വിരോധം വന്നാൽ ചിലപ്പോ തനിക്ക് ഇവിടത്തെ പണി തരുന്നതുതന്നെ നിർത്തിക്കളയും.

ഒരു മുറിയിൽ കട്ടിലും രണ്ട് കസേരയും ഉണ്ട്. തമ്പിയങ്ങുന്ന് വല്ല പ്പോഴും വരുമ്പോൾ വിശ്രമിക്കുന്ന മുറിയായിരിക്കും. റോസി കട്ടിലിലെ വിരിപ്പൊക്കെ പൊടിതട്ടിക്കളഞ്ഞ് വൃത്തിയാക്കി വീണ്ടും വിരിച്ചിട്ടതും മുറിക്ക് പുറത്ത് ഒരു കാല്പെരുമാറ്റം കേട്ടു. ആരെന്ന് തിരിഞ്ഞുനോക്കും മുമ്പെ, അവൾ കേട്ടു. "കട്ടിലും കിടപ്പുമുറിയുമൊക്കെ നന്നായി വൃത്തി യാക്കിയിട്ടുണ്ടല്ലോ. പറ്റിയ സമയത്ത് തന്നെ ഞാനെത്തി അല്ലേ? നേരെ കിടന്നാൽ മതിയല്ലോ."

വാതിലിൽ ചാരി ജനാർദ്ദനൻ തമ്പിയങ്ങുന്ന്!

തല അല്പം ചരിച്ച് പിടിച്ച് ചുണ്ടുകളിൽ ഒരമർന്ന ചിരിയുമായി നില്ക്കുകയാണ് അദ്ദേഹം. മുമ്പൊരിക്കൽ മാത്രമേ റോസി തമ്പിയെ കണ്ടി ട്ടുള്ളൂ. റോഡിലൂടെ ഒരു വില്ലുവണ്ടിയിൽ തമ്പി സഞ്ചരിക്കുമ്പോളായി രുന്നു അത്. മാലയാണ് അത് ജനാർദ്ദനൻ തമ്പിയാണെന്ന് ചൂണ്ടിക്കാട്ടി യത്. വില്ലുവണ്ടിയിൽ ഇരിക്കുകയായിരുന്നിട്ടുകൂടി തമ്പി എത്രത്തോളം ആജാനുബാഹുവായ ഒരാളാണെന്ന് റോസി അന്ന് അമ്പരന്നിരുന്നു.

ഇപ്പോൾ ഇത്രയും അടുത്ത് കാണുമ്പോൾ ആ ശരീരത്തിന്റെ വലിപ്പം ഇരട്ടിച്ചതുപോലെ. ഒരു ഉത്തരീയംകൊണ്ട് അല്പം മാത്രം മറഞ്ഞ, വിശാ ലമായ നെഞ്ചിലെ കറുത്ത രോമങ്ങളുടെ നിബിഡമായ നിര ആ ശരീര ത്തിന്റെ വന്യമായ ശൗര്യം വർദ്ധിപ്പിച്ചിരിക്കുന്നു.

റോസിയുടെ സംഭ്രമത്തോടെയുള്ള നോട്ടം കണ്ട് തമ്പി കട്ടിമീശ ഒന്ന് തടവിക്കൊണ്ട് ചിരിച്ചു. "പേടിക്കേണ്ട, ഇതാ ഞാനാ, ജനാർദ്ദനൻ തമ്പി. ഈ പുരയിടത്തിന്റെ ഉടമസ്ഥൻ."

റോസി നിന്ന നിലയിൽതന്നെ നിന്നു. എന്താണ് പറയേണ്ടത്, ചെയ്യേ ണ്ടതെന്നറിയാതെ അവൾ വിഷമിച്ചു. ജീവിതത്തിലാദ്യമായാണ് ഇത്ര വലിയ ഒരു മേലാളപ്രമാണിയുടെ നേരെ മുമ്പിൽ നില്ക്കുന്നത്. പണിക്ക് പോകുമ്പോഴൊക്കെ ആരും മേലാളന്മാരെ അങ്ങനെ നേരെ മുമ്പിൽ കാണാറില്ല. കാര്യസ്ഥന്മാരാണല്ലോ പണി പറയുന്നതും കൂലി തരുന്നതും.

ദൈവമേ, തമ്പിയങ്ങുന്ന് ഇപ്പോഴിവിടെ വരുമെന്ന് ആ പിള്ളയണ്ണൻ ഒരു സൂചനപോലും തന്നതുമില്ല.

തമ്പി മുറിയിലേക്ക് കാലെടുത്തുവച്ചുകൊണ്ട് പറഞ്ഞു: "നീ വെപ്രാ ളപ്പെടുകയൊന്നും വേണ്ട. എനിക്കങ്ങനെ തീണ്ടലും തൊടീലുമൊന്നു മില്ല. പ്രത്യേകിച്ച് സുന്ദരിപ്പെണ്ണുങ്ങളുടെയടുത്ത്."

തമ്പി ഒന്ന് കുലുങ്ങിച്ചിരിച്ചു. അപ്പോൾ അയാളുടെ കുടവയർ വല്ലാതെ തുള്ളിത്തുളുമ്പി.

"റോസമ്മേന്നല്ലേ പേര്?"

അവൾ അതെയെന്ന് തലയാട്ടി.

"സിനിമാ നടി റോസി. ഹ... ഹ.. കൊള്ളാം, കൊള്ളാം. സിനിമാ നടി റോസി എന്റെ കിടപ്പുമുറി വൃത്തിയാക്കിയിരിക്കുന്നു. ഗംഭീരം"

തമ്പി സാവധാനം നടന്ന് കട്ടിലിലിരുന്നു. അപ്പോഴേക്ക് റോസി വേഗം മുറിയിൽനിന്ന് പോകാൻ ഭാവിച്ചു. ഒന്ന് മിടയിറക്കി അവൾ ശബ്ദിച്ചു. "അങ്ങുന്നേ, മുറിയിലെ പണി കഴിഞ്ഞു. ഇനി പോകട്ടോ?"

"ഏയ്, നില്ല് നില്ല്. ഞാൻ പറഞ്ഞല്ലോ. എനിക്ക് തീണ്ടലും തൊടീ ലുമില്ലെന്ന്. അതും ഒരു സിനിമാനടി സുന്ദരിയുടെ അടുത്ത്. ഞാൻ റോസീടെ സിനിമാക്കാര്യമൊക്കെ ആരോ പറഞ്ഞ് കേട്ടിരുന്നു. പക്ഷേ, അപ്പോഴൊന്നും ഇത്ര സുന്ദരിയാണെന്ന് അറിഞ്ഞിരുന്നില്ല."

റോസിക്ക് തന്റെ മുഖം വല്ലാതെ കോച്ചിവലിക്കുന്നതുപോലെ തോന്നി.

"നീ ഇങ്ങു വരണം." തമ്പി കൈയുയർത്തി വിളിച്ചു.

"റോസി അറച്ചറച്ച് നിന്നു.

"എടീ വരാനല്ലേ പറഞ്ഞത്." തമ്പിയുടെ സ്വരം മൂർച്ചയുള്ള കത്തി കൾപോലെ അവളുടെ നേരെ പാഞ്ഞു വന്നു.

തമ്പി കട്ടിലിൽനിന്ന് എഴുന്നേറ്റു. പിന്നെ അവളുടെ മുഖത്തേക്ക് ഒന്ന് നോക്കി. ആഴങ്ങളിലേക്ക് തറഞ്ഞുകയറുന്ന നോട്ടം. തുടർന്ന് ആ നോട്ടം അവളുടെ ശരീരത്തിലെ യൗവനത്തിന്റെ അഹങ്കാരങ്ങളിലൂടെ ഉന്മത്ത മായി താഴേക്കിറങ്ങി.

ഞൊടിയിടയ്ക്കുള്ളിൽ അത് സംഭവിച്ചു. തമ്പിയുടെ ബലിഷ്ഠമായ കൈകൾ റോസിയുടെ ശരീരത്തെ പൂണ്ടടക്കം വരിഞ്ഞു. മുറുക്കി. പിന്നെ അവളുടെ ശരീരത്തെ കട്ടിലിലേക്ക് കോരിയിടൽ.

റോസിയുടെ തൊണ്ടയിൽ ഒരു നിലവിളി ഭ്രാന്തമായി ചിറകിട്ടടിച്ചു. ഒരു നിമിഷം അവളാകെ തളർന്ന് പോയെന്ന് തോന്നിയെങ്കിലും അടുത്ത നിമിഷം അവൾ ചാടിയെഴുന്നേറ്റു.

"ഇല്ല. ഇല്ല. എന്നെ ഒന്നും ചെയ്യരുത്." റോസി ചീറി.

തമ്പി തന്റെ ഇടതുകരംകൊണ്ട് അവളുടെ വലതുകൈ കടന്നെടുത്തു. വന്യമായ ഒരു മുറുക്കത്തിൽ റോസി പിടഞ്ഞമർന്നു.

കാമം ചീറ്റിയൊഴുകുന്ന സ്വരത്തോടെ തമ്പി പറഞ്ഞു. "റോസമ്മേ,

എനിക്ക് നിന്നെ വല്ലാതിഷ്ടമായി. നീ ഒട്ടും വിഷമിക്കേണ്ട. ഞാൻ നിനക്ക് പൊന്നും പണവും മണ്ണുമൊക്കെ തരാം."

"ഒന്നും വേണ്ടങ്ങുന്നെ.. എനിക്കാവില്ല. ഞാൻ അങ്ങനത്തെ പെണ്ണല്ല."

റോസിയുടെ വാക്കുകൾ ചിലമ്പി.

"എടീ പെണ്ണേ, സിനിമാ നടീം നാടക നടീന്നുമൊക്കെ പറഞ്ഞാ. എന്തരാന്ന് എനിക്കറിയാം. പാണ്ടിനാട്ടിലും ബോംബേലുമൊക്കെ സിനിമാ നടികൾ എങ്ങനെയാ ജീവിക്കുന്നതെന്ന് എനിക്കറിയില്ലെന്ന് കരുതരുത്. നന്നായി കിടന്ന് കൊടുക്കുന്ന പെണ്ണുങ്ങളേ നടികളാകൂ. നീയും ഇവിടെ സിനിമ പിടിക്കുന്ന ആ നാടാർ പയ്യന് കിടന്നുകൊടുത്തിട്ടുണ്ടെന്ന് എനിക്കറിയാം."

റോസി ദീനമായി പറഞ്ഞു: "അല്ലങ്ങുന്നേ, അങ്ങുന്ന് കരുതുംപോലെ ഒന്നുമുണ്ടായിട്ടില്ല. ഏഴക്കുടീലെയാണെങ്കിലും മാനം കളഞ്ഞ് ഒരു പണിയും ഇതുവരെ ചെയ്തിട്ടില്ല."

"വേ." തമ്പി പുച്ഛത്തോടെ ചിരിച്ചു. "സിനിമാ നടീന്ന് വച്ചാ പിന്നെ ശീലാവതിയല്ലേ. എടീ പെണ്ണേ ജാടകള് എറക്കാൻ നിക്കാതെ എന്റെ കൂടെ വന്ന് കെടക്കാൻ നോക്ക്. എത്ര തമ്പുരാട്ടിമാർ വരെ എന്റെ കൂടെ കെടക്കാൻ കൊതിക്കുന്നുണ്ടെന്നറിയാമോ? നീ ഒന്നുവന്ന് കെടന്ന് നോക്ക്. അപ്പഴറിയാം അതിന്റെയൊരു രസം."

ഇയാൾ തന്നെ മനസ്സോടെ വെറുതെ വിടില്ല. റോസിക്ക് ഉറപ്പായി. കാമംകൊണ്ട് ഇയാളുടെ നില തെറ്റിയിരിക്കുകയാണ്. ഇയാളുടെ കൈപ്പിടിയിൽനിന്ന് രക്ഷ നേടണമെങ്കിൽ തന്റെ ശക്തികൊണ്ട് ഒരു നിവൃത്തിയുമില്ല. ഉപായം പ്രയോഗിക്കുക മാത്രമേ വഴിയുള്ളൂ.

റോസി പെട്ടെന്ന് തമ്പിയെ നോക്കി ഒന്ന് മന്ദഹസിച്ചു. അവൾ തന്റെ സ്വതന്ത്രമായ ഇടതുകൈ സാവധാനം അയാളുടെ മുഖത്തേക്ക് അടുപ്പിച്ചു. അവളുടെ കൈത്തലം അയാളുടെ വടിച്ചുനിർത്തിയ മുഖത്തിന്റെ പരുപരുപ്പിലൂടെ ഇക്കിളിപൂട്ടി ചലിച്ചുതുടങ്ങി.

തമ്പി അത്ഭുതത്തോടെ അവളെ നോക്കി. അയാളുടെ മുഖത്ത് ശൃംഗാരം വഴിയുന്ന ഒരു ചിരി വിടർന്നു.

"ഞാ, അപ്പോ പെണ്ണിന് കാര്യമൊക്കെയറിയാം. പിന്നെ വെറുതെ നമ്മളെ ഒന്ന് വെറിപിടിപ്പിക്കാൻ വേണ്ടിയുള്ള വേലത്തരമായിരുന്നു മുമ്പേ അല്ലേ?"

റോസി ഒന്ന് കുഴഞ്ഞാടിക്കൊണ്ട് ഇക്കിളിയൂട്ടുന്ന സ്വരത്തിൽ പറഞ്ഞു. "ഓ, തമ്പിയങ്ങുന്ന് ഇങ്ങനങ്ങ് പുലിപോലെ ചാടിവീണാ പേടിച്ചുപോവില്ലേ. പിന്നെ... അങ്ങുന്ന് എന്റെ കൈയേല് പിടി ഒന്ന് വിടണേ. എന്റെ കൈ ഒടിയാറായി. എന്തൊരു ബലമാ അങ്ങുന്നിന്റെ കൈയ്ക്ക്."

തമ്പി രസം കയറിയ മട്ടിൽ ചിരിച്ചു. "ഹോ നീ ഈറ്റപ്പുലിയെപ്പോലെ ചീറുമ്പോ എനിക്ക് നിന്നെ മുറുകെ പിടിക്കാതിരിക്കാൻ പറ്റുമോ? ശരി, ദാ കൈ വിട്ടേക്കാം. വാ കട്ടിലിൽ കിടക്കാം."

അടുത്ത നിമിഷം റോസി തമ്പിയുടെ കൈപ്പിടിയിൽനിന്ന് സ്വതന്ത്ര
യായി. റോസി തനിക്ക് പൂർണ്ണയായി വഴങ്ങിയെന്ന വിശ്വാസത്തിൽ തമ്പി
യുടെ ശരീരം മൊത്തത്തിൽ ഒന്നയഞ്ഞു. അയാൾ കട്ടിലിലേക്ക് സുഖക
രമായി ഒന്നമർന്നു.

റോസിക്ക് ആ ഒരൊറ്റ നിമിഷം മതിയായിരുന്നു. നിന്ന നില്പിൽ
അവളുടെ കാലുകൾ ഒന്നുയർന്ന് വെട്ടിത്തിരിഞ്ഞു. അടുത്ത നിമിഷം
അവൾ മുറിക്ക് പുറത്തേക്ക് പാഞ്ഞു.

"എടീ, കൂത്തിച്ചി പൊലയാടി മോളേ..." തമ്പി അലറിക്കൊണ്ട് അവ
ളുടെ പിന്നാലെ കുതിച്ചു. പക്ഷേ, അയാളുടെ കൂറ്റൻ ശരീരത്തിന് എത്തി
പ്പിടിക്കാൻ കഴിയുന്നതിനുമപ്പുറത്തായിരുന്നു അവളുടെ കനം കുറഞ്ഞ
ശരീരത്തിന്റെ വേഗം.

റോസി ആറ്റിൻകര ലക്ഷ്യമാക്കിയാണ് ഓടിയത്. ആറ്റിൻ മട്ടയിലെ
ത്തിയതും അവൾ ഒരു നിമിഷം നിന്നു ആഴമില്ലാത്ത നീരൊഴുക്കേയുള്ളൂ.
അവൾ ആറ്റിലേക്ക് എടുത്തുചാടി. ആറിന്റെ നടുഭാഗത്തുപോലും
അരയ്ക്ക് താഴെ വെള്ളമേയുള്ളൂ അതിനാൽ ഏറെ വിഷമിക്കാതെ അവൾ
മറുകരയിലെത്തി.

മറുകരയിൽ നിറഞ്ഞ കൈതപ്പൊന്തകൾക്കിടയിൽനിന്നുകൊണ്ട്
അവൾ പുറകോട്ട് തിരിഞ്ഞുനോക്കി. അക്കരെ തമ്പി കോപാക്രാന്തനായി
നില്ക്കുന്നു. ഒപ്പം പിള്ളയുമുണ്ട്. രണ്ടാളും തന്നെ ചൂണ്ടി എന്തൊക്കെയോ
പറയുന്നുണ്ട്.

അടുത്ത നിമിഷംതന്നെ റോസി കൈതക്കാടിനിടയിൽനിന്ന് പുറ
ത്തേക്ക് കടക്കാൻ ശ്രമിച്ചു. കൈതമുള്ളുകൾകൊണ്ട് അവളുടെ മുഖവും
കൈകാലുകളും വരഞ്ഞ് ചോര പൊടിഞ്ഞു. പക്ഷേ, റോസിക്ക് ആ വേദ
നയൊന്നും അല്പംപോലും അനുഭവപ്പെട്ടില്ല. അവളുടെ ശരീരമാകെ
ഭ്രാന്തമായ ഒരു കുതിക്കലിന്റെ വരുതിയിലായിരുന്നു. ആ കുതിക്കലിന്റെ
കരുത്ത് അവളെ മറ്റെല്ലാ വേദനകളിൽനിന്നും മോചിപ്പിച്ചു.

കൈതക്കാടിൽനിന്നും ഊർന്ന് കയറിയ റോസിയുടെ മുമ്പിൽ വിശാ
ലമായ ഒരു തെങ്ങിൻതോപ്പ് തെളിഞ്ഞു. അവൾ വീണ്ടും ഓടി. ഏതാനും
നിമിഷങ്ങൾ കഴിഞ്ഞപ്പോൾ അവൾ ഒരു പൊതുനിരത്തിലെത്തി. ഒരു
കാളവണ്ടി കടന്നുപോകുന്നുണ്ടായിരുന്നു. തെല്ലപ്പുറം രണ്ടു മൂന്ന് കട
കൾ കണ്ടു. അവിടെവിടെയായി കുറച്ച് ആളുകളും നില്ക്കുന്നുണ്ട്.

റോസി ഓട്ടം നിർത്തി. ഒന്ന് ശ്വാസം വലിച്ചുവിട്ടിട്ട് അവൾ സാവ
ധാനം നടക്കാൻ തുടങ്ങി. എങ്കിലും ഓട്ടത്തിന്റെ കിതപ്പ് അവളുടെ ശരീ
രത്തെ അനുധാവനം ചെയ്തു.

വെള്ളത്തിൽ നനഞ്ഞൊട്ടിപ്പിടിച്ച അവളുടെ ഉടുമുണ്ടും മണ്ണും
ചെളിയും പുരണ്ട് അവിടവിടെ ചോര പൊടിഞ്ഞ ശരീരവും പലരു
ടെയും നോട്ടം അവളിലേക്ക് ആകർഷിച്ചു. ചിലരൊക്കെ അവളുടെ നേരെ
കൈകൾ ചൂണ്ടി എന്തൊക്കെയോ പറഞ്ഞ് ചിരിച്ചു.

റോസിയുടെ കണ്ണുകളിലേക്ക് അത്തരം ചലനങ്ങളൊക്കെ കടന്നു വന്നുവെങ്കിലും അതൊന്നും അല്പംപോലും അവളുടെ മനസ്സിലേക്ക് ആഴ്ന്നിറങ്ങിയില്ല.

ഒരുതരം തരിപ്പിലായിരുന്ന മനസ്സിന്, റോസിയുടെ ശരീരത്തിനായി കുടിലിലേക്കുള്ള വഴി കണ്ടെത്തുക എന്ന ദൗത്യം മാത്രമേ ഉണ്ടായിരു ന്നുള്ളൂ. റോസി ഇപ്പോൾ നടക്കുന്ന നിരത്ത് അവൾക്ക് തീരെ പരിചയമി ല്ലാത്ത ഒന്നായിരുന്നു.

എങ്കിലും തന്റെ കുടിലിലേക്കുള്ള വഴിയുടെ സമീപങ്ങളിലെത്താൻ എങ്ങോട്ടാണ് നടക്കേണ്ടതെന്ന് അവൾക്ക് ആരോടും ചോദിക്കേണ്ടതി ല്ലായിരുന്നു. തിരിച്ചറിയാനാകാത്ത ഒരു ദിശാബോധം അവളുടെ മനസ്സിന്റെ ഉള്ളറകളിൽനിന്ന് അവളുടെ കാൽച്ചുവടുകളെ നയിച്ചുകൊണ്ടിരുന്നു.

ഉച്ചയോടെ റോസി കുടിലിലെത്തി. അവിടെ ആരുംതന്നെയില്ലായി രുന്നു. ഭാഗ്യത്തിന് അയൽപക്കത്തും അവളെ ആകെ വശക്കേട് പിടിച്ച ഈ നിലയിൽ കാണാനായി ആരും പുറത്തെങ്ങും നില്പില്ലായിരുന്നു.

കുറേനേരം റോസി വന്നപാടെ തന്നെ പായയിൽ കിടന്നു. എപ്പോഴോ വിശപ്പിന്റെ കൂർത്ത നഖങ്ങൾ അവളെ മാന്താൻ തുടങ്ങി. അപ്പോഴാണ് റോസി ഓർത്തത്. ഉച്ചയ്ക്കിവിടെ ഒന്നും കഴിക്കാനില്ല. രാവിലെ താൻ കൊണ്ടുപോയ കഞ്ഞിയും ചോറ്റുപാത്രവും തമ്പിയുടെ പുരയിടത്തിലെ വിടെയോ കിടക്കുകയാണ്.

എത്രയോ കാലമായി കൊണ്ടുനടന്നിരുന്ന ചോറ്റുപാത്രമാണ്. അപ്പൻ, ചേച്ചിയുടെ കല്യാണസമയത്ത് പുത്തൻ ഒരു മുണ്ടിനും റൗക്കത്തുണിക്കും ഒപ്പം ചന്തയിൽനിന്ന് വാങ്ങിത്തന്നതാണ് ആ പാത്രം. ഇനിയാ പുരയിട ത്തിൽ പോയി അതെടുക്കാനാവില്ല.

റോസി, ഇപ്പോൾ, ഇപ്പോൾ ആദ്യമായി തമ്പിയുടെ ബലാല്ക്കാരശ മത്തിനുശേഷം കരഞ്ഞു. തന്റെ അരുമയായിരുന്ന ചോറ്റുപാത്രം അത്ര നിസ്സഹായമായി ഉപേക്ഷിക്കേണ്ടിവന്നല്ലോ എന്നോർത്ത്, തന്നെപ്പോലെ ഒരു ഏഴപ്പെണ്ണിന് ഏറെ പ്രിയപ്പെട്ട ഒരു കുഞ്ഞുസാധനം നഷ്ടപ്പെട്ടാൽ പോലും ഒന്നും ചെയ്യാനാവില്ലല്ലോ എന്നോർത്ത്.

കാക്കാലത്തിയുടെയും പാർവ്വതിയുടെയും വേഷങ്ങളിൽ എത്രയെത്ര തവണ അവൾ കൊടിയ ദുഷ്ടന്മാരെ ഉന്മൂലനം ചെയ്തിരിക്കുന്നു. ഒരു പെണ്ണിന്റെ ആളത്വത്തിന് യാതൊരു വിലയും കല്പിക്കാതെ അവളെ തങ്ങ ളുടെ വെറുമൊരു കാമകളിപ്പാട്ടം മാത്രമായി കരുതി ആക്രമിക്കാൻ വരുന്ന കിരാതന്മാരെ പ്രപഞ്ചം നടുങ്ങുംവിധമുള്ള പൊട്ടിത്തെറിക്കുന്ന വാഗ്ധോ രണിയും ശാപശക്തിയുംകൊണ്ട് അവൾ തട്ടിൽ നേരിട്ടിട്ടുണ്ട്. ഇപ്പോൾ ജീവിതത്തിൽ അത്തരമൊരു സന്ദർഭം വന്നപ്പോൾ, ഓടി രക്ഷപ്പെടാന ല്ലാതെ മറ്റൊന്നും ചെയ്യാനില്ല. മനസ്സുകൊണ്ട് സ്വയമറിയാതെ താനയാളെ ശപിച്ചിട്ടുണ്ട്. പക്ഷേ, തന്നെപ്പോലൊരു പാവപ്പെട്ട പെണ്ണിന്റെ ഉള്ള് നൊന്താലോ അതിൽ നിന്നൊരു ശാപം പുറപ്പെട്ടാലോ തമ്പിയെപ്പോലുള്ള പ്രമാണികൾക്ക് എന്ത് സംഭവിക്കാനാണ്.

വിശന്ന് കുടൽ കരിയുമെന്ന് തോന്നിയപ്പോൾ, അവൾ കുറേ പച്ച വെള്ളം കുടിച്ചു. എന്നാൽ, അത് വിശപ്പിന്റെ തീയെ ആളിക്കത്തിച്ചതേ യുള്ളൂ എന്നവൾക്ക് തോന്നി.

പതിനൊന്ന്

ജനാർദ്ദനൻ തമ്പിയിൽനിന്ന് തനിക്കുണ്ടായ ദുരനുഭവത്തെപ്പറ്റി റോസി പൗലോസിനോടോ കുഞ്ഞിയോടോ യാതൊന്നും പറഞ്ഞില്ല. പറ ഞ്ഞത് മാലയോട് മാത്രം. പിറ്റേന്ന്.

റോസിക്ക് ലൂവിക്ക വലിയ ഇഷ്ടമാണെന്നറിയാവുന്ന മാല എവിടെ നിന്നോ കിട്ടിയ കുറേ ലൂവിക്കയുമായി വന്നതായിരുന്നു. കുടിലിൽ അവൾ രണ്ടുപേരും മാത്രമേ ഉണ്ടായിരുന്നുള്ളൂ.

മാല ലൂവിക്കകൾ ഒരു തോർത്തിൽ പൊതിഞ്ഞുകെട്ടിക്കൊണ്ടാണ് വന്നത്. വന്നപാടേ ഒരു കള്ളച്ചിരിയോടെ മാല പറഞ്ഞു: "എടീ നീയൊന്ന് എഴുന്നേറ്റേ. കണ്ണടയ്ക്ക് വായും തുറക്ക്."

പായയിൽ ചുരുണ്ടുകൂടി കിടക്കുകയായിരുന്ന റോസി ഉദാസീനത യോടെ ചോദിച്ചു 'മ് എന്തരിന്?'

"എടീ സിനിമാ നടീ, എന്തരിനെന്നറിഞ്ഞാലേ നീ എഴുന്നേല്ക്കുക യുള്ളോ? ആഹാ, എങ്കി അതൊന്നു കാണണം." മാല റോസിയുടെ ഇടു പ്പിൽ കൈയൊടിച്ച് അവളെ തെരുതെരെ ഇക്കിളി കൂട്ടി.

"മണ്ടേ നീ കൈ മാറ്റടീ, ഞാനെണീക്കാം." റോസി ഒന്ന് കോട്ടുവാ യിട്ടു കൊണ്ട് പായയിൽനിന്ന് മൂരി നിവർത്തി. മൺഭിത്തിയിൽ ചാരിയി രുന്നു.

"ആ, അങ്ങനെ മര്യാദയ്ക്ക് വാ." മാല റോസിയുടെ ചാരേ ഇരുന്നു കൊണ്ട് പറഞ്ഞു: "മ്, ഇനി നീ കണ്ണടയ്ക്ക, വായ തുറക്ക്."

റോസി മാലയെ അനുസരിച്ചു. മാല തന്റെ കൈയിലുള്ള തോർത്ത് കെട്ടഴിച്ച് രണ്ട് ലൂവിക്ക റോസിയുടെ വായിലേക്കിട്ടു.

എന്നാൽ, റോസിയിൽ ഈ നിമിഷം ഉണ്ടാകുമെന്ന് മാല പ്രതീക്ഷിച്ച അത്ഭുതവും ആഹ്ലാദവുംകൊണ്ടുള്ള ചിരിയും ബഹളവും ഒന്നും റോസി യിൽ കാണാനായില്ല.

റോസി കണ്ണുകൾ തുറന്നു. ലൂവിക്ക വായിലിട്ട് നുണയവേതന്നെ അവളുടെ മുഖത്ത് ഒരു സന്തോഷഭാവവും സ്ഫുരിച്ചില്ല.

മാല അമ്പരപ്പോടെ റോസിയുടെ കൈയിൽ പിടിച്ചുകൊണ്ട് ചോദിച്ചു. "പെണ്ണേ, നീയെന്തിനാ നഞ്ച് വിഴുങ്ങിയ മാതിരി. നിന്റെ വായിൽ ലൂവിക്കയാ ഞാനിട്ടത്. നഞ്ചല്ല."

ഏതാനും നിമിഷങ്ങൾ കഴിഞ്ഞ് റോസിയിൽനിന്ന് തലേനാളിലെ അവളുടെ ദുരനുഭവത്തിന്റെ കഥ കേട്ടതോടെ മാല തരിച്ചിരുന്നു പോയി.

പിന്നെ, രണ്ടു കൂട്ടുകാരികളും കൂടി ഒരു തീരുമാനത്തിലെത്തി,

ആരോടും ഇക്കാര്യം പറയണ്ട. പറഞ്ഞിട്ടൊരു ഗുണവുമില്ല. ജനാർദ്ദനൻ തമ്പിയോടൊന്നും തങ്ങളെപ്പോലുള്ളവർക്ക് എതിരിട്ടു നിന്ന് ജയിക്കാനാവില്ല. തമ്പിയെക്കുറിച്ച് തങ്ങൾ പഴി പറയുന്നത് മറ്റാരെങ്കിലും കേട്ടാൽ തന്നെ, റോസിക്ക് വീണ്ടും ദേഷ്യമുണ്ടാകാൻ വഴിയുണ്ട്. അതിനാൽ നടന്നതിനെക്കുറിച്ച് പൂർണ്ണ മൗനം പാലിക്കുക മാത്രമേ ചെയ്യാനുള്ളൂ.

അടുത്തദിവസങ്ങളിൽ റോസി വീണ്ടും മാലയ്ക്കൊപ്പം പറമ്പുകളിലെ പണിക്ക് പോയിത്തുടങ്ങി.

ഒരു ദിവസം ആണ്ടിയിറക്കത്തിലുള്ള ഏതോ പുരയിടങ്ങളിലെ പണിക്ക് പെണ്ണാളുകളെ ആവശ്യമുണ്ടെന്നറിഞ്ഞ് റോസിയും മാലയും അങ്ങോട്ടു പോകവേ, വഴിയിൽവെച്ച് ശിവരാമൻപിള്ളയെ കണ്ടു. അയാൾ ഒരു കാപ്പിക്കടയിൽനിന്ന് വിസ്തരിച്ചൊരു പ്രാതലും കഴിഞ്ഞിറങ്ങി വരികയായിരുന്നു.

അയാളെ കണ്ടതും റോസിയും മാലയും മുഖത്തോടുമുഖം നോക്കി പിന്നെ ധൃതിയിൽ അയാളെ കണ്ടില്ലെന്ന മട്ടിൽ നടക്കാനാരംഭിച്ചു.

"ഹാ, നില്ലെടീ പെണ്ണുങ്ങളേ അവിടെ." ശിവരാമൻപിള്ള കൈകൊട്ടി വിളിച്ചു.

"എടീ, റോസമ്മേ, നീയിങ്ങ് വന്നേ ഒരു കാര്യം പറയാനൊണ്ട്." ശിവരാമൻപിള്ള ചുറ്റിനും ഒന്ന് കണ്ണോടിച്ചിട്ട് വഴിയോരത്തുള്ള വലിയ പ്ലാവിന്റെ തണലിലേക്ക് നീങ്ങിനിന്നു. റോസി മാലയെ ചോദ്യഭാവത്തിൽ നോക്കി.

മാല പതുക്കെ പറഞ്ഞു: "ഉം, ചെല്ല് ഞാനിവിടെ നിന്നോളാം." പിന്നെയും ശങ്കിച്ചു നിന്ന റോസിയുടെ തോളത്ത് മാല ചെല്ല് എന്ന ഭാവത്തിൽ മൃദുവായി തട്ടി.

റോസി അടുത്തെത്തിയപ്പോൾ ശിവരാമൻപിള്ള മുഖമൊന്ന് വക്രിപ്പിച്ച് ചിരിച്ചു. ആ ചിരികൊണ്ട് അയാളെന്താണുദ്ദേശിക്കുന്നതെന്ന് റോസിക്ക് മനസ്സിലായില്ല. തനിക്ക് ആ ചിരി അങ്ങേയറ്റം ദേഷ്യമുളവാക്കി എന്ന് മാത്രം അവളറിഞ്ഞു.

"എടീ പെണ്ണേ നീ കഴിഞ്ഞ ദിവസം എന്തര് പോഴത്തരമാ കാണിച്ചത്? തമ്പിയങ്ങുന്നിന്റെ അടുത്ത് ഒന്ന് കിടന്നു കൊടുക്കാൻ എത്ര പെണ്ണുങ്ങള് മത്സരിക്കുന്നുണ്ടെന്നറിയാമോ? അപ്പഴാ നിന്റെ ഒരു കൊണവതിയാരം."

ദീർഘമായി ഒന്ന് മുറുക്കിത്തുപ്പിയിട്ട് അയാൾ തുടർന്നു. "ഓ, പോട്ട്, നിനക്ക് ഇതൊന്നും പരിചയമില്ലാഞ്ഞിട്ടാ. സാരമില്ല. തമ്പിയങ്ങുന്ന് നിന്നോട് ക്ഷമിക്കാൻ തയ്യാറാ. നിനക്ക് ഒരബദ്ധം പറ്റിയതല്ലേ. നീയൊന്ന് സമ്മതം പറഞ്ഞാ ഉടനെ നിന്നെ അദ്യത്തിൻ്റുത്ത് എത്തിക്കാം. എന്തോ നിന്നെ അദ്യത്തിനങ്ങ് വല്ലാതെ ബോധിച്ചു. അല്ലേപിന്നെ, ഇങ്ങനൊരു ഔദാര്യം അദ്യം കാണിക്കുമോ. ഇനിയൊക്കെ നിന്റെ മിടുക്ക്പോലെ."

റോസിയിൽ സർവ്വാംഗം ഒരു വിറ തുള്ളിവന്നു. ആ വിറയലിൽ അവ

ളുടെ ശരീരത്തിലെ ഓരോ അംഗവും പറിഞ്ഞുപോകുമെന്ന് അവൾ ഭയന്നു. അവളുടെ മുഖം ഒന്നാകെ കോച്ചിവലിഞ്ഞു. പിന്നെ, ആ വിറ യൽ അത്രയും അവളുടെ ചുണ്ടുകളിലെത്തി.

"പ്ഫ!" റോസിയുടെ വായ സ്ഫോടനാത്മകമായി പൊട്ടിത്തുറന്നു.

ജ്വലിക്കുന്ന കണ്ണുകളോടെ അവൾ പറഞ്ഞു: "താൻ ചെന്ന് തന്റെ അദ്ധ്യത്തിനോട് പറഞ്ഞേക്ക്, അത്തരം കൊടിച്ചിപ്പട്ടികളെ വേണേൽ വേറെ നോക്കിക്കോളാൻ പ്ഫൂ."

റോസി വെട്ടിത്തിരിഞ്ഞു നടന്നു. ഒരു നിമിഷം സ്തംഭനത്തിലമർന്ന ശിവരാമപിള്ള അലറി. "നീ ഇതിനനുഭവിക്കുമെടീ പൊലയാടി അറുവാ ണിച്ചീ. നിന്റെ മുച്ചൂടും ഇളകിയെടീ പുണ്ടച്ചീ."

റോസി മാലയുടെ അടുത്തെത്തി അവളുടെ കൈ പിടിച്ചുകൊണ്ട് വേഗം നടന്നു നീങ്ങി. മാല ഒന്നും ചോദിച്ചില്ല. റോസി ഒന്നും പറഞ്ഞു മില്ല.

എങ്കിലും മാലയ്ക്ക് എല്ലാം മനസ്സിലായിരുന്നു. മാലയുടെ കൈയി ന്മേലുള്ള റോസിയുടെ പിടിത്തത്തിന്റെ മുറുക്കം വാക്കുകളില്ലാതെതന്നെ റോസിയുടെ മനസ്സിലുള്ളത് വിളിച്ചോതുന്നുണ്ടായിരുന്നു.

തൊട്ടുത്ത ദിവസം റോസിക്കും മാലയ്ക്കും ജനാർദ്ദനൻ തമ്പിയുടെ തറവാടിന്റെ സമീപത്തുള്ള ഒരു വീടിന്റെ പറമ്പിലായിരുന്നു പണിക്ക് പോകാനുണ്ടായിരുന്നത്.

പുരയിടത്തിലേക്ക് രണ്ടുപേരും കാലെടുത്ത് വച്ചതും വളരെ പരു ഷമായ ഒരു സ്വരം ഉയർന്നു. "ആരെടീ അത്?"

മാലയും റോസിയും ഒന്ന് ഞെട്ടിക്കൊണ്ട് ശബ്ദം ഉയർന്ന ഭാഗത്തേക്ക് നോക്കി. മദ്ധ്യവയസ്സ് കഴിഞ്ഞ, നല്ല തണ്ടും തടിയുമുള്ള ഒരു പുരുഷൻ. ഇവിടത്തെ ഉടമസ്ഥനായിരിക്കണം.

ഞങ്ങള് ഇവിടെ പണിക്ക് വന്നതാ. പറമ്പില് പണിക്ക് ആളെ വേണ മെന്ന് മുക്കിലുള്ള ചന്ദ്രണ്ണൻ പറഞ്ഞ്." മാല പതുങ്ങിയ ശബ്ദത്തിൽ പറഞ്ഞു.

"ങും." അയാൾ മുരണ്ടുകൊണ്ട് അവരെ രണ്ടുപേരെയും അടിമുടി കീറി മുറിക്കുംവിധം ഒന്ന് നോക്കി. "എന്തര് നിന്റെയൊക്കെ പേരുകള്?"

റോസി അമ്പരന്നു ദൈവമേ, ഇതെന്തൊരു ദുരിശം. പണിക്ക് വരുന്ന പെണ്ണാളുകളുടെ പേരുകൾ വന്നപാടെ തിരക്കുന്ന ഏർപ്പാട് നല്ല പുതുമ തന്നെ. അവൾ തന്നെ പറഞ്ഞു: "ഞാൻ റോസമ്മ. ഇത് മാല."

അപ്പോൾ അയാൾ മുമ്പോട്ട് നടന്നുവന്നു. പിന്നെ റോസിയുടെ നേരെ കൈചൂണ്ടിക്കൊണ്ട് പറഞ്ഞു: "അപ്പോ നീയാണാ അറുവാണിച്ചി അല്ലേ?"

റോസിയും മാലയും ഞെട്ടിത്തരിച്ചു. റോസിയുടെ ഉള്ള് ഒന്ന് കാളി.

"വോ, എടീ കൂത്തിച്ചി, നിന്നെപ്പറ്റി ഇനി കൂടുതലൊന്നും അറിയാ നില്ല. നിന്നെപ്പോലുള്ള അറുവാണിച്ചികൾക്കൊന്നും ഇവിടെ പണി തരാ നില്ല. ഇവിടെ പറമ്പില് പണിക്കുള്ള പെണ്ണാളൊക്കെ മതി. വെക്കം ഇവിടം നാറ്റിക്കാതെ സ്ഥലം വിടെടീ."

റോസി നിന്ന നില്പില്‍ തറഞ്ഞ് നില്ക്കുകയാണ്.

ചിലമ്പിയ സ്വരത്തില്‍ മാല ചോദിച്ചു. "അയ്യോ, തമ്പ്രാ, എന്തരാ ഈ പറേണത്. റോസി എന്തര്‍ ചെയ്തിട്ടാന്നാ അങ്ങുന്ന് ഇങ്ങനൊക്കെ..?"

അയാള്‍ കൈയുയര്‍ത്തി. "നീ മിണ്ടരുത്. റോസീന്ന് പറേണ ഈ കൂത്തിച്ചീട ചരിത്രം ഞാനറിഞ്ഞു. ഏതോ നാടകത്തിലും സിനിമേലു മൊക്കെ വേഷം കെട്ടീന്ന് പറഞ്ഞ് കൊള്ളാവുന്ന ആണുങ്ങളെ കറക്കി വീഴ്ത്താന്‍ നടക്കുന്ന ഒരുമ്പെട്ടോള്‍. പ്ഫൂ. കളിച്ച് കളിച്ച് ജനാര്‍ദ്ദനന്‍ തമ്പിയങ്ങുന്നിനെപ്പോലുള്ള യോഗ്യന്മാരെ വീശാന്‍ നോക്കുന്നു അല്ലേടീ ചൂലേ!"

ദൈവമേ, എന്തൊക്കെയാണീ കേള്‍ക്കുന്നത്. താന്‍ ജനാര്‍ദ്ദനന്‍ തമ്പിയെ വലവീശി പിടിക്കാന്‍ ശ്രമിച്ചെന്ന്. അപ്പോള്‍... അതായത്... തമ്പിയും ശിവരാമപിള്ളയും തനിക്കെതിരെ നാറ്റക്കഥകള്‍ അഴിച്ചുവിട്ട് തുടങ്ങിയിരിക്കുന്നു. താനായിട്ട് മാലയോടല്ലാതെ ആ സംഭവം ആരോടും പറഞ്ഞിട്ടില്ല. പക്ഷേ, അവരായിട്ട് അത് പറയുമ്പോള്‍ റോസമ്മ ആണു ങ്ങളെ മയക്കിവീഴ്ത്താന്‍ നടക്കുന്ന അറുവാണിച്ചി.

വീണ്ടും അയാളുടെ സ്വരം ഉയര്‍ന്നു. "എന്താടീ തുറിച്ചു നോക്കു ന്നത്? വേഗം സ്ഥലം വിട്ടോ."

നിറഞ്ഞ് തുളുമ്പുന്ന കണ്ണുകളോടെ റോസി പറഞ്ഞു: "അങ്ങുന്നേ, അങ്ങുന്ന് അറിഞ്ഞതൊക്കെ കള്ളക്കഥകളാ. ഞാനാരേം മയക്കാനൊന്നും പോയിട്ടില്ല. തമ്പിയങ്ങുന്ന് ഒരു ദിവസം എന്നെ കേറി പിടിക്കാന്‍ നോക്കി യപ്പം...."

അവള്‍ക്ക് പൂര്‍ത്തിയാക്കാനായില്ല. അപ്പോഴേക്ക് അയാളുടെ ഗര്‍ജ്ജനം മുഴങ്ങി. "ഛീ കടക്കടീ പുറത്ത്, എന്റെ നെലത്ത് കേറിവന്ന് കരേലെ യോഗ്യന്മാരെക്കുറിച്ച് പുലഭ്യം പറയുന്നോടീ. നിന്റെ നാവ് ഞാന്‍ പിഴുതിങ്ങെടുക്കും."

ഇനി ഒരു നിമിഷംകൂടി ഇവിടെ നിന്നാല്‍ അപകടമാണെന്ന് മാലയ്ക്ക് മനസ്സിലായി. ഇയാളോട് ഇനി ഒന്നും പറഞ്ഞിട്ട് കാര്യമില്ല. പറയാനു മില്ല.

വീണ്ടും എന്തോ പറയാനായി വായ തുറന്ന റോസിയുടെ കൈയില്‍ മുറുകെ പിടിച്ചുവലിച്ചുകൊണ്ട് മാല വേഗം പുറത്തേക്ക് നടക്കാന്‍ തുടങ്ങി. അപ്പോള്‍ പിന്നില്‍നിന്ന് കേട്ടു. "ഓ, ആ അറുവാണിച്ചി പോട്ടടീ, എന്തര്‍ നിന്റെ പേര്‍.... ഓ, മാല. അല്ലേ? ഓ, നിനക്ക് വേണോ ഇവിടെ പണിക്ക് നിക്കാം."

മാല വെട്ടിത്തിരിഞ്ഞ് അയാളെ ഒന്ന് നോക്കി. കൂര്‍ത്ത നോട്ടം. പിന്നൊന്ന് കാറിത്തുപ്പിയിട്ട് റോസിയുടെ കൈയില്‍ പിടിച്ചുകൊണ്ടുതന്നെ അവള്‍ ആ പറമ്പിന്‍ പുറത്തേക്ക് നടന്നു.

നിരത്തിലൂടെ അല്പദൂരം നടന്നുകഴിഞ്ഞപ്പോള്‍, റോസി പെട്ടെന്ന് നിന്നു. മാലയുടെ മുഖത്തേക്ക് നോക്കാതെ അവള്‍ പറഞ്ഞു: "മാലേ, നീ

എന്തിരിനാ പണി കളഞ്ഞിട്ട് പോന്നത്. എന്നോടല്ലേ അയാടെ ദേഷ്യം. ഞാൻ കാരണം നിനക്ക് കിട്ടേണ്ട ചക്രമെന്തിനാ വെറുതെ ഇല്ലാതാക്കു ന്നത്?"

മാലയുടെ കണ്ണുകളൊന്ന് എരിഞ്ഞെന്ന് തോന്നി. "നീ എന്തരാടീ പറഞ്ഞേ? നിന്നെ പൊലയാട്ട് വിളിച്ചു നോവിച്ച ആ പരനാറീടെ പറ മ്പില് ഞാൻ പണിക്ക് നിക്കണമെന്നോ. നീ എന്തര് എന്നെക്കൊണ്ട് വിചാ രിക്കുന്നത്? അപ്പോ, അത്ര ഉള്ളൂ ഞാൻ നെനക്ക്." മാലയുടെ സ്വരം ചിലമ്പി. അവളുടെ കൺകോണുകൾ ജലാർദ്രമായി.

റോസി പെട്ടെന്നവളെ ചേർത്തുപിടിച്ചുകൊണ്ട് പറഞ്ഞു: "എടീ, ഞാൻ ദെണ്ണംകൊണ്ട് പറഞ്ഞുപോയതല്ലേ?... ഞാൻ കാരണം നീ കൂടി വെറുതെ കഷ്ടപ്പെടുകയാണെന്ന് ഓർത്തപ്പോ പറഞ്ഞുപോയതല്ലേ. വരീന്. അയാടെ വെളേല് മാത്രമല്ലല്ലോ പണിയൊള്ളത്. നമുക്ക് വേറെ പണി കിട്ടും.

എന്നാൽ, അടുത്ത നാളുകളിൽത്തന്നെ റോസി ഞെട്ടലോടെ അത റിഞ്ഞു. ജനാർദ്ദനൻ തമ്പിയും ശിവരാമപിള്ളയും തന്നെ ചുറ്റുപാടിലാകെ ദുഷിപ്പിച്ചിരിക്കുകയാണ്. മുമ്പൊക്കെ പലകുറി പണിക്ക് പോയിരുന്ന ഇട ങ്ങളിലൊന്നും അവളെ പണിക്ക് കയറ്റിയില്ല. ചിലയിടത്തൊക്കെ അവളെ ആട്ടിയിറക്കി. എല്ലായിടത്തും കഥ ഒന്നു തന്നെയായിരുന്നു. നടിയാണെ ന്നുള്ള സ്ഥിതി വച്ച് റോസി മേലേക്കിടയിലുള്ള ആണുങ്ങളെ വലവീശി നടക്കുകയാണ്. ജനാർദ്ദനൻ തമ്പിയുടെ മാളികയിൽ അദ്ദേഹം ഒറ്റയ്ക്കാ യിരുന്ന വേളയിൽ റോസി ചെന്ന് വശീകരിക്കാൻ ശ്രമിച്ചത്രേ. എന്നാൽ അദ്ദേഹം അവളെ തൊഴിച്ചോടിച്ചു!

അവൾ നിരത്തിലൂടെ നടന്നുപോകുമ്പോൾ, വഴിയോരത്തുനിന്നും ഗംഗാധരൻ പിള്ളയുടെ കാപ്പിക്കടയിൽനിന്നുമെല്ലാം ആരൊക്കെയോ അവളെ കൈചൂണ്ടി എന്തോ പറയുന്നതും പരിഹസിച്ച് ചിരിക്കുന്നതും റോസി അറിഞ്ഞുതുടങ്ങി. പല ആണുങ്ങളും ഇതേവരെ നോക്കിയിട്ടി ല്ലാത്ത കണ്ണുങ്ങൾകൊണ്ട് തന്റെ ശരീരത്തെ അളന്ന് തൂക്കുന്നത് അവള റിഞ്ഞു. അവർക്ക് ഇതേവരെ ഇവിടെയുണ്ടായിരുന്ന റോസിയല്ല താനി പ്പോൾ. പകരം ആണുങ്ങളെ വലവീശി പിടിക്കാൻ നടക്കുന്ന ഒരു കൂത്തി ച്ചിയാണ്.

എന്നാൽ, ഇതിനേക്കാളെല്ലാം അവളെ സങ്കടപ്പെടുത്തിയതും ഭയ പ്പെടുത്തിയതും മറ്റൊന്നായിരുന്നു. തന്റെ അപ്പനും അമ്മയും ഇന്നല്ലെ ങ്കിൽ നാളെ തന്നെക്കുറിച്ചുള്ള ചീത്തവർത്തമാനങ്ങളെല്ലാം അറിയും. അതെല്ലാം കേൾക്കുമ്പോൾ അവർക്കുണ്ടാകുന്ന വിഷമം, അപമാനം എല്ലാം ഇപ്പോഴേ അവൾക്ക് മനക്കണ്ണിൽ കാണാം.

മുമ്പ് താൻ കാക്കാരിശ്ശിയിലും നാടകത്തിലും അഭിനയിച്ചപ്പോൾ ഉണ്ടായ ലഹളകൾതന്നെ അപ്പനെയും അമ്മച്ചിയെയും എത്ര വിഷമിപ്പി ച്ചതാണ്. ഇപ്പോഴിതാ അന്നത്തേതിനേക്കാൾ കടുത്ത അവസ്ഥയാണ്

വരാൻ പോകുന്നത്. നാട്ടുകാരുടെ മുമ്പിൽ അപ്പന്റെയും അമ്മച്ചിയുടെയും പുന്നാര മകൾ അറുവാണിച്ചിപ്പട്ടം ചാർത്തി നില്ക്കുകയാണ്.

പലപ്പോഴും അപ്പന്റെയും അമ്മച്ചിയുടെയും മുഖത്തേക്ക് നോക്കാൻ തന്നെ റോസി ഭയന്നു. എപ്പോഴാണ് തന്റെ നേരെ നാട്ടിൽ വീശുന്ന അപ വാദത്തിന്റെ ചുവപുരണ്ട ചോദ്യം അവരിൽനിന്ന് ഉയരുക എന്നോർത്ത് അവൾ നടുങ്ങി.

ചുറ്റിനെങ്ങും പണി കിട്ടാത്തതിനാൽ റോസി ഇപ്പോൾ തെല്ലകലെ യുള്ള ആണ്ടിയിറക്കം, തിരുമല, പാങ്ങോട് തുടങ്ങിയ സ്ഥലങ്ങളിലാണ് പണിക്ക് പോകുന്നത്. മാലയ്ക്ക് ചുറ്റുവട്ടത്ത് പണി കിട്ടുമെങ്കിലും അവൾ അവിടെയുള്ള പണികളൊന്നും വേണ്ടെന്ന് വച്ചു. റോസി പണി ചെയ്യു ന്നിടത്ത് മാത്രമേ താനും പോകുകയുള്ളൂ എന്നവൾ ശഠിച്ചു.

ഒരുനാൾ റോസി പുല്ലുവില്ക്കാൻ ചന്തയിൽ പോയിട്ട് വരുമ്പോൾ കൂടെ മാലയുടെ അമ്മ വെളുത്ത ഉണ്ടായിരുന്നു. മാല വെങ്ങാനൂരിലുള്ള അമ്മായീടെ വീട്ടിൽ പോയിരിക്കുന്നതിനാൽ ഏതാനും ദിവസങ്ങൾ കഴിഞ്ഞേ വരുകയുള്ളൂ. റോസി എന്തൊക്കെയോ ചോദിച്ചിട്ടും അവർ പ്രസന്നഭാവം പ്രകടിപ്പിക്കാതെയും പതിവുള്ള കുശലങ്ങളൊന്നും പറ യാതെയും മുറുകി നടക്കുകയാണ്. കുറേ ദൂരം അങ്ങനെ നടന്നുകഴി ഞ്ഞപ്പോൾ പറഞ്ഞു: "പെണ്ണേ, നാട്ടിലൊക്കെ നിന്നെപ്പറ്റി ചിലതൊക്കെ പറയുന്നുണ്ടല്ലോ."

ഒന്ന് വിളറിപ്പോയെങ്കിലും അവൾ പെട്ടെന്ന് സ്വയം വീണ്ടെടുത്ത് ചോദിച്ചു. "എന്തര് പറയണന്നാ വെളുത്തയക്കാ?"

അവളെ തുറിച്ചു നോക്കിക്കൊണ്ട് പറഞ്ഞു: "മഹാ ചീത്തക്കാര്യ ങ്ങള് തന്നെ. ഞാ എനിക്കറിയാം നീയും ആ ചീത്തക്കാര്യങ്ങളൊക്കെ കേട്ടിരിക്കുന്നു. സൂക്ഷിച്ചാ നിനക്കുതന്നെ നല്ലത്."

അതിനുപിറ്റേന്ന് മാല റോസിയോട് പറഞ്ഞു. മാലയുടെ അമ്മച്ചി അവൾ ഇനി റോസിയുമായി വല്യകൂട്ടൊന്നും വേണ്ട എന്ന് പറഞ്ഞിരി ക്കുകയാണ്. റോസിയെപ്പറ്റിയുള്ള ചീത്തകഥകളൊക്കെ അവരാകെ വിശ്വ സിച്ചിരിക്കുകയാണ്. മാല എത്ര എതിർത്തുപറഞ്ഞിട്ടും അവർക്കത്തൊന്നും ബോദ്ധ്യമാകുന്നില്ല.

"എടീ റോസീ, നിന്റെ കൂട്ട് വിട്ടിട്ട് എനിക്ക് എങ്ങനെ ജീവിക്കാൻ പറ്റുമെടീ... ഇല്ല. ആരെന്തൊക്കെ പറഞ്ഞാലും ചെയ്താലും ഞാൻ നിന്റെ കൂട്ട് വെട്ടില്ല." മാല ഒരു കൊച്ചുകുട്ടിയെന്നവണ്ണം ഏങ്ങലടിച്ചുകൊണ്ട് പറഞ്ഞു.

"എങ്ങനെയാ എന്റമ്മച്ചിക്ക് നിന്നെപ്പറ്റിയുള്ള ചീത്തക്കഥകളൊക്കെ വിശ്വസിക്കാൻ കഴിഞ്ഞതെന്ന് തിരിയുന്നതേയില്ല. എന്നെപ്പറ്റി നാളെ ആരെങ്കിലും ഇങ്ങനൊക്കെ പറഞ്ഞാൽ അമ്മച്ചി വിശ്വസിക്കുമോ! ഇത്ര നാളും നീ അമ്മച്ചിക്ക് മോളെപ്പോലെയായിരുന്നു. എന്നിട്ടിപ്പോ?" മാലയ്ക്ക് തേങ്ങലടക്കാൻ കഴിഞ്ഞില്ല.

മാലയെ ആശ്വസിപ്പിക്കവേ റോസിയുടെ മനസ്സിൽ ഒരു ഞെട്ടൽകൂടി പടരുകയായിരുന്നു. തന്റെ അമ്മച്ചിയും അപ്പനുമൊക്കെ വിവരങ്ങളറിയാൻ വൈകില്ല. ദൈവമേ... ദൈവമേ... റോസിക്ക് ശരീരമാകെ വിറ പടർന്നു.

റോസി തീരുമാനിച്ചു. ഇനി ഒരു നിമിഷംപോലും അമ്മച്ചിയോട് പറ യാൻ വൈകിക്കൂടാ. മറ്റൊരു നാവിൽനിന്ന് കേൾക്കുന്നതിനുമുമ്പ് അമ്മച്ചി താൻ തന്നെ പറഞ്ഞ് ഇതറിയണം.

അന്നു രാത്രിയിൽ പൗലോസ് പണികഴിഞ്ഞ് വരാൻ കുറേ വൈകു മെന്ന് നേരത്തെ പറഞ്ഞിരുന്നതിനാൽ റോസിയും കുഞ്ഞിയും മാത്രമേ അത്താഴക്കഞ്ഞി കുടിക്കാൻ ഉണ്ടായിരുന്നുള്ളൂ. കഞ്ഞി രണ്ട് ചട്ടികളി ലായി വിളമ്പിയശേഷം റോസി കുഞ്ഞിയോട് എല്ലാം പറയാൻ തുടങ്ങി. കുറച്ചു നാൾക്കപ്പുറം തമ്പിയിൽനിന്നുണ്ടായ ആക്രമണം മുതൽ ചുറ്റു പാടും അവളിപ്പോൾ അനുഭവിക്കുന്ന അപമാനത്തിന്റെയും വിവേചന ത്തിന്റെയും അവസ്ഥവരെ എല്ലാം അവളുടെ അധരങ്ങളിൽനിന്ന് പതിഞ്ഞ ശബ്ദത്തിൽ കുഞ്ഞിയിലേക്ക് പകർന്നു.

റോസി കുഞ്ഞിയോട് എല്ലാം തുറന്നു പറയുമ്പോൾ തന്നെ, അവർ ഏത് രീതിയിലാകും പ്രതികരിക്കുക എന്ന് വിങ്ങുന്നുണ്ടായിരുന്നു. അമ്മച്ചി തന്നെ പൊതിരെ തല്ലിയേക്കാം. ചീത്ത പറഞ്ഞേക്കാം.

എന്നാൽ, എല്ലാം പറഞ്ഞുതീർന്നിട്ടും കുഞ്ഞിയിൽനിന്ന് ഒരനക്ക വുമുണ്ടായില്ല. ചട്ടിയിൽ മുക്കാലോളമുള്ള കഞ്ഞിയിൽ മുങ്ങിക്കിടന്ന പ്ലാവില കുമ്പിൾ അവരുടെ കൈയിൽ വിറയ്ക്കുന്നതുമാത്രമായിരുന്നു ആകെയുള്ള ചലനം.

കുഞ്ഞിയുടെ കണ്ണുകൾ ദൂരെയെവിടെയോ സഞ്ചരിക്കുന്നതുപോലെ തോന്നി. അവർ റോസിയുടെ സാന്നിദ്ധ്യംപോലും അറിയുന്നില്ലെന്ന് തോന്നി.

റോസി പകച്ചു. ദൈവമേ, ഇതെന്താണ് അമ്മച്ചി ഇങ്ങനെ പ്രതിമ പോലിരിക്കുന്നത്. തന്റെ നേരെ കോപത്തോടെ ചാടിവീണ് തന്നെ ഊടു പാട് തല്ലിച്ചതച്ചിരുന്നെങ്കിൽ എത്ര നന്നായിരുന്നു. പക്ഷേ, കല്ലുപോലുള്ള ഈ ഇരിപ്പ് കണ്ടിട്ട് പേടിയാകുന്നു.

അവൾ കുഞ്ഞിയുടെ തോളിൽ കൈവച്ച് വിളിച്ചു. "അമ്മച്ചീ, അമ്മച്ചീ." പെട്ടെന്ന് കുഞ്ഞി ഏതോ ഗാഢനിദ്രയിൽനിന്നുണർന്നതു പോലെ ഞെട്ടിയുണർന്ന് അവളെ നോക്കി. അവരുടെ ചുണ്ടുകൾ വിറച്ചു. കുഞ്ഞി ഒരു വിങ്ങിപ്പൊട്ടലോടെ റോസിയെ തന്റെ മാറിലേക്കടുപ്പിച്ചു. പിന്നെ നീണ്ട് ഒരു കരച്ചിലിലേക്ക് അവർ ചിതറിവീണു. ഒപ്പംതന്നെ റോസിയും ആ കരച്ചിലിൽ പങ്കാളിയായി.

കരയവെതന്നെ റോസിക്ക് തെല്ലാശ്വാസം തോന്നി. അമ്മച്ചിയുടെ കരച്ചിൽ തന്റെ വിഷമം ഏറ്റെടുത്തിട്ടുള്ള പങ്കുചേരലാണ്. അമ്മച്ചി ഇപ്പോൾ ഏറെ വേദനിക്കുന്നുവെങ്കിലും തന്റെ വിഷമം അത്രത്തോളം പെട്ടെന്ന് കുറഞ്ഞിരിക്കുന്നു. ഒരമ്മയ്ക്കും മകൾക്കും മാത്രം മനസ്സിലാ കുന്ന സങ്കടത്തിന്റെ പങ്കുവെക്കൽ.

എന്നാൽ, ഈ പങ്കുചേരലിലേക്ക് അപ്പനേയും കൂടി ചേർക്കണമോ എന്ന കാര്യമോർത്ത് റോസിയും കുഞ്ഞിയും വല്ലാതെ ഉഴറി. ഒടുവിൽ തൽക്കാലം പൗലോസിനോട് ഇതേക്കുറിച്ച് പറയേണ്ട എന്ന തീരുമാന ത്തിലവർ എത്തിച്ചേർന്നു.

അടുത്ത ദിവസം റോസി എത്രയോ നാളായി കാത്തിരുന്ന ആ വിവരം എത്തി. എല്ലാ സങ്കടങ്ങളേയും അലിയിച്ച് കളയാൻ കരുത്തുള്ള സന്തോ ഷവാർത്ത.

ഡാനിയൽ പറഞ്ഞുവിട്ട ഒരു പയ്യൻ ആണ് ആ വാർത്ത കൊണ്ടുവ ന്നത്. *വിഗതകുമാരൻ* സിനിമ ആദ്യമായി ജനങ്ങളുടെ മുമ്പിൽ പ്രദർശി പ്പിക്കുന്നു. വി ജെ റ്റി ഹാളിന് കുറച്ചപ്പുറത്തുള്ള 'ക്യാപിറ്റോൾ' എന്ന കൊട്ടകയിലാണ് പ്രദർശനം. മള്ളൂർ ഗോവിന്ദപ്പിള്ള എന്ന പേരുകേട്ട വക്കീലാണ് പ്രദർശനം ഉദ്ഘാടനം ചെയ്യുന്നത്. റോസിയും കുടുംബവും തീർച്ചയായും പ്രദർശനത്തിനുണ്ടാകണമെന്ന് ഡാനിയൽസാർ പറഞ്ഞ തായി പയ്യൻ അറിയിച്ചു.

ആദ്യ പ്രദർശനത്തിന്റെ ഒരു ക്ഷണപത്രവും പയ്യൻ കൊണ്ടുവന്നി രുന്നു. പക്ഷേ, അതുമുഴുവൻ ഇംഗ്ലീഷിലുള്ളതാകയാൽ റോസിക്ക് അത് വായിക്കാനാകുമായിരുന്നില്ല. എങ്കിലും അവൾ ഒരു നിധിപോലെ ആ ക്ഷണപത്രം സൂക്ഷിച്ചു. ഇടയ്ക്കിടെ അതിൽ മുത്തമിട്ടു.

അടുത്ത ദിവസങ്ങളിൽ വീട്ടിലോരോ പണിയൊക്കെ ചെയ്തുകൊ ണ്ടിരിക്കുമ്പോൾ, പലപ്പോഴും റോസിയുടെ ചുണ്ടുകൾ ഒരു പാതി മന്ദ ഹാസത്തിൽ വിടർന്നുകൊണ്ടിരുന്നു. ഇടയ്ക്കിടെ അവളുടെ ചുണ്ടുക ളിൽനിന്ന് ഏതൊക്കെയോ പാട്ടുകളുടെ ശീലുകൾ ഒഴുകി. തന്റെ മകളെ ഇങ്ങനെ സന്തോഷം നിറഞ്ഞ മുഖഭാവത്തോടെ കണ്ടിട്ട് എത്രനാളായെന്ന് കുഞ്ഞി ചിന്തിച്ചു. ഒരുപക്ഷേ, കർത്താവ് അവളുടെ സങ്കടങ്ങളെല്ലാം കണ്ട് മനസ്സലിഞ്ഞ് അവൾക്ക് നല്ലത് വരുത്തുകയായവും.

സിനിമ പുറത്തുവരുന്നതോടെ ഇപ്പോൾ ചീത്ത പറയുന്ന ആളു കൾക്ക് തന്റെ മകളുടെ കഴിവുകൾ മനസ്സിലായി അവളെ അഭിനന്ദിച്ചേക്കും. റോസിക്കും തങ്ങൾക്കും ഒരു നല്ലകാലം ഇതോടെ വരുകയാകും; സിനി മേടെ പണിക്ക് പോയിത്തുടങ്ങിയപ്പോൾ റോസി പറഞ്ഞതുപോലെ. കുഞ്ഞിയുടെ പ്രതീക്ഷകൾ പൗലോസും പങ്കുവച്ചു. അതേസമയം പൗലോസ് ഇതേവരെ റോസിയെക്കുറിച്ചുള്ള ചീത്തവർത്തമാനങ്ങൾ ഒന്നും അറിയാത്തതിൽ കുഞ്ഞിക്ക് ഒട്ടാശ്വാസവുമുണ്ടായി.

മാലയാണിപ്പോൾ ഏറ്റവും സന്തോഷിക്കുന്നത്. പക്ഷേ, സിനിമ കാണാൻ തനിക്ക് പോകാനൊക്കാത്തതിൽ അവൾ വല്ലാതെ സങ്കടപ്പെ ടുകയും ചെയ്തു. റോസിയുമായുള്ള കൂട്ട് വേണ്ടെന്ന് അവളുടെ അമ്മച്ചി കർശനമായി പറഞ്ഞിരിക്കുകയാണ്.

"എന്തരായാലും നിനക്ക് നല്ലത് വരുല്ലോ. എനിക്ക് നിന്റെ സിനിമ കാണാൻ പറ്റുല്ലെന്നേല്ലേയുള്ളൂ. പോട്ട്. നീ വല്യ ആളാകുമ്പോഴും എന്റെ

കൂട്ടുകാരിയാന്ന് എനിക്കറിയാമല്ലോ." മാല അമ്മ കാണാതെ റോസിയു മായി സംഗമിക്കുമ്പോഴെല്ലാം പറഞ്ഞു.

സിനിമയുടെ ഉദ്ഘാടനം അടുത്തുവരുന്തോറും റോസിയുടെ സന്തോഷം വർദ്ധിച്ചു. അതോടൊപ്പം വല്ലാത്ത ശങ്കയും. ദൈവമേ, സിനിമ ആളുകൾക്ക് ഇഷ്ടപ്പെടുമോ? സിനിമയിൽ തന്റെ രൂപം എങ്ങനെയായി രിക്കും. തന്റെ അഭിനയം നന്നെന്ന് ഡാനിയൽ സാർ പറഞ്ഞെങ്കിലും സിനിമയിൽ കാണുമ്പോൾ ആളുകൾക്ക് ഇഷ്ടപ്പെടുമോ? അങ്ങനെ നൂറു കൂട്ടം ആശങ്കകൾ.

ഒടുവിൽ ഉദ്ഘാടനത്തിന്റെ തലേന്ന് മറ്റൊരു വലിയ പ്രശ്നം അവ ളുടെ മുമ്പിലുയർന്നു. ഉദ്ഘാടനമെന്ന് പറഞ്ഞാൽ പട്ടണത്തിലെ വലിയ ആൾക്കാരൊക്കെ ധാരാളമായുള്ള ചടങ്ങാകും. അത്തരം ചടങ്ങിൽ പങ്കെ ടുക്കാൻ തക്ക വേഷം വല്ലതും തനിക്കോ അപ്പനോ അമ്മച്ചിക്കോ ഉണ്ടോ!

അപ്പനെയും അമ്മച്ചിയെയും ആരും ശ്രദ്ധിക്കുകയില്ലെന്ന് കരുതാം. പക്ഷേ, താനോ? സിനിമേലെ നായികയുടെ പഴഞ്ചൻ റൗക്കയും മുണ്ടും ഒക്കെ കണ്ട് ആളുകൾ പരിഹസിക്കില്ലേ.

ആകെക്കൂടി തനിക്കൊരു നല്ല വസ്ത്രമുള്ളത് അന്ന് മാലയുടെ പക്കൽനിന്ന് കടംവാങ്ങി ഡാനിയൽ സാറിനെ ആദ്യമായി കാണാൻ പോകുമ്പോൾ ധരിച്ചതാണ്. തന്റെ ആവശ്യം കഴിഞ്ഞ് തിരികെ കൊടു ക്കാൻ ശ്രമിച്ചെങ്കിലും മാല അത് വാങ്ങിയില്ല. ഓ അതിപ്പം നിന്റടുത്ത് തന്നെയിരിക്കട്ടെ എന്ന് പറഞ്ഞ് അവൾ ഒഴിയുകയാണ് ചെയ്തത്. ഒരു കണക്കിന് അത് നന്നായി. മാനം കാക്കാൻ അതുമതി.

പെട്ടെന്നെപ്പോഴോ ആണ് റോസി അക്കാര്യം ഓർത്തത്. ജോൺ സൺ സാറിനെ കണ്ടിട്ട് കുറേ നാളുകളായല്ലോ. സാധാരണഗതിയിൽ ഈ പരിസരത്ത് എവിടെവെച്ചെങ്കിലും ഇടയ്ക്ക് കാണുന്നതാണ്. അദ്ദേ ഹത്തിന്റെ വീട്ടിൽ വേലയ്ക്ക് പോകുന്ന നാണിയോടന്വേഷിച്ചപ്പോഴാണ് അറിഞ്ഞത്, അദ്ദേഹം മദിരാശിയിൽ എന്തോ കാര്യങ്ങൾക്കായി പോയിട്ട് ദിവസങ്ങളായി കുറേ നാളുകൾ കഴഞ്ഞേ ഇനി മടങ്ങിവരൂ.

അപ്പോൾ സിനിമയുടെ ഉദ്ഘാടനത്തിന് ജോൺസൺ സാർ ഉണ്ടാ വില്ല. തന്നെ സിനിമാനായികയായി മാറ്റിയത് അദ്ദേഹത്തിന്റെ സന്മനസ്സ് മൂലമാണ്. അദ്ദേഹം ഈ നല്ല ദിവസം ഇവിടെയില്ലാ എന്നത് സങ്കടം തന്നെ.

പന്ത്രണ്ട്

പകലത്രയും തുലാവർഷ പെയ്ത്തായിരുന്നെങ്കിലും വൈകുന്നേര മായതോടെ മഴ ഒന്ന് വിട്ടുനിന്നു. എന്നാൽ നന്നായി മഴ പെയ്തിരുന്നതി നാൽ തീരെ ഉഷ്ണവുമില്ലായിരുന്നു. അതിനാൽ തെല്ലൊരു ദൂരം നട ന്നാലും വിയർത്ത് കുളിക്കാതെ അങ്ങെത്താമെന്നോർത്ത് റോസി ആശ്വ സിച്ചു.

ആ കുടുംബം തൈക്കാട്ടുനിന്ന് ക്യാപിറ്റോൾ തിയേറ്ററിലേക്ക് നട
ക്കുകയാണ്. നടക്കുമ്പോഴും കുഞ്ഞിക്ക് ഒരാശങ്കയുണ്ട്. നായികയ്ക്ക്
അവിടെ പ്രവേശനമുണ്ടെന്ന് കരുതി, അവളുടെ പാവപ്പെട്ട അപ്പനും അമ്മ
യ്ക്കുമൊക്കെ ഈ ചടങ്ങിൽ കയറാൻ സാധിക്കുമോ! ഇടയ്ക്ക് ഒന്നു
റക്കെ ആ ആശങ്ക കുഞ്ഞി പ്രകടിപ്പിച്ചപ്പോൾ റോസി ദേഷ്യപ്പെട്ടു. "ഛെ,
അമ്മയ്ക്കിതെന്തരിന്റെ ഏനക്കേട്? നമ്മളെ അവിടെ ആരും തടയുല്ല.
നമ്മള് മറ്റാരുമല്ല. ഡാനിയൽ സാർ പറഞ്ഞിട്ടല്ലേ അവിടെ പോകുന്നത്?"

ക്യാപിറ്റോൾ തിയേറ്റർ കൊടിതോരണങ്ങൾകൊണ്ട് അലങ്കരിച്ചിട്ടു
ണ്ട്. തിയേറ്ററിന്റെ മുമ്പിൽ വലിയ ഒരു പലകമേൽ *വിഗതകുമാരൻ* സിനിമാ
പരസ്യം പതിച്ച് വച്ചിരിക്കുന്നു. ഡാനിയൽ, ജോൺസൺ, റോസി എന്നി
വരുടെ മുഖങ്ങൾ ആ പരസ്യത്തിലുണ്ട്.

ഒരുനിമിഷം വേണ്ടിവന്നു. റോസിക്ക് അത് തന്റെതന്നെ ചിത്രമാ
ണെന്ന് മനസ്സിലാക്കാൻ. അവൾ സ്തബ്ധയായി ആ പരസ്യത്തിനു
മുന്നിൽ നിന്നു. ഒപ്പം പൗലോസും കുഞ്ഞിയും.

"അല്ലേ, പടം കണ്ടുനിന്നാൽ മാത്രം മതിയോ? അകത്തേക്ക് പ്രവേ
ശിക്കുന്നില്ലേ?" ഡാനിയലിന്റെ സ്വരംകേട്ട് അവൾ പെട്ടെന്ന് തലയുയർത്തി.
അവളുടെ കണ്ണുകളിൽ ലജ്ജ പടർന്നു.

ഡാനിയൽ വളരെ ഹൃദ്യമായിത്തന്നെ പൗലോസിനെയും കുഞ്ഞി
യെയും സ്വീകരിച്ചു. അപ്പോഴേക്കും ജാനറ്റും കുട്ടികളും അടുത്തെത്തി
യിരുന്നു. ജാനറ്റ് തന്നെ റോസിയെയും കുടുംബത്തെയും തിയേറ്ററിനു
ള്ളിലേക്ക് ആനയിച്ചു. തിയേറ്ററിനുള്ളിലേക്ക് കടക്കുംമുമ്പേ ഡാനിയൽ
റോസിയെ അറിയിച്ചു. "സിനിമ കഴിയുമ്പോൾ ഒരുചെറിയ പരിപാടിയുണ്ട്.
ഈ സിനിമയിലെ പ്രധാന നടീടന്മാരെയും സാങ്കേതികപ്രവർത്തകരെ
യുമെല്ലാം സദസ്സിന് പരിചയപ്പെടുത്തുക എന്ന ചടങ്ങ്. അതിനാൽ
പ്രദർശനം കഴിയുന്നതും റോസി വേദിയിലേക്ക് എത്തണം കേട്ടോ."

ഒരു സ്വപ്നാവസ്ഥയിലെന്നവണ്ണം റോസി തലയാട്ടി. ദൈവമേ,
ഇതെല്ലാം അനുഭവിക്കുന്നത് താൻ തന്നെയാണോ?

വേഗം തന്നെ വിശിഷ്ടാതിഥികളെക്കൊണ്ട് തിയേറ്റർ നിറഞ്ഞു.
ഉദ്ഘാടനച്ചടങ്ങ് ആരംഭിക്കുകയായി. ഡാനിയൽ സാറിന്റെ സ്വാഗതപ്രസം
ഗത്തിനുശേഷം മള്ളൂർ ഗോവിന്ദപിള്ളയുടെ ഉജ്ജ്വലമായ വാഗ്ധോരണി
യിൽ ഉദ്ഘാടനപ്രസംഗം സദസ്സിലേക്ക് എത്തി.

റോസിയും കുടുംബവും തിയേറ്ററിന്റെ മദ്ധ്യഭാഗത്ത് ഒരു മൂലയിൽ
ഒതുങ്ങിയിരിക്കുകയാണ്. എങ്കിലും പലരും തന്നെ ശ്രദ്ധിക്കുന്നുണ്ടെ
ന്നോർത്ത് റോസിക്ക് ചെറിയൊരു വെപ്രാളം അനുഭവപ്പെട്ടു. ഒപ്പം സന്തോ
ഷവും.

ബാൻഡ് വാദ്യത്തിന്റെ അകമ്പടിയോടെ ചുവന്ന പട്ട് തിരശ്ശീല മെല്ലെ
പ്രൗഢമായി ഉയർന്നു. വാദ്യഘോഷം നിലച്ചു. ഒരു നിമിഷം. ഇപ്പോൾ
കൊട്ടകയിൽ സൂചി വീണാൽ കേൾക്കാവുന്ന നിശ്ശബ്ദതയാണ്.

വെളുത്ത തിരശ്ശീലയിൽ വലിയ കറുത്ത അക്ഷരങ്ങൾ ദൃശ്യമായി ത്തുടങ്ങി. ആദ്യം ഇംഗ്ലീഷിൽ പിന്നെ മലയാളത്തിൽ.

ട്രാവൻകൂർ നാഷണൽ പിക്ചേഴ്സ് അവതരിപ്പിക്കുന്ന 'ദ ലോസ്റ്റ് ചൈൽഡ് – വിഗതകുമാരൻ.'

തിയറ്ററിലാകെ ഉച്ചത്തിൽ കരഘോഷമുയർന്നു. ചില ഭാഗങ്ങളിൽ നിന്ന് ആർപ്പുവിളികളും.

മുഖ്യനടീനടന്മാരുടെ പേരുകൾ നിരക്കുകയാണ്. റോസി. അമ്പര പ്പോടെ അവൾ ആ പേര് വായിച്ചു. ഒരു നിമിഷാർദ്ധമെ ആ പേര് തിരശ്ശീ ലയിൽ തങ്ങിനിന്നുള്ളൂവെങ്കിലും ആ പേര് അവിടെത്തന്നെ നിലകൊ ള്ളുകയാണെന്ന് റോസിക്ക് തോന്നി.

പെട്ടെന്നവൾ പൗലോസിനെയും കുഞ്ഞിയെയും നോക്കി ഇരുവരും അന്തം വിട്ട മട്ടിലിരിക്കുകയാണ്. ഓ, രണ്ടാൾക്കും അക്ഷരങ്ങൾ വായി ക്കാനറിയുകയില്ല. റോസി പതുക്കെ പറഞ്ഞു: "അപ്പാ, ദാ എന്റെ പേരാ തൊട്ടുമുമ്പെ അവിടെ എഴുതിക്കാണിച്ചത്."

ശീർഷകങ്ങൾ തീരുന്നു, സിനിമ തുടങ്ങുകയായി.

ദൃശ്യങ്ങൾക്കൊപ്പം തിരശ്ശീലയുടെ ഒരു ഭാഗത്തുനിന്നിരുന്ന ഒരാൾ കഥാ സന്ദർഭങ്ങളും കഥാപാത്രങ്ങളുടെ സംസാരവുമെല്ലാം ഇടിവെട്ടുന്ന ഒച്ചയിൽ വിളിച്ചു പറയുന്നുണ്ട്.

നിമിഷങ്ങൾക്കകം സദസ്സാകെ സിനിമയിലേക്ക് പ്രവേശിച്ചുകഴിഞ്ഞി രുന്നു. റോസിയും പൂർണ്ണമായും സിനിമയിൽ മുഴുകിത്തുടങ്ങി. അവളും ആദ്യമായി സിനിമ കാണുകയാണണല്ലോ. നിമിഷങ്ങൾക്കകം അവളെ ത്തന്നെ മറന്ന് സിനിമയുടെ കഥയിലേക്ക് വിളിച്ചുപറിച്ചിലുകാരന്റെ വാക്കു കളുടെ അകമ്പടിയോടെ എത്തിപ്പെട്ടു. ഒരുവേള, താനതിൽ അഭിനയി ക്കുന്നുണ്ടെന്നുതന്നെ അവൾ മറന്നുപോയി.

അതുകൊണ്ടുതന്നെ, റോസി പെട്ടെന്ന് തിരശ്ശീലയിൽ അവളുടെ ആദ്യ ദൃശ്യം കണ്ടതും ഒന്ന് ഞെട്ടിപ്പോയി. അയ്യോ, അതാ ഞാൻ റോസി എന്ന ഞാൻ അവിടെ വലിയതായി തിരശ്ശീലയിൽ.

അപ്പനും അമ്മച്ചിയും ആഹ്ലാദത്തോടെ അത്ഭുതത്തോടെ എന്തോ പറയുന്നുണ്ട്. പൗലോസിന്റെ കൈ അവളുടെ കൈയിൽ ഒന്ന് മുറുകെ അമർന്നു.

ഇനി റോസി പ്രത്യക്ഷപ്പെടുന്ന രംഗങ്ങൾ തുടരെ വരികയാണ്. അവ ളിപ്പോൾ ആദ്യത്തെ അത്ഭുതത്തിൽനിന്നുണർന്ന്, തെല്ലൊന്ന് മാറിനിന്ന് തിരശ്ശീലയിലെ തന്റെ പ്രതിരൂപത്തെ വിലയിരുത്താൻ തുടങ്ങി. തന്റെ ശരീരചലനങ്ങൾ, മുഖഭാവങ്ങൾ എല്ലാം അവൾ സൂക്ഷ്മമായി നിരീ ക്ഷിച്ചു. നന്നായെന്ന് ചില ഭാഗങ്ങളിൽ തോന്നിയപ്പോൾ അവൾ സന്തോ ഷിച്ചു. അതേസമയം മോശമായെന്ന് ചിലയിടങ്ങളിൽ തോന്നിയപ്പോൾ അവൾ വല്ലാതെ ആകുലപ്പെട്ടു.

ഇതിനിടെ കൊട്ടകയിൽ മറ്റൊന്ന് സംഭവിക്കുന്നുണ്ടായിരുന്നു. റോസി

എപ്പോഴൊക്കെ തിരശ്ശീലയിൽ പ്രത്യക്ഷപ്പെട്ടോ, അപ്പോഴൊക്കെ ചില പൂച്ച കരച്ചിലുകളും കൂക്കിവിളികളും കൊട്ടകയുടെ പിൻഭാഗത്ത് എവിടെയോനിന്ന് ഉയർന്നു തുടങ്ങി. ആദ്യമൊക്കെ റോസിക്ക് പ്രത്യേകമായൊന്നും തോന്നിയില്ലെങ്കിലും ക്രമേണ അവൾക്ക് മനസ്സിലായി. ആരോ ബോധപൂർവ്വം കുഴപ്പം ഉണ്ടാക്കാൻ ശ്രമിക്കുകയാണ്. പക്ഷേ, ഇവിടെ വന്ന് ആരാണ് കുഴപ്പമുണ്ടാക്കാനുള്ളത്!

റോസിയുടെ മനസ്സിൽ ചില ആപൽസൂചനകൾ പടർന്നുതുടങ്ങി. എവിടെയോനിന്ന് ഇതേവരെ ചിന്തിക്കാൻ കഴിയാത്ത വലിയൊരാപത്തിന്റെ ഭീകര നിഴൽരൂപം ഇവിടെമാകെ പടരുന്നതുപോലെ.

എങ്കിലും അവൾ അത്തരം ചിന്തകളെ കുടഞ്ഞെറിഞ്ഞു. കഴിയുന്നതും സിനിമയിൽ ശ്രദ്ധിക്കാൻ ശ്രമിച്ചു. സിനിമയിലെ മനോഹരമായ ഒരു രംഗമാണ് ഇനി വരുന്നത്. റോഡിലൂടെ നടന്നുപോകുന്ന സരോജിനിയുടെ തലയിൽ ചൂടിയിരിക്കുന്ന പൂവ് സൈക്കിളിൽ ആ വഴി വരുന്ന ബാലചന്ദ്രൻ എടുക്കുന്ന രംഗം. പിന്നെ രണ്ടുപേരുടെയും പ്രേമനിർഭരമായ സല്ലാപങ്ങൾ.

റോസി രംഗത്ത് നടന്നുതുടങ്ങിയതും അപശബ്ദങ്ങൾ ശക്തമായി ഉയർന്നു തുടങ്ങി. ജയചന്ദ്രൻ അവളുടെ തലയിൽനിന്ന് പൂവെടുത്ത് അതിൽ ചുംബിച്ചതും കൊട്ടയിൽ ഒരട്ടഹാസം മുഴങ്ങി.

"ഫ, വടുക പുലയാടി മോളേ, എന്തരാടീ നീ അവിടെ പുളുത്തുന്നത്. അറുവാണി കൂത്തിച്ചി. നിർത്തടീ ഒടുക്കത്തൊരു സിനിമ. യോഗ്യന്മാർ ആണുങ്ങളെ വിളിച്ചുവരുത്തിയിട്ട് നിന്റെയൊക്കെ പൊലയാട്ട് കാണിച്ച് അർമ്മാദിക്കുന്നോടീ." ഉച്ചത്തിലുള്ള കൂവലുകൾ, കൂടുതൽ തെറിവിളികൾ, ഇപ്പോൾ കൊട്ടകയുടെ പലഭാഗത്തുനിന്നും ഉയരുകയാണ്. ഒപ്പം തിരശ്ശീലയിലേക്ക് ഊക്കൻ കല്ലുകളുടെ ഏറും ആരംഭിച്ചു.

കൊട്ടകയ്ക്കുള്ളിലെ ഇരുട്ടിൽ നരകം അഴിഞ്ഞാടുകയാണെന്ന് റോസിക്ക് തോന്നി.

"ഫ. ഇക്കണക്കിന് സിനിമേന്നും പറഞ്ഞ് പെണ്ണിന്റെ തലേലെ പൂവല്ല. പൊലയാടിമോടെയൊക്കം പൂ...ം ദേഹത്തെ ചേലേം കൂടെ നീയൊക്കെ അഴിച്ചെടുക്കുമല്ലോടാ. നീയൊക്കെ അനന്തപദ്മനാഭന്റെ പൊന്ന്പട്ടണം പെഴപ്പിച്ചിട്ടേ അടങ്ങുകൊള്ളൂ. അല്ലേടാ. അല്ലേടീ."

"വിടരുത്. ആ പൊലയാടി മോള് ഇതിനകത്തുണ്ട്. ആ കൂത്തിച്ചിയെ നമുക്ക് പൊക്കണം."

കസേരകൾ വലിച്ചെറിയുന്ന ശബ്ദങ്ങൾക്കൊപ്പം ആക്രോശങ്ങളും മുഴങ്ങി.

തന്റെ ഇരിപ്പിടത്തിൽ പതുങ്ങിയിരുന്ന റോസിയോട് പൗലോസ് വിറയലോടെ പറഞ്ഞു: "മകളേ, നീ വെക്കം ഇവിടന്ന് ഓടി രക്ഷപ്പെടാൻ നോക്ക് ഉം. വെക്കം, വെക്കം." കുഞ്ഞിയും അതുതന്നെ അവളോട് പറഞ്ഞു: പിന്നൊരു നിമിഷംപോലും വൈകാതെ അവൾ ആൾക്കൂട്ടത്തി

നിടയിലൂടെ ഇരുളിന്റെ മറപറ്റി കൊട്ടകയ്ക്ക് പുറത്തേക്ക് കുതിച്ചു. നിമി ഷങ്ങൾക്കകം അവൾ രാജവീഥിയുടെ ഓരത്തുകൂടി പാഞ്ഞകന്നു. എന്നാൽ, ആരോ തന്നെ പിന്തുടരുന്നുണ്ടെന്ന തോന്നലിൽ, അവൾ രാജ വീഥി വിട്ട് ഒരു ഊടുവഴിയിലേക്ക് ഊളിയിട്ടു.

ഏതൊക്കെയോ ഊടുവഴികൾ, പൊതുനിരത്തുകൾ, ഓടിയോടി തന്റെ ശക്തി മുഴുവനായി ചോർന്നു എന്ന് തോന്നിയ ഒരു ഘട്ടത്തിൽ അവൾ ഒരു വലിയ മതിൽക്കെട്ടിന് ചുവട്ടിൽനിന്നു ചുറ്റുമൊന്ന് നോക്കി. ഓ, വഴുതക്കാടെത്തിയിരിക്കുന്നു.

അവൾ അല്പസമയം അനങ്ങാതെ ശ്രദ്ധയോടെ നിന്നു. ആരെങ്കിലും പിന്തുടരുന്ന ശബ്ദങ്ങൾ കേൾക്കാനുണ്ടോ. ഇല്ല ഒന്നും കേൾക്കുന്നില്ല.

സന്ധ്യയോടെ ചുറ്റുപാടാകെത്തന്നെ വിജനതയിലാണ്. കുതിരവ ണ്ടികളോ, കാളവണ്ടികളോ, കാൽനടക്കാരോ ആരുംതന്നെയില്ല. മതിൽക്കെട്ടിനപ്പുറത്ത് പൂച്ചകളുടെ കടിപിടികൂടുന്ന ശബ്ദം മാത്രം കേൾക്കാനുണ്ട്.

അവൾ കിതപ്പോടെ വീണ്ടും ചലിച്ചുതുടങ്ങി.

കുടിലിലെത്തിയതും അവൾ വെട്ടിയിട്ട വാഴത്തടപോലെ പായയി ലേക്ക് വീണു. കുറേസമയം കഴിഞ്ഞ് പൗലോസും കുഞ്ഞിയും വന്നപ്പോൾ അവൾ അബോധാവസ്ഥയിലെന്നപോലെ ഉറക്കത്തിലായിരുന്നു. എന്നാൽ ഉറക്കത്തിലും അവളുടെ ശരീരം വിറകൊള്ളുന്നതും ചുണ്ടുകൾ എന്തൊ ക്കെയോ അസ്പഷ്ടമായി സ്വരങ്ങൾ പുറപ്പെടുവിക്കുന്നതും അവർ കണ്ടു. കുഞ്ഞി അവളുടെ നെറ്റിയിൽ തലോടിക്കൊണ്ട് പായയിൽത്തന്നെ ഇരു ന്നു. പത്രോസ് മുറ്റത്തിന്റെ കോണിലുള്ള കല്ലിൽ ഇരുളിലേക്ക് മിഴിനട്ട് വെറുതെയിരുന്നു. തെല്ലപ്പുറത്തുനിന്ന് ഒരു കൂമന്റെ വികൃതമായ കൂവൽ ഉയരുന്നത് ഇരുളിൽ ഭയപ്പെടുത്തിയിരുന്നെങ്കിലും ഇപ്പോൾ ആ കൂമനെ ങ്കിലും തങ്ങൾക്കൊപ്പം നിന്ന് എന്തോ പറയുകയാണെന്ന് പൗലോസിന് തോന്നി. മറ്റാരും കൂട്ടിനില്ലാത്ത നീണ്ട രാത്രിയിൽ ആ കൂമനെങ്കിലും തങ്ങൾക്കൊപ്പമുണ്ടെന്ന് അയാൾ ആശ്വാസംകൊണ്ടു.

പതിമൂന്ന്

റോസി കണ്ണുകൾ മിഴിച്ച് ചുറ്റുപാടും നോക്കിയപ്പോൾ പകൽവെ ളിച്ചം കടുപ്പത്തിൽത്തന്നെ ചുറ്റും ഉണ്ടായിരുന്നെങ്കിലും കുറേനേരം പ്രജ്ഞയിലേക്ക് ഒരു തുള്ളി വെളിച്ചംപോലും കടന്നുവന്നില്ല. താൻ ആരാ ണെന്നോ എവിടെയാണെന്നോ ഒന്നും തിരിച്ചറിയാത്തതുപോലെ ഒരു വസ്ഥ.

അവൾ പായയിൽനിന്ന് മെല്ലെ ശരീരം ഉയർത്തി മൺകട്ടകൊണ്ട് കെട്ടിയ ഭിത്തിയിലേക്ക് ചാഞ്ഞിരുന്നു. ശരീരത്തിൽ എവിടെയൊക്കെയോ മുറിവുകളുടെ വേദനയും നീറ്റലും കാലിന്റെ സന്ധികളിൽ വലിയ ഭാരം

കയറ്റിവച്ചിരിക്കുന്നതുപോലെ. അവൾ കണ്ണുകൾ പൂട്ടി, തല, പൊന്തിച്ചു വച്ചിരിക്കുന്ന തന്റെ കാൽമുട്ടുകൾക്കിടയിൽ താഴേയ്ക്കാക്കി പിടിച്ചു. അല്പനേരം അങ്ങനെ ഇരുന്നപ്പോൾ ഇടിമിന്നൽപോലെ അവളുടെ പ്രജ്ഞ തുറന്നു. തലേന്ന് സന്ധ്യക്ക് സിനിമയുടെ ആദ്യപ്രദർശനവും തുടർന്നുണ്ടായ ആക്രമണങ്ങളും അപമാനങ്ങളുമെല്ലാം മനസ്സിലേക്ക് കട ന്നുവന്നു.

ഒറ്റ സന്ധ്യകൊണ്ട് എല്ലാം തീർന്നിരിക്കുന്നു. റോസി എന്ന സിനി മാനടി ഏതാനും നിമിഷങ്ങളിൽ ഒടുങ്ങിക്കഴിഞ്ഞിരിക്കുന്നു. ഏഴകളിൽ ഏഴയായ ഒരു പുലയപ്പെണ്ണ് സിനിമാനടിയായി വിലസാമെന്ന് മോഹി ച്ചുപോയി. ഇല്ല. പ്രൗഢമായ, ആഢ്യന്മാർ തിങ്ങിവിങ്ങുന്ന ഈ പട്ടണ ത്തിൽ ഒരു പുലയപ്പെണ്ണിന് ഇങ്ങനെ ഒന്ന് മോഹിക്കാൻതന്നെ എങ്ങനെ ധൈര്യം വന്നു. അവളറിയാതെ, കൈനഖങ്ങൾ കൈവെള്ളയിലേക്ക് മൂർച്ച യോടെ സ്പർശിച്ചു.

തുടുത്ത് നിന്നിരുന്ന പകൽവെട്ടം, മങ്ങി, ഇരുളിമ പടർന്നതും മഴ ആർത്തലച്ച് പെയ്യാൻ തുടങ്ങിയതും പെട്ടെന്നായിരുന്നു. ഒപ്പംതന്നെ റോസിയുടെ കണ്ണീരുറവകളിൽനിന്നുള്ള കുത്തിയൊലിപ്പും, തലേന്ന് സന്ധ്യ മുതൽ കെട്ടിനിന്ന കണ്ണീരത്രയും വാശിയോടെ പുറത്തേക്ക് തള്ളി ക്കയറി.

മഴയ്ക്ക് ഒടുക്കമില്ലെന്ന് തോന്നിച്ചു. ശരീരമാകെ ഉലഞ്ഞ്, ഇടനെഞ്ച് പൊട്ടിപ്പോകും വിധമുള്ള റോസിയുടെ കരച്ചിലിനും. പൗലോസും കുഞ്ഞിയും ഇടയ്ക്കിടെ അവളെ ചേർത്തുപിടിച്ച് ആശ്വസിപ്പിക്കാൻ ശ്രമി ച്ചെങ്കിലും അതെല്ലാം വ്യഥാവിലായി.

പിന്നെ, അവർ ശരി, എങ്കിൽ അവൾ കരഞ്ഞുതീർക്കട്ടെ എന്ന മട്ടിൽ അവളെ വിട്ടു. പൗലോസും കുഞ്ഞിയും മഴയിലേക്കുതന്നെ നോക്കിയി രുന്നു. പൗലോസിന് മിഷനറി സായ്പ് കുറേനാളുകളിലേക്ക് ദൂരെയാത്ര യായയതിനാൽ സായ്പിന്റെ വീട്ടിൽ പണിക്ക് പോകേണ്ടതില്ലായിരുന്നു.

പൗലോസിനും കുഞ്ഞിക്കും ഒന്നും പറയാനില്ലായിരുന്നു. അല്ല, ഉണ്ടായിരുന്നു. പക്ഷേ, പറയേണ്ടതെല്ലാം രണ്ടാളും പറയാതെ തന്നെ പരസ്പരം മുഖങ്ങളിൽനിന്ന് വായിച്ചെടുത്തു.

തലേരാത്രിതന്നെ, കുഞ്ഞി പൗലോസിനോട് റോസി അതേവരെ സഹിച്ചുകൊണ്ടിരുന്ന അപമാനത്തിന്റെ കഥകളെല്ലാം പറഞ്ഞിരുന്നു. തന്നോട് എന്താണ് ഇതേവരെ ഇതൊന്നും പറയാതിരുന്നതെന്ന് ദേഷ്യ പ്പെട്ട് തന്നോട് വഴക്കിടും എന്നൊക്കെ ഭയന്നാണ് കുഞ്ഞി പറഞ്ഞതെ ങ്കിലും അയാൾ അങ്ങനെ ഒന്നും പ്രതികരിച്ചതേയില്ല.

പറഞ്ഞതിത്രമാത്രം, "കുഞ്ഞീ, നമ്മടെ പെണ്ണിനെ അഭിനയിപ്പിച്ച് വല്യതമ്പ്രാട്ടിയാക്കാമെന്ന് നമ്മള് മനക്കോട്ട കെട്ടി അല്ലേ? നമ്മള്, അല്ല ഞാൻ കൊറച്ചങ്ങ് അഹമ്മതിച്ചുപോയെന്ന് തോന്നുന്നു. ഒരു പൊലക്കി ടാത്തിക്ക് വിധിച്ചത് എത്രടംവരെയാണ് ഓർക്കാണ്ടെ പോയി എന്റെ തെറ്റ്."

നേരം ഉച്ചയായിട്ടും അടുപ്പിൽ തീ പുകഞ്ഞില്ല. ഒടുവിൽ പൗലോസ് തന്നെ കുറച്ച് ചീനിക്കിഴങ്ങുകൾ തൊലിചെത്തി, അടുപ്പുകത്തിച്ച് പുഴു ങ്ങാൻ വച്ചു. എന്നാൽ എത്ര നിർബ്ബന്ധിച്ചിട്ടും റോസി ഒരു ചെറിയ കഷണം ചവച്ചിറക്കിയതല്ലാതെ, കൂടുതൽ കഴിച്ചില്ല.

വീണ്ടും ഒന്ന് മയങ്ങിക്കഴിഞ്ഞ്, മൂത്രമൊഴിക്കാനായി റോസി മൂത്ര പ്പുരയുടെയെടുത്തേക്ക് പോകവേ, ആ വഴിയിലുള്ള വേലിയുടെ പിന്നിൽ നിന്ന് ഒരു ചുണ്ടനക്കം കേട്ടു.

"ശ്... ശ്.."

റോസി കൗതുകത്തോടെ അങ്ങോട്ടുനോക്കി.

"റോസീ, ഇത് ഞാനാ മാല."അവൾ അത്ഭുതത്തോടും ആഹ്ലാദത്തോ ടെയും ചെന്നു. മാല ചെടികൾക്ക് പിന്നിൽ പമ്മി നില്ക്കുകയാണ്.രണ്ടു കൂട്ടുകാരികളും ചെടിപ്പടർപ്പിനപ്പുറവും ഇപ്പുറവും നിന്ന് പരസ്പരം ഉറ്റു നോക്കി. റോസിയുടെ ആകെ തകർന്നുടഞ്ഞ കോലം കണ്ട് മാലയ്ക്ക് സങ്കടം പൊട്ടിവന്നു. തലേന്ന് രാത്രിയിൽ റോസിക്ക് സംഭവിച്ച അപമാ നവും കൊട്ടകയിലെ ആക്രമണവുമെല്ലാം മാല അറിഞ്ഞിരിക്കുന്നു. ചുറ്റു വട്ടത്തെല്ലാം റോസിയെക്കുറിച്ചുള്ള ചീത്ത വർത്തമാനങ്ങൾക്ക് ഇതോടെ ഒന്നുകൂടി ആക്കമായിരിക്കുകയാണ്. മാലയുടെ അമ്മ ഇനി ഒരു കാരണ വശാലും അവൾ ഇനി റോസിയുമായി അടുത്തുപോകരുതെന്ന് കുറേ ക്കൂടി കർശനമായി വിലക്കിയിരിക്കുകയാണ്. അമ്മ കുടിലിൽതന്നെ ഉണ്ടാ യിരുന്നതിനാൽ, രാവിലെ മുതൽ റോസിയെ എപ്പോഴെങ്കിലും അമ്മ അറി യാതെ കാണാൻ കഴിയണമേ എന്ന ആശയോടെ കാത്തിരിക്കുകയായി രുന്നു മാല. അല്പനേരത്തേക്ക് അമ്മ പുറത്തേക്കു പോയപ്പോൾ റോസി വെളിയിലിറങ്ങി വന്നത് കണ്ട് മാലയിപ്പോൾ ഓടി വന്നതാണ്.

ആദ്യത്തെ പ്രദർശനം കഴിഞ്ഞ് എത്ര ആഹ്ലാദത്തോടെ റോസിയെ വരവേല്ക്കാൻ കാത്തിരുന്നതാണ് മാല! എന്നിട്ടിപ്പോൾ! മാല കരയുക തന്നെ ചെയ്തു.

അപ്പോഴേക്ക് മാലയുടെ അമ്മയുടെ ഉച്ചത്തിലുള്ള വിളി മുഴങ്ങി. "മാലേ എടീ നീയിതെവിടെ പോയി കിടക്കുവാ."

സങ്കടവും ഭയവും തളം കെട്ടിയ സ്വരത്തിൽ മാല ചെടിക്കൂട്ടത്തിന പ്പുറത്ത് റോസിയുടെ കൈയിൽ ഒന്നമർത്തിക്കൊണ്ട് പറഞ്ഞു: "ഞാൻ പോണു റോസീ. പിന്നെപ്പഴെങ്കിലും അമ്മേടെ കണ്ണുവെട്ടിച്ച് ഞാൻ കണ്ടോളാം." പിന്നെ മാല അവളുടെ ഉടുമുണ്ടിന്റെ കോന്താലയിൽനിന്ന് കുറെ ലുവിക്കയും എടുത്ത് റോസിയുടെ കൈവെള്ളയിൽ വച്ചിട്ട് വേഗം അവളുടെ കുടിലിലേക്ക് നടന്നു.

രാത്രിയിൽ, പൗലോസും കുഞ്ഞിയും റോസിയും ഉറക്കം പിടിച്ചു കഴിഞ്ഞപ്പോഴാണ് അട്ടഹാസങ്ങളും വലിയ കൽച്ചീലുകളും കുടിലിലേക്ക് വന്നു വീഴുന്ന ശബ്ദവും കേട്ട് മൂവരും ഞെട്ടി ഉണർന്നത്. ആദ്യം മൂന്നു പേർക്കും ഒന്നും തന്നെ പിടികിട്ടിയില്ല. എന്നാൽ, നിമിഷങ്ങൾക്കകം തന്നെ

ഒരു സംഘം തെമ്മാടികൾ കരുതിക്കൂട്ടി തങ്ങളെ ആക്രമിക്കുകയാണെന്ന് അവർക്ക് വെളിവായി. ജനാർദ്ദനൻ തമ്പി പറഞ്ഞ് വിട്ടിരിക്കുന്ന തെമ്മാ ടികൾ തന്നെയെന്നും വ്യക്തമായി.

"തമ്പിയങ്ങുന്നിനെ ഇച്ചീച്ചിയാക്കാൻ ഒരുമ്പെട്ട അറുവാണി ഇനി ഈ നാട്ടില് വാഴണ്ട. കുത്തിച്ചി മോളേ, ആട്ടക്കാരി നിന്റെ പൊലയാട്ടം ഞങ്ങളിനി സമ്മതിക്കുകേലടീ." പുലഭ്യങ്ങൾ അന്തമില്ലാതെ നീണ്ടു.

രാത്രി വീണ്ടും കനത്തെങ്കിലും, തെമ്മാടികൾ അവിടെ നിന്ന് പോകാതെ പുലഭ്യം വിളിയും കല്ലേറും തുടർന്നു. കുടിലിനുള്ളിൽ മൂന്ന് മനുഷ്യാത്മാക്കൾ മാളത്തിലെ ചുണ്ടെലികളെ പോലെ പതുങ്ങിയിരുന്നു. ഏത് നിമിഷവും തെരുവിൽ നില്ക്കുന്നത് വിട്ട് അവർ തങ്ങളുടെ കുടിലി നുള്ളിലേക്ക് കടന്ന് ആക്രമണം നടത്തിയേക്കാമെന്നോർത്ത് അവർ കിടു ങ്ങി. അങ്ങനെ സംഭവിച്ചാൽ ആരും അവരെ എതിർക്കാനോ ചോദ്യം ചെയ്യാനോ ഇല്ല.

ആരുമില്ല. തങ്ങൾക്കാരുമില്ല തുണയായി. തന്റെ പാവം പിടിച്ച അപ്പനും അമ്മയും താനൊരുത്തി മൂലം എന്തെല്ലാം സഹിക്കാനാണ്, ദൈവമേ, അവർ വിധിക്കപ്പെട്ടിരിക്കുന്നത്. റോസി കുറ്റബോധത്താൽ വിങ്ങി.

തെമ്മാടികൾ പോയെങ്കിലും തങ്ങളുറക്കമായി കഴിയുമ്പോൾ കൂടുതൽ ഭീകരമായ ഒരാക്രമണം അവർ തിരിച്ച് വന്ന് നടത്തിയേക്കും എന്ന് പൗലോസും കുഞ്ഞിയും ഭയന്നു. അതിനാൽ ശരീര ക്ഷീണവും മനോവിഷമവും ഗതികെട്ട ഒരുറക്കത്തിലേക്ക് അവരെ തള്ളിയിടാൻ ശ്രമി ച്ചെങ്കിലും ബലം പിടിച്ച് അവർ ആ ഉറക്കത്തെ ചെറുത്തുക്കൊണ്ടിരുന്നു.

പിറ്റേന്ന് രാവിലെ "ഇവിടാരുമില്ലേ." എന്ന കനത്ത ഒച്ചയിലുള്ള ചോദ്യം കേട്ടാണ് റോസി ഉണർന്നത്. അപ്പനും അമ്മയും പുലർച്ചയിലെ പ്പോഴോ മയങ്ങിപ്പോയിരിക്കുന്നു. റോസി ഓലമറ നീക്കി വാതിലില്ക്കൂടി പുറത്തേക്ക് നോക്കി. മുറ്റത്ത് രണ്ട് പൊലീസുകാർ. അവളുടെ ഹൃദയം പടപടാ മിടിച്ചു.

"ഇതാണോടീ റോസീന്ന് പറയുന്നവളുടെ വീട്." രണ്ട് പേരിൽ നല്ല പ്രായം തോന്നിക്കുന്ന ഒരു പൊലീസുകാരൻ അവളെ ആപാദചൂഡം നോക്കിക്കൊണ്ട് ചോദിച്ചു.

"തന്നെ ഏമാനേ." അവൾ തെല്ല് വിറയലോടെ പറഞ്ഞു.

"ങും... ആരാടീ ഈ റോസി.." അയാൾ അവളുടെ ഉയർന്ന് താഴുന്ന മാറിടത്തിലേക്ക് മിഴിയൂന്നി ചോദിച്ചു:

"അത് ഞാൻ തന്നെയാ ഏമാനേ."

"ഓാ അപ്പോ നീയാണി കൊഴപ്പമെല്ലാം ഒപ്പിച്ചവൾ അല്ലേടീ? അയാൾ തന്റെ കൊമ്പൻ മീശ ഒന്ന് പിരിച്ചു വച്ചു. അപ്പോഴേക്ക് പത്രോസും കുഞ്ഞിയും എഴുന്നേറ്റ് വന്നു. പൊലീസിനെ കണ്ടതും അവർ ഞടുങ്ങി. "അയ്യോ." കുഞ്ഞി അറിയാതെ ശബ്ദിച്ചുപോയി.

കുറച്ച് നേരം കൂടി പൊലീസുകാർ പത്രോസിനെയും കുടുംബ
ത്തെയും കുറേ മുരടൻ ചോദ്യങ്ങൾ ഉന്നയിച്ച് വിരട്ടി. അതിന് ശേഷ
മാണ് പൊലീസുകാർ തങ്ങൾ എന്തിനാണ് ഇവിടെ വന്നതെന്ന് വെളി
പ്പെടുത്തിയത്.

ഇവിടെ റോസിയും കുടുംബത്തിനും നേരെ ആക്രമണ സാദ്ധ്യത
നിലനില്ക്കുന്നതിനാൽ അവരുടെ സംരക്ഷണത്തിനായി ഡാനിയൽ
സാറിന്റെ അഭ്യർത്ഥന പ്രകാരം പൊലീസ് കാര്യാലയത്തിൽനിന്ന് രണ്ട്
പേരെ അയച്ചിരിക്കുകയാണ്. പ്രായം ചെന്നയാൾ പപ്പുപിള്ള, ചെറുപ്പ
ക്കാരൻ മണിയൻ പിള്ള.

" എന്തരിന് പറയണു, പെണ്ണിനെ ഓരോ അഴിഞ്ഞാട്ടത്തിനൊക്കെ
പറഞ്ഞു വിട്ടപ്പോ നിങ്ങള് തന്തേം തള്ളേം ആലോചിക്കണമായിരുന്നു.
ഇമ്മാതിരി പുകിലുകളൊക്കെ ഒണ്ടാകുമെന്ന്."

പപ്പുപിള്ള പൊലീസ് ഒന്ന് വെറ്റിലമുറുക്കി നീട്ടിത്തുപ്പിയിട്ട് പറഞ്ഞു.
തുടർന്നുള്ള കാവലിരിപ്പിൽ അവരോട് രണ്ടുപേരും റോസിയും കുടും
ബവും എന്തോ ദ്രോഹം ചെയ്തു എന്ന മട്ടിലാണ് രണ്ട് പൊലീസുകാരും
നിന്നത്.

"നല്ലൊന്നാംതരം നായന്മാരാണ്. പറഞ്ഞിട്ടെന്താ കാര്യം. ഇപ്പഴ് പെല
കുടീല് കാവല് നിക്കാനാ നമ്മുടെ യോഗം, എന്റെ ശ്രീപപ്പനാവാ, കലി
കാലം തന്നെ." ഇടയ്ക്കിടെ രണ്ടാളും ഉറക്കെ പറയുന്നത് കേൾക്കാം.
അത്ര ബുദ്ധിമുട്ടാണെങ്കിൽ ഏമാൻമാര് വേഗം പോയാട്ടെ എന്ന് പറയാൻ
റോസിക്ക് നാവ് തരിച്ചു. പക്ഷേ, തന്നെപ്പോലുള്ളോരുടെ നാവുകൾ എന്നേ
അടിമ വയ്ക്കപ്പെട്ടതാണെന്നോർത്ത് അവൾ സ്വയമടങ്ങി.

തെരുവിൽനിന്നും വേലികൾക്കപ്പുറത്ത് നിന്നും ഇടയ്ക്കിടെ ചില
രൊക്കെ പൗലോസിന്റെ മുറ്റത്തേക്ക് പൊലീസുകാരെ കണ്ട് കൗതുക
ത്തോടെ നോക്കി. അവരൊക്കെ തങ്ങളുടെ നേരെ കൈചൂണ്ടി എന്തോ
പറഞ്ഞ് ചിരിക്കുന്നതും അവൾ കണ്ടു.

പലപ്പോഴും, പൊലീസുകാർ ഇങ്ങനെ ഇവിടെ കാവല് നില്ക്കുന്ന
താണ് തങ്ങൾക്ക് കൂടുതൽ അപമാനവും പീഡനവുമെന്ന് റോസിക്കു
തോന്നി. മൂത്രമൊഴിക്കാനോ കുളിക്കാനോ മറപ്പുരയിലേക്ക് പോകുമ്പോൾ
അവരുടെ നോട്ടം തന്റെ ശരീരത്തെ കീറിമുറിക്കുന്നത് പോലെ അവൾക്ക
നുഭവപ്പെട്ടു.

"എടേ, യെവള് മൊതല് ഉരുപ്പടി തന്നെ." അവൾ മറപ്പുരയിൽ നിന്നി
റങ്ങി വരുമ്പോൾ പപ്പുപിള്ള പൊലീസ് പറഞ്ഞു. മണിയൻ പിള്ള
പൊലീസ് അതിന് മറുപടിയായി കൈവിരലുകൾകൊണ്ട് ഒരു അശ്ലീല
ആംഗ്യം കാണിച്ചിട്ട് ഒന്നു ചിരിച്ചു.

എന്തായാലും അന്ന് രാത്രി ആക്രമണം ഒന്നുണ്ടായില്ല. പിറ്റേന്ന്
പൗലോസ് കുഞ്ഞിക്കൊപ്പം പറമ്പ് പണിയമ്പേഷിച്ച് പുറത്തേക്ക് പോയി.
രണ്ട് ദിവസമായി ആരും പണിക്ക് പോകാത്തതിനാൽ കുടിലിൽ ഭക്ഷി

ക്കാനൊന്നും മിച്ചമില്ല. മിഷണറി സായ്പ് കുറച്ച് നാളത്തേക്ക് ഇംഗ്ലണ്ടിൽ
പോയിരിക്കുന്നതിനാൽ ഇനി സായ്പ് തിരിച്ച് വരുന്നതുവരെ പൗലോ
സിന് സ്ഥിരം കുശിനിപ്പണിയില്ല. അതിനാൽ, അതുവരെ വിളകളിലെ
യൊക്കെ കൂലിപ്പണി ചെയ്തേ നിവൃത്തിയുള്ളൂ. അങ്ങനെയെങ്കിൽ മണ്കു
ടുകയിൽ സൂക്ഷിച്ച് വച്ചിരിക്കുന്ന തന്റെ സിനിമാഭിനയത്തിന്റെ പ്രതിഫ
ലത്തിൽനിന്ന് കുറച്ച് എടുത്ത് ചെലവാക്കണമെന്ന് റോസി പറഞ്ഞു.
പക്ഷേ, പൗലോസ് അത് വിലക്കി.

"വേണ്ട കൊച്ചേ, അത് അവിടെ തന്നെയിരിക്കട്ടെ. അത് വെറുതെ
ചീനിം അരീമൊന്നും വാങ്ങിക്കാനുള്ള പൈസയല്ല. പശിയടക്കാനുള്ള
ചക്രം ഞാനും നിന്റെമ്മേം പൊറത്ത് പണി ചെയ്ത് തന്നെ ഒണ്ടാക്കി
ക്കൊള്ളാം."

റോസി കുടിലിനുള്ളിൽ തന്നെ കഴിഞ്ഞു. അവളും പണിയന്വേഷിച്ച്
പോകാമെന്ന് പറഞ്ഞപ്പോൾ, എന്തായാലും അവളിപ്പോൾ പുറത്തിറങ്ങു
ന്നത് അത്ര ബുദ്ധിയില്ല എന്ന് പറഞ്ഞ് പൗലോസ് അവളെ വിലക്കിയ
താണ്.

കുടിലിനുള്ളിൽ വെറുതെ കിടന്നും ഇരുന്നും റോസിക്ക് ശ്വാസം
മുട്ടി. ഒന്ന് പുറത്തിറങ്ങി കാറ്റ് കൊള്ളാമെന്ന് നിനച്ചാൽ കാവൽ പൊലീ
സിന്റെ ദുർഗ്ഗന്ധം നിറഞ്ഞ സംസാരങ്ങളും ആംഗ്യങ്ങളും സഹിക്കേണ്ടി
വരും. അതിനേക്കാൾ ഭേദം കുടിലിനുള്ളിലെ അടഞ്ഞ വായുവും ഇരുട്ടു
മാണ്.

ദൈവമേ, എത്രനാളിങ്ങനെ ഇവിടെ കഴിയും. പൊലീസ് കാവൽ
ഏറിയാൽ ഒന്നോ രണ്ടോ ദിവസം കൂടി കാണും. അത് കഴിഞ്ഞാൽ തമ്പി
യുടെ ആളുകൾ വീണ്ടും തന്നെ തേടിവരില്ലേ.

അയ്യങ്കാളി നേതാവിനോടോ ഗോവിന്ദൻ ആശാനോടോ സമീപിച്ച്
തന്റെ കുടുംബത്തിന്റെ അവസ്ഥയെക്കുറിച്ച് പറഞ്ഞാലോ എന്ന് ഒരുവേള
റോസി ചിന്തിച്ചു. പക്ഷേ, അയ്യങ്കാളി നേതാവ് ഇങ്ങനെ ഒരു പ്രശ്നത്തി
ലിടപെടുമോ? സമുദായത്തിന്റെ പുരോഗമനം പോലുള്ള വലിയ കാര്യ
ങ്ങൾക്ക് വേണ്ടിയാണ് അദ്ദേഹം പ്രവർത്തിക്കുന്നത്, ആ നിലയ്ക്ക്
തന്റെയീ പ്രശ്നം അതും ചുറ്റുവട്ടത്തൊക്കെ തന്റെ മാനത്തിന് മേൽ നാറ്റ
ക്കഥകൾ ചുഴറ്റി വീശിയടിക്കുമ്പോൾ, അദ്ദേഹത്തേപ്പോലെ ഒരാളുടെ
മുമ്പിൽ അവതരിപ്പിക്കാൻ തന്നെ കൊള്ളുമോ? തന്റെ പ്രശ്നം പുലയ
സമുദായത്തിന്റെ പ്രശ്നമാണോ! എന്തോ മനസ്സിലാകുന്നില്ല.

പിന്നെ ഗോവിന്ദൻ ആശാൻ, തീർച്ചയായും തന്റെ കാര്യം അദ്ദേഹ
ത്തോട് പറയാവുന്നതേ ഉള്ളൂ. പക്ഷേ, ആശാൻ എന്ത് ചെയ്യാൻ കഴിയും.
ജനാർദ്ദനൻ തമ്പിയെപ്പോലെ ഈ പ്രദേശമാകെ അടക്കി വാഴുന്ന ഒരു
പ്രതാപിയുടെയും അയാളുടെ സില്ബന്ധികളുടെയും മുന്നിൽ ആശാന്
ഒന്നും ചെയ്യാനാവില്ല. തന്നെയുമല്ല. ആമത്തറയിൽ തന്നെ ചൊല്ലിയു
ണ്ടായ ലഹളയിൽ ആശാൻ കുറേയൊക്കെ തനിക്ക് വേണ്ടി സഹിച്ചതാണ്.

ഇനിയും ആ മനുഷ്യനെ തനിക്ക് വേണ്ടി കഷ്ടപ്പെടുത്തുന്നത് വളരെ സങ്ക
ടമാണ്. ഇല്ല അതിനെപ്പറ്റി ആലോചിക്കാനേ ഇല്ല.

ഈ പട്ടണത്തിൽനിന്ന് എങ്ങോട്ടെങ്കിലും പോയാലോ. ദൂരെ മദിരാ
ശിയിലോ, സേലമോ അവിടെയൊക്കെ സിനിമേം നാടകോം ധാരാളമായി
നടക്കുന്നുണ്ടെന്ന് കേട്ടിരിക്കുന്നു. അതിലൊക്കെ കയറിക്കൂടാൻ ശ്രമി
ക്കണം പക്ഷേ, അവിടെ വരെ പോകാനുള്ള പണം, സൗകര്യങ്ങൾ
അതൊന്നും തനിക്കില്ല, ഒരു പെണ്ണ് തനിയെ അവിടെയൊക്കെ ചെന്നാൽ,
എന്തൊക്കെ കെണികളാകും കാത്തിരിക്കുന്നത്.

ദൈവമേ, ഏതെങ്കിലുമൊരു വഴി ഒരു നരകത്തിൽനിന്ന് തുറന്ന് കിട്ടി
യിരുന്നെങ്കിൽ! നടിയും മഹാറാണിയുമൊന്നും ആയിത്തീരണ്ട, സമാധാ
നത്തോടെ ഒരു സാധാരണ പെണ്ണായി എവിടെയെങ്കിലും ജീവിക്കാൻ
കഴിഞ്ഞിരുന്നെങ്കിൽ!

പതിനാല്

എന്നാൽ അന്ന് രാത്രി തന്നെ ഒരു മാറ്റം ഉണ്ടായി. റോസി ഉറക്ക
ത്തിന്റെ ആഴങ്ങളിൽ ഒരു സ്വപ്നത്തിന്റെ തട്ടകത്തിലായിരുന്നു.

- അത് വലിയൊരു മൈതാനമായിരുന്നു. സാധാരണ കാക്കാരശ്ശി
നാടകങ്ങൾക്ക് എത്തിപ്പെടുന്ന കാണികളേക്കാൾ എത്രയോ മടങ്ങ് വരുന്ന
ജനക്കൂട്ടം.

അവിടവിടെയുള്ള തുണുകളിൽ വച്ചിരുന്ന തീവെട്ടികളിൽനിന്ന്
ചുവപ്പും മഞ്ഞയും കലർന്ന വെളിച്ചം എമ്പാടും പ്രസരിക്കുന്നു. മൃദം
ഗവും ഗഞ്ചിറയും ഹാർമ്മോണിയവുമായി പാട്ട് മേളക്കാർ തട്ടിന്റെ ഒരു
വശത്തിരിപ്പുണ്ട്.

റോസി കുറത്തിയുടെ വേഷത്തിൽ തട്ടിലെത്തി. മേളക്കാരുടെ
കൈവിരലുകൾ ഉപകരണങ്ങളിൽ അമർന്ന് തുടങ്ങി. ഉയരുന്ന താളമേള
ങ്ങൾക്കൊപ്പം റോസിയുടെ വായ്ത്താരിയും ഉയർന്നു. അവളുടെ കാലു
കൾ നൃത്തച്ചുവടുകളിലേക്ക് ആവാഹിക്കപ്പെട്ടു.

ഇനി ശിവൻ കുറവന്റെ വേഷത്തിൽ സദസ്സിനിടയിൽനിന്നും ആര
വത്തോടെ തട്ടിലേക്ക് കയറി വരികയാണ് വേണ്ടത്. കൈയിൽ, ഒരു
കമ്പിൽ തുണിചുറ്റിയ തീപ്പന്തവുമായി സദസ്സിനെ ഇളക്കി മറിക്കുന്ന വര
വാണ്.

സാധാരണ നിലയ്ക്ക് കുറവൻ തട്ടിലേക്കെത്തേണ്ട സമയം കഴി
ഞ്ഞിട്ടും കാണാത്തതിനാൽ റോസി തന്റെ ആട്ടവും പാട്ടും മെല്ലെയാക്കി.
അവളുടെ കണ്ണുകൾ സദസ്സിലെമ്പാടും കുറവന്റെ പുറപ്പാടിനായി പരതി
യെങ്കിലും എങ്ങും ഒരനക്കവും കാണാൻ കഴിഞ്ഞില്ല. തന്ത്രപൂർവ്വം അവൾ
തന്റെ ആട്ടവും പാട്ടും ആവർത്തിച്ച് തുടങ്ങി. ഇങ്ങനെ ഒരിക്കലും ഒരമാ
ന്തവും വരുന്നതല്ല. എന്ത് പറ്റിയോ ആവോ, അവളുടെ ശരീരമാകെ ഒരു
തളർച്ച അനുഭവപ്പെട്ടു.

റോസി ഒരു ചുവട് വയ്പിൽ കറങ്ങിത്തിരിഞ്ഞതും സദസ്സിൽ പല യിടത്തും ഒരിളക്കം ഉണ്ടാകുന്നത് അവൾ കണ്ടു. ആദ്യം അവളുടെ കണ്ണു കളിൽ പെട്ടത് തീപ്പന്തങ്ങളാണ്. ഒന്നല്ല, പത്തല്ല, നൂറു കണക്കിന് തീപ്പ ന്തങ്ങൾ.

ഒരു തീപ്പന്തവും കുറവന്റെ കൈയിലില്ല, ഭീമാകാരമായ ശരീരവും ക്രൂര മുഖങ്ങളുമായി രാക്ഷസന്മാരാണ് തീപ്പന്തങ്ങൾ കൈകളിലേന്തിയി രിക്കുന്നത്. ആർത്തലയ്ക്കുന്ന സദസ്സിനെ വകഞ്ഞ് മാറ്റി, അവർ തട്ടി ലേക്ക് പാഞ്ഞടുക്കുകയാണ്. ഓരോ കൈകളിലും ഭ്രാന്തമായ രീതിയിൽ തീപ്പന്തങ്ങൾ ആടി കളിക്കുന്നുണ്ട്.

റോസി നിന്ന നില്പിൽ തറഞ്ഞ് നിന്നു. അവളുടെ ശരീരമാകെ മര വിച്ചതുപോലെ.

തന്റെ കുറവന് വേണ്ടി അവളുടെ കണ്ണുകൾ എമ്പാടും പരതി. പക്ഷേ, കുറവനെ ഒരിടത്തും കാണാനില്ല. രാക്ഷസന്മാർ തട്ടിലേക്ക് പ്രകമ്പന ത്തോടെ ചാടിക്കയറിക്കഴിഞ്ഞു. അവരുടെ കൈകളിൽനിന്ന് തീപ്പന്തങ്ങൾ മാരകമായി അവളുടെ നേരെ കുതിച്ചു. അവൾ ഉച്ചത്തിൽ നിലവിളിക്കാ നായ് വായ് തുറന്നു. അതേ സമയം അവളുടെ കണ്ണുകളും തുറന്നു. റോസിക്ക് ഒരു നിമിഷം വേണ്ടി വന്നു, താനൊരു സ്വപ്നത്തിലായിരുന്നു വെന്നറിയാൻ.

ശരീരമാകെ വിയർത്ത് കുളിച്ചിരിക്കുന്നു. എങ്കിലും കഴിഞ്ഞ കുറേ നേരത്തെ ഭീകര നിമിഷങ്ങളിൽനിന്ന് താൻ രക്ഷപ്പെട്ടിരിക്കുന്നുവെന്ന് അവൾ ആശ്വാസത്തോടെ നടുവൊന്ന് നീട്ടിപ്പിടിച്ചിട്ട് അയച്ചു കിടന്നു. ആ നിമിഷം തന്നെ അവൾ ഞെട്ടിത്തെറിച്ചു. "അയ്യോ തീ, തീ, പിട ഞ്ഞെഴുന്നേറ്റുകൊണ്ടവൾ അലറി.

ഓല മേഞ്ഞ മേല്ക്കൂരയും വാതിലുമെല്ലാം തീനാളങ്ങളുടെ പിടി യിലാണ്. പുറത്ത് നിന്ന് അട്ടഹാസങ്ങൾ കത്തിക്കെടാ ചുട്ട് കൊല്ലടാ എന്നെല്ലാം കേൾക്കാം.

അപ്പോഴേക്ക് പൗലോസും കുഞ്ഞിയുമെല്ലാം ഉണർന്ന് കഴിഞ്ഞി രുന്നു. ഞെട്ടലോടെ അവരും ചാടിയെഴുന്നേറ്റു. കുഞ്ഞിയും നീണ്ട ഒരു നിലവിളിയിലേക്ക് ചിതറി. കുഞ്ഞി അവിടെ മൂലയ്ക്ക് വെക്കുന്ന ഒരു കലം വെള്ളം എടുത്ത് അനുനിമിഷം വലുതായി വരുന്ന തീ പടർപ്പി ലേക്ക് ആഞ്ഞൊഴിച്ചു. എന്നാൽ, അപ്പോഴേക്ക് സമനില വീണ്ടെടുത്ത പൗലോസ് കുഞ്ഞിയെയും റോസിയെയും ചേർത്തുപിടിച്ച് തീയാളുന്ന വാതിലിനിടയിലൂടെ പുറത്തേക്ക് തള്ളി. പിന്നെ അയാളും പുറത്തേക്ക് ചാടി.

മുറ്റത്ത് അവർ പ്രത്യക്ഷപ്പെട്ടതും നിരത്തിൽനിന്ന് അലർച്ച മുഴങ്ങി "എല്ലാം പുറത്ത് ചാടിയിട്ടുണ്ട്. അവളെ ആ അറുവാണിച്ചിയെ വെറുതെ വിടരുത്. പിടിക്കടാ അവളെ."

കട്ട പിടിച്ച് നില്ക്കുന്ന ഇരുട്ടിലും റോസി കണ്ടു. നിരത്തിൽ നീണ്ട

വടികളുമായി കോട്ടപോലെ നിരന്ന് നില്ക്കുന്ന മല്ലന്മാരായ കുറേ ആണു
ങ്ങൾ. പക്ഷേ, ഇവിടെ കാവൽ നില്ക്കുന്ന പൊലീസുകാർ? ഇവിടെ
യെങ്ങും രണ്ടാളുടെയും പൊടിപോലുമില്ല. പൊലീസുകാരും അക്രമിക
ളുടെ കൂടെ ചേർന്ന് പുരകത്തിക്കാനും തന്നെ ഉപദ്രവിക്കാനും ഒത്താശ
ചെയ്തുവോ! ഒന്നും മനസ്സിലാകുന്നില്ല.

അക്രമികൾ നിരത്ത് കടന്ന് തങ്ങളുടെ നേരെ വരുകയാണ്. റോസി
പകച്ച് നിന്നു.

പൗലോസ് പിന്നൊട്ടും വൈകിയില്ല. അയാൾ റോസിയുടെ
കൈയിൽ പിടിച്ച് വലിച്ച് കൊണ്ട് കുടിലിന് പിന്നിലേക്ക് ഓടി. ഓടി
ക്കൊണ്ട് തന്നെ അയാൾ പറഞ്ഞു: "കൊച്ചേ നീ എങ്ങോട്ടെങ്കിലും ഓടി
രക്ഷപ്പെട്. ഞാനും നിന്റെ അമ്മച്ചിയും ഇവിടെ നിന്നോളാം, നിന്നെയാണ്
അവർക്ക് വേണ്ടത് ഞങ്ങളെ ഒന്നും ചെയ്യില്ല."

റോസി ഒരാന്തലോടെ പറഞ്ഞു: "അയ്യോ, അപ്പനെയും അമ്മച്ചി
യെയും ഇവിടെ വിട്ടിട്ട്.... ഞാൻ തനിയെ രക്ഷപ്പെട്ടാൽ.... അപ്പോഴേക്ക്
അക്രമികളുടെ കാലൊച്ച കുടിലിന് ചുറ്റുമായി തങ്ങളുടെ സമീപത്തേക്ക്
അടുക്കുന്നത് പൗലോസും റോസിയുമറിഞ്ഞു. പൗലോസ് അധികം ശബ്ദ
മെടുക്കാതെ, എന്നാൽ ഒരു ഗർജ്ജനത്തിന്റെ കരുത്തോടെ അവളുടെ
ചെവിയിലേക്ക് മുഖം അടുപ്പിച്ചു പറഞ്ഞു: "എടീ രക്ഷപ്പെടാൻ. വെക്കം
ഓടടീ."

റോസി ഒന്ന് തലയാട്ടി. പിന്നെ, സർവ്വശക്തിയും സംഭരിച്ചു അവൾ
ഓട്ടം തുടങ്ങി. വേലികൾക്കും കയ്യാലകൾക്കും മുകളിലൂടെ അവളുടെ
കാലുകൾ പറന്നു. പിന്നിൽ അക്രമികളും അലർച്ചകളോടെ തന്നെ പിന്തുട
രുന്നുണ്ടെന്ന് അവളറിഞ്ഞു. ഒരു ഊടുവഴിയിലൂടെ കുറേ ഓടിയതും
അവൾ തൈക്കാട് വഴിയുള്ള പ്രധാന നിരത്തിലെത്തി.

തുറന്ന വലിയ നിരത്തിലൂടെ ഓടുന്നത് തനിക്ക് അപകടം തന്നെ
യെന്ന് റോസി ചിന്തിച്ചു. അക്രമികൾക്ക് ഇങ്ങനെ ഓടിയാൽ, തന്നെ വേഗം
കീഴ്പെടുത്താനാവും. എന്നാൽ, ഊളിയിടാൻ പാകത്തിൽ ഈടുവഴിക
ളൊന്നും കണ്ണിൽ പെടുന്നുമില്ല.

റോസി ഭ്രാന്തമായി മുന്നോട്ട് തന്നെ കുതിച്ചു. ഇനിയൊരു വളവാണ്.
വളവിനടുത്തെത്തിയതും അവൾ ഒരു വല്ലാത്ത ശബ്ദം കേട്ടു. ഏതോ
ഒരു മോട്ടോർ വണ്ടിയുടെ ശബ്ദമാണതെന്ന് അവൾക്ക് മനസ്സിലായി.

ഇപ്പോൾ ആ വണ്ടിയുടെ മഞ്ഞ പ്രകാശം വളവിലേക്ക് കടന്നുവരു
ന്നുണ്ട്. അടുത്ത നിമിഷം ഇരുളിന്റെ മറയെ പൂർണ്ണമായി ഭേദിച്ചുകൊണ്ട്
ആ പ്രകാശം വളവിലേക്ക് വന്നു.

ഒരു ലോറി!

റോസിയുടെ മനസ്സിൽ ചില ചിന്തകൾ ചുഴലിക്കാറ്റുപോലെ ആഞ്ഞ
ടിച്ചു.

അവൾ രണ്ട് കൈകളും പൊക്കിപ്പിടിച്ച് കൊണ്ട് ആ ലോറിയുടെ

മുമ്പിലേക്ക് പാഞ്ഞു ചെന്നു നിന്നു. ഭീകരമായ ഒരു മുരൾച്ചയോടെ ലോറി അവളെ തൊട്ടു തൊട്ടില്ല എന്ന മട്ടിൽ വന്നു നിന്നു. ലോറിയുടെ വെളിച്ച ത്തിന്റെ മഞ്ഞളിപ്പ് മാറിയതും റോസി അതിനുള്ളിലിരിക്കുന്നവരെ നോക്കി.

ഓടിക്കുന്ന ചക്രത്തിന് പിന്നിലൊരു തലേക്കെട്ടുകാരനും ഇടതുവ ശത്ത് മറ്റൊരാളും. പുറകിൽ പടുതകൊണ്ട് മൂടിയിരിക്കുന്ന ഏതോ ചരക്ക്.

വണ്ടി ഓടിക്കുന്നയാളാണ് ഡ്രൈവർ എന്ന് റോസി കേട്ടിട്ടുണ്ട്. അവൾ അവളുടെ അടുത്തെത്തി. റോസി രണ്ട് കൈകളും ചേർന്ന് കൂപ്പി ക്കൊണ്ട് നിലവിളിച്ചു. "ഡ്രൈവറണ്ണാ രക്ഷിക്കണേ, എന്നെ കൊലയ്ക്ക് കൊടുക്കരുതേ."

ഡ്രൈവർ അവളെ അടിമുടി ചൂഴ്ന്നൊന്ന് നോക്കിയിട്ട് ഉഗ്രമായി ചോദിച്ചു: "ആരാടീ നീ. ഈ പാതിരാത്രീല് ഇതെന്തര്?"

"അയ്യോ അണ്ണാ, ഞാനെല്ലാം പറയാമണ്ണാ, വേഗം നിങ്ങളെന്നെ ഈ വണ്ടീല് കേറ്റിക്കൊണ്ട് പോ അണ്ണാ. അല്ലേ, അവരെന്നെ കൊല്ലും."

ഡ്രൈവർ വീണ്ടും എന്തോ ചോദിക്കാനാഞ്ഞതും ഞെട്ടുക്കും വിധ മുള്ള അലർച്ചകൾ നിരത്തിൽ കേട്ടു. ഡ്രൈവറും റോസിയും അങ്ങോ ട്ടേക്ക് നോക്കി. അവർ തന്നെ. അക്രമികൾ പാഞ്ഞ് വരികയാണ്.

ഡ്രൈവർ ഒന്നുകൂടി റോസിയെ സൂക്ഷ്മമായി നോക്കി. പിന്നെ നിർദ്ദേശിച്ചു. "എടീ നീ വേഗം അപ്പുറം വശത്തൂടെ വണ്ടിക്കകത്ത് കേറ്."

റോസി ഒറ്റ കുതിപ്പിന് ലോറിയുടെ മുമ്പിലൂടെ ഓടി ഇടതുവശത്ത് കൂടെ അള്ളിപ്പിടിച്ച് അകത്ത് കയറി. മറ്റെയാൾ അവൾക്ക് കൂടി ഇരിക്ക ത്തക്ക രീതിയിൽ ഒന്നൊതുങ്ങിയിരുന്നു.

ഡ്രൈവർ ഒരിരമ്പലോടെ വീണ്ടും ലോറി മുമ്പോട്ടെടുത്തു. നിമിഷ ങ്ങൾക്കകം ലോറി ആർത്തു വരുന്ന അക്രമികളുടെ കൂട്ടത്തെ ഇരുവശ ങ്ങളിലേക്കും ചിതറിപ്പിച്ച് കൊണ്ടു പാഞ്ഞകന്നു.

ലോറി വേഗം തന്നെ പട്ടണത്തിന്റെ അതിർത്തികൾ കടന്നു. അക്ര മികൾ ഇനി പിന്നാലെ വരില്ലെന്ന് ഉറപ്പായി കഴിഞ്ഞിട്ടും റോസിയുടെ വിറയൽ മാറിയിരുന്നില്ല. കൂടെ തണുത്ത കാറ്റിന്റെ സൂചിമുനകളും അവ ളുടെ ശരീരത്തെ കീറിമുറിച്ചു.

തമ്പിയുടെ തെമ്മാടികളിൽനിന്ന് രക്ഷപ്പെട്ടെങ്കിലും താനിപ്പോൾ അഭയം പ്രാപിച്ചിരിക്കുന്നവർ ഏത് തരക്കാരാണെന്നോർത്ത് അവൾ കുഴങ്ങി. താനഭിനയിച്ച സിനിമയിൽ നായകന്മാരെയും വില്ലന്മാരെയും പെട്ടെന്ന് തന്നെ തിരിച്ചറിയാമായിരുന്നു. പക്ഷേ, ഇവിടെ താൻ ജീവിതം കൈയിൽ പിടിച്ച് പായുന്ന ഈ വേളയിൽ പുതിയ രക്ഷകരെക്കുറിച്ച് ഒന്നുമറിഞ്ഞുകൂടാ.

റോസി ഒളികണ്ണിട്ട് തന്റെ വലത് വശത്തേക്ക് നോക്കി. തലേക്കെട്ടു കൊണ്ടും അകത്ത് നല്ല വെളിച്ചമില്ലാത്തതിനാലും ഡ്രൈവറുടെ മുഖം ശരിക്ക് കണ്ടുകൂടാ. ആ മുഖത്തിന്റെ ഭാവമെന്തെന്നും ശരിക്ക് മനസ്സിലാ കുന്നില്ല. ചെറുപ്പം വിട്ടിട്ടില്ലാത്ത ആളാണെന്ന് മാത്രം മനസ്സിലാകുന്നു.

കൂടെയുള്ളയാൾക്ക് കുറച്ച് കൂടി പ്രായം തോന്നുന്നുണ്ട്. മുഖത്ത് ഏതോ മുറിവുകളുടെ പാടുകളൊക്കെ കാണുന്നുണ്ടെങ്കിലും അയാൾ വെറുമൊരു പാവത്താനെപ്പോലെ തോന്നിച്ചു. അയാൾ ഇടയ്ക്കിടെ തന്നെ നോക്കു ന്നുണ്ട്. ഇടയ്ക്കെപ്പോഴോ അയാൾ തന്നെ നോക്കി ചിരിച്ചുവെന്ന് തോന്നി യപ്പോൾ അവളും വിളർച്ചയോടെ ഒന്ന് ചിരിച്ചു.

"അപ്പഴ് എന്തരെടീ പെണ്ണേ നിന്റെ കൊഴപ്പം." ഡ്രൈവറുടെ ശബ്ദം കേട്ട് അവൾ ചെറുതായി ഒന്ന് ഞെട്ടി.

താനെന്താണ് ഇവരോട് പറയേണ്ടതെന്ന് റോസി പകച്ചു. എല്ലാ കാര്യങ്ങളും തുറന്ന് പറയണമോ. പക്ഷേ, താൻ ഒരു നടിയാണെന്നൊക്കെ അറിഞ്ഞാൽ ഇവരും താൻ വെറുമൊരു മോശക്കാരി പെണ്ണ് തന്നെയെന്ന് ചിന്തിക്കാനല്ലേ വഴിയുള്ളൂ. വണ്ടിക്കാര് ആണുങ്ങളൊക്കെ അല്പം ചട്ട മ്പിത്തരമുള്ളവരാണെന്നാണ് കേട്ടിട്ടുള്ളതും. താൻ നടിയാണെന്ന് അറി യുക കൂടി ചെയ്താൽ പിന്നെ എന്തൊക്കെയാവും സംഭവിക്കുക!

"മ്, എന്തരെടീ, ഞാൻ നിന്നോട് കേട്ടിട്ട്[1] എന്തര് വാ പൂട്ടി ഇരിക്കു ന്നത്." ഡ്രൈവറുടെ സ്വരം സ്വല്പം കടുത്തിരുന്നു. ശരിയാണ് താൻ മറുപടി പറയാത്തത് ന്യായക്കേട് തന്നെ.

റോസി സംസാരിച്ച് തുടങ്ങി. നടിയായതും താൻ ഒരു പുലയപ്പെണ്ണ് ആണെന്നുള്ള കാര്യവുമൊക്കെ അവൾ വിട്ടു കളഞ്ഞു. പകരം, അപ്പൻ തന്റെ കൊച്ചുന്നാളിലേ മരിച്ച് പോയി, താനും പാവപ്പെട്ട തന്റെ അമ്മയും മാത്രമുള്ള ഒരു കുടുംബം, അയൽപക്കത്തുള്ള ജന്മി തന്റെ മാനം കവ രാൻ നടത്തിയ ശ്രമങ്ങൾ, ഭീഷണികൾ, ആക്രമണങ്ങൾ, ജന്മി അഴിച്ച് വിട്ട ചട്ടമ്പികൾ ഈ രാത്രിയിൽ തങ്ങളുടെ വീടിന് തീയിട്ടു, ഒടുവിൽ അമ്മയുടെ തന്നെ നിർബന്ധത്തിൽ താൻ ഈ പട്ടണം വിട്ട് രക്ഷപ്പെടാൻ എവിടേക്കോ ഓടി തുടങ്ങി എന്നിങ്ങനെ ഒരു ചരിത്രം അവൾ പറഞ്ഞു. ഓരോ വാക്ക് പറയുമ്പോഴും ഇതൊക്കെ ഇവർ വിശ്വസിക്കുമോ അതോ മൊറേം നെറീം കെട്ട ഒരു പെണ്ണ് എന്തോ കള്ളക്കഥ ഉണ്ടാക്കി പറയുക യാണോ എന്നൊക്കെ അവൾ പരിഭ്രമത്തോടെ ചിന്തിച്ചുകൊണ്ടിരുന്നു.

കൂടെയുള്ളയാൾ അയ്യോ, ഭയങ്കരം എന്നൊക്കെ ഇടയ്ക്കിടെ അവ ളുടെ ദുരിതങ്ങൾ കേട്ടപ്പോൾ പറഞ്ഞെങ്കിലും ഡ്രൈവർ ഒന്നും തന്നെ ഉരിയാടിയില്ല. ഇടയ്ക്ക് ചില മൂളലുകളൊഴികെ.

കൂടെയുള്ളയാളിൽനിന്ന് തന്നെയാണ് റോസി അവരെക്കുറിച്ച് കൂടു തൽ വിവരങ്ങളറിഞ്ഞത്. ഡ്രൈവറുടെ പേര് കേശവപിള്ള. കൂടെയുള്ള യാൾ വേലപ്പൻ. ഇത് പയനിയർ എന്ന കമ്പനിക്കാരുടെ ചരക്ക് ലോറി യാണ്. ഇപ്പോൾ ചരക്കുമായി സേലത്തേക്ക് പോകുകയാണ്. തിരുവന ന്തപുരത്ത് ഉള്ള ഒരേയൊരു ലോറിക്കമ്പനിയാണ് പയനിയർ.

നാഗർകോവിൽ പട്ടണത്തിലെത്തിയപ്പോൾ, ലോറി ഒരു ചെറിയ വീട്

---

1.   'കേൾക്കുക' എന്ന തിരുവനന്തപുരം പ്രയോഗത്തിന്റെ അർത്ഥം ചോദിക്കുക എന്നാണ്.

പോലെ തോന്നിച്ച ഒരു കെട്ടിടത്തിന് മുമ്പിൽ നിന്നു. ആ വീടിനു മുമ്പിൽ വേറെ രണ്ട് മൂന്ന് ലോറികളും കാളവണ്ടികളും കുതിരവണ്ടികളും അവയിലെ ആളുകളും ഉണ്ടായിരുന്നു.

രാത്രി ഏറെ വൈകിയും തുറന്നിരിക്കുന്ന ഒരു കാപ്പിക്കടയാണ് അത്. ഒരു വീടിനോട് ചേർന്നു തന്നെയുള്ള കാപ്പിക്കട.

കേശവപിള്ള കാപ്പിക്കടയിലേക്ക് റോസിയേയും ക്ഷണിച്ചു. ഒരു ബെഞ്ചിലിരുന്ന് ചുക്ക് കാപ്പി കുടിക്കവേ, അവിടെയുണ്ടായിരുന്ന വണ്ടിക്കാരിൽ പലരും അവളെ കൗതുകത്തോടെ നോക്കുന്നത് അവളറിഞ്ഞു. അവളൊറ്റയ്ക്ക് ഒരു ബെഞ്ചിലായിരുന്നു ഇരുന്നത്. കേശവപിള്ള മറ്റ് വണ്ടിക്കാരിൽ ചിലരുമായി സംസാരത്തിലായിരുന്നു.

കാപ്പികുടിച്ച് കഴിഞ്ഞപ്പോൾ കേശവപിള്ള അവളോട് ചോദിച്ചു: "അപ്പഴ് നീയിനി എവിടേക്ക് പോണു?"

കാപ്പിക്കടയിലെ ഉത്തരത്തിൽനിന്ന് തൂക്കിയിട്ടിരുന്ന റാന്തൽവിളക്കിന്റെ വെളിച്ചത്തിൽ റോസി ഇപ്പോൾ അയാളെ ശരിക്ക് നോക്കിക്കണ്ടു. കേശവപിള്ള നേരെ വിളക്കിനടിയിലായിരുന്നു.

ഏറിയാൽ മുപ്പത് വയസ്സ് പ്രായം തോന്നും. കാഴ്ചയ്ക്ക് ആകർഷകത്വമൊന്നുമില്ലെങ്കിലും ഇരുനിറത്തിലുള്ള മുഖവും ശരീരവും ശാന്തത ഓളം വെട്ടുന്ന ഒരു തരം കരുത്തിനെ വിളിച്ചോതുന്നുണ്ട്.

റോസി ബെഞ്ചിൽനിന്ന് എഴുന്നേറ്റ് കൊണ്ട് പറഞ്ഞു: "അണ്ണാ, ഞാനെവിടെ വേണമെങ്കിലും പൊയ്ക്കോളാം. ഇതുവരെ ഞാൻ ജീവിച്ച പട്ടണമൊഴിച്ച് എനിക്ക് എവിടെയും പോകാം."

കേശവപിള്ള തന്റെ തലേക്കെട്ട് ഒന്നഴിച്ച് വീണ്ടും കെട്ടി. എന്നിട്ടവളോട് ചോദിച്ചു: "നീ എന്റെ വീട്ടിൽ വരുന്നോ? അവിടെ എന്റെ തള്ള മാത്രമേ ഉള്ളൂ. ഈ പട്ടണത്തിന് കുറച്ചപ്പുറത്താ എന്റെ വീട്."

"അപ്പഴണ്ണന്റെ ഭാര്യം പുള്ളാരുമൊക്കെ?"

ഇപ്പോൾ കേശവപിള്ള റോസി കണ്ടതിൽപ്പിന്നെ ആദ്യമായി ഒന്ന് ചിരിച്ചു. മേൽവരിയിലെ ഒരടർന്ന പല്ലിന്റെ കുറ്റി വെളിവാകും വിധമുള്ള ചിരി.

"അതിന് ഞാൻ പെണ്ണൊന്നും കെട്ടിയിട്ടില്ല."

റോസിയുടെ മുഖത്ത് അവളറിയാതെ നാണം പടർന്നു.

"അപ്പഴ്, നീ എന്റെ കൂടെ വരുന്നോ, അതോ ഇല്ലേ." വീണ്ടും അയാൾ ഗൗരവത്തോടെ ചോദിച്ചു.

റോസി ഒന്നുലഞ്ഞു. ഇത് തന്റെ ജീവിതത്തിലെ തന്നെ നിർണ്ണായകമായ മുഹൂർത്തമാണ്. ഇതേവരെയുള്ള തന്റെ ജീവിതം വിട്ടിട്ട് പുതിയ ഒന്നിലേക്കുള്ള വിളിയാണ്. ഈ വിളി എന്തിലേക്കാണ്? നല്ലതിനോ തീയതിനോ? അറിഞ്ഞുകൂടാ.

പക്ഷേ, ഒന്നറിയാം തന്റെ ജീവൻ രക്ഷിച്ച ഒരു പുരുഷനാണ് വിളി

ക്കുന്നത്. അതെന്തിനായിരുന്നാലും മറ്റൊരു വിളിയും ഇപ്പോൾ തനിക്ക് മുമ്പിലില്ല.

റോസി സമ്മതഭാവത്തിൽ തലയാട്ടി. കേശവപിള്ളയുടെ മുഖം പരു ക്കനായിത്തന്നെ തുടർന്നെങ്കിലും ആ കണ്ണുകളിൽ താൻ ഒരു ചിരി കണ്ടു എന്നവൾക്ക് തോന്നി.

കാപ്പിക്കടയിൽ നിന്നിറങ്ങവേ, കേശവപിള്ള പറഞ്ഞു: "എടീ പെണ്ണേ ഈ രാത്രീൽ ഇന്ന് നിന്നെ ഞാനെന്റെ വീട്ടിൽ കൊണ്ടു പോകുന്നില്ല. നമ്മള് നേരെ സേലത്തേക്ക് പോകുകാ. അവിടുന്ന് രണ്ട് ദിവസം കഴിഞ്ഞ് തിരികെ വരുമ്പോൾ പകല് തന്നെ തള്ളേടെ അടുത്ത് കൊണ്ടാക്കാം."

വീണ്ടും ലോറി രാവിന്റെ യാമങ്ങളിലൂടെ റോസിക്കജ്ഞാതമായ ഭൂരേ ഖകളിലൂടെ പ്രയാണം തുടങ്ങി. ഇപ്പോൾ തണുത്ത കാറ്റ് ചൂളം വീശി യിട്ടും അവളുടെ ശരീരം വിറച്ചില്ല. മനസ്സും ശരീരവും ആശ്വാസകരമായ ഒരുചൂടിലെത്തിയത് പോലെ അവൾക്ക് തോന്നി.

എന്നാൽ, തന്റെ അപ്പനും അമ്മച്ചിയും ഇപ്പോഴെന്ത് ചെയ്യുകയാവും എന്നോർത്ത് അവളുടെ ഉള്ളം വിങ്ങി. തമ്പിയുടെ ആൾക്കാര് അവരെ ഉപദ്രവിച്ചിരിക്കുമോ കുടില് മുഴുവൻ തീക്കടിപ്പെട്ടോ താനിനി എന്നെ ങ്കിലും അപ്പനെയും അമ്മച്ചിയെയും കാണുമോ? ചേച്ചി, അനിയൻ ചെറു ക്കൻ, അവരെല്ലാം തനിക്ക് എന്നെന്നേക്കുമായി നഷ്ടപ്പെടുകയാണോ.

ചെറിയൊരു ഞടുക്കത്തോടെ അവൾ മറ്റൊരു കാര്യം ഓർത്തു. തന്റെ കുടുക്കയിലുള്ള പണം! സിനിമയിൽ അഭിനയിച്ചതിന് ഡാനിയൽ സാർ തന്ന രൂപയത്രയും ആ കുടുക്കയിലുണ്ട്. കഴിഞ്ഞ ദിവസങ്ങളിൽ കൂടി അങ്ങേയറ്റം ദുരിതം വന്നപ്പോഴും അതിൽനിന്ന് ഒരു ചില്ലിക്കാശുപോലും ചെലവാക്കാൻ കൂട്ടാക്കാതെ അപ്പൻ മകൾക്കായി മാത്രം സൂക്ഷിച്ച് വച്ച സ്വത്ത്, പണം മാത്രമല്ല, അപ്പന്റെ വാത്സല്യം മുഴുവൻ നിറഞ്ഞ് നിന്ന താണ് ആ മൺകുടുക്ക.

കുടിലാകെ വിഴുങ്ങിയ തീനാളങ്ങൾ ആ കുടുക്കയും ചുട്ട് ചാമ്പലാ ക്കിയില്ലേ!

അവൾ തന്റെ വിങ്ങൽ ഉള്ളിൽ ഒതുക്കാൻ ശ്രമിച്ചെങ്കിലും അപ്പ ന്റെയും അമ്മയുടെയും മുഖങ്ങൾ മനസ്സിൽ കൂടുതൽ ശക്തിയോടെ തെളി ഞ്ഞുവന്നതോടെ, അത് തേങ്ങലുകളായി പുറത്തേക്ക് വന്നു. അവളുടെ തേങ്ങലുകൾ കേട്ടപ്പോൾ വേലപ്പൻപിള്ള അവളെ സഹതാപത്തോടെ നോക്കി. പിന്നെ കേശവപിള്ളയുടെ ചെവിയിൽ എന്തോ പറഞ്ഞു. എന്നാൽ, കേശവപിള്ള അവളെ ഒരു മാത്ര ഒന്ന് പാളി നോക്കിയിട്ട് വണ്ടി ഓടിക്കുന്നതിൽ മാത്രം ശ്രദ്ധ വച്ചു.

ഇങ്ങനെയൊരു കരച്ചിലും ഇനിയും ഒത്തിരി കരച്ചിലുകളും അവൾക്ക് കരഞ്ഞ് തീർത്തേ പറ്റൂ എന്നയാൾക്ക് അറിയാവുന്നതുപോലെ.

പതിനഞ്ച്

ഒരിലയനക്കംപോലും കേൾക്കാനാവാത്ത നിശ്ശബ്ദതയാണെങ്ങും. ഒഴുക്കു വെള്ളം വരെ മയങ്ങിപ്പോകുന്ന കടുത്ത വേനൽച്ചൂടിൽ മനുഷ്യരും മാടുകളും വീടുകളും തെരുവുകളുമെല്ലാം തളർന്ന് മയങ്ങുകയായ്.

ഡാനിയൽസാറും ജാനറ്റ് മാഡവും കുട്ടികളുമെല്ലാം ഉച്ചയുറക്കത്തിൽ തന്നെ. അവരൊക്കെ എഴുന്നേറ്റ് വന്ന് വൈകുന്നേരത്തെ ചായ കുടിക്ക ണമെങ്കിൽ ഇനി ഒരു മണിക്കൂറെങ്കിലും കഴിയണം. കുട്ടികൾ എഴുന്നേറ്റ് കഴിഞ്ഞാൽ പിന്നെ ബഹളം തന്നെ. അടിപിടീം പാട്ടും കൂത്തുമൊക്കെ യായി ജഗപൊഗയാണ്.

എന്നാൽ, ആ ജഗപൊഗയൊക്കെ കാണാനും കേൾക്കാനും രസമാ ണെങ്കിലും പലപ്പോഴും അത് എന്റെ ജീവൻ കൈയിലെടുത്ത് പിടിച്ചുള്ള കളി തന്നെയാണ്. മൂത്തവൻ സുന്ദരവും ഏറ്റവും ഇളയവൻ ഹാരിസും തമ്മിൽ വഴക്കുണ്ടായാലും ഹാരീസും ചേച്ചിമാരായ സുലോചനയും ലളി തയും വിജയയും ചേർന്ന് കളിക്കുകയാണെങ്കിലും എന്റെ ജീവിതമാണ് മിക്കപ്പോഴും അവർക്ക് കളിപ്പാട്ടമാകുന്നത്. കുട്ടികൾ വലിച്ച് കീറിയും തീ കത്തിച്ചുമെല്ലാം എന്റെ ജീവിതം നാൾക്ക് നാൾ ചുരുങ്ങി വരികയാണ്.

അങ്ങനെ നോക്കുമ്പോൾ കുട്ടികളെല്ലാം മയങ്ങിക്കിടക്കുന്നത് തന്നെ യാണ് എനിക്ക് നല്ലത്. മരയഴികൾ നിറഞ്ഞ ഈ നീളൻ വരാന്തയിലെ ഒഴിഞ്ഞ കോണിൽ സദാ ചുരുണ്ട് കൂടി കിടക്കുന്ന ഞാൻ ഓരോ പ്രാവ ശ്യവും അവരുടെ പാദചലനങ്ങൾ കേൾക്കുമ്പോൾ, അവരുടെ ബഹളം ഉയരുമ്പോൾ നടുങ്ങുന്നു. എന്റെ നിമിഷങ്ങൾ എണ്ണപ്പെടുകയാണെന്ന് ഞാനറിയുന്നു.

ഓ, ഞാനാരാണെന്ന് ഇനിയും മനസ്സിലായില്ലേ, റോസി, അതേ റോസി തന്നെയാണ് ഞാൻ.

ഞാനിപ്പോൾ താമസിക്കുന്നത് മധുര പട്ടണത്തിലെ ഒരു വീട്ടിലാണ് നല്ല വൃത്തിയും വെടിപ്പുമൊക്കെയുള്ള സാമാന്യം വലിയൊരു വീട്. കഴിഞ്ഞ പത്ത് വർഷങ്ങളിലേറെയായി ഡാനിയൽ സാറിനും കുടുംബ ത്തിനുമൊപ്പം ഈ വീട്ടിലാണ് ഞാൻ കഴിഞ്ഞുകൂടുന്നത്. നിങ്ങൾ ആകെ ചിന്താക്കുഴപ്പത്തിലായിരിക്കുന്നു. അല്ലേ! ഏതാണ്ട് പതിന്നാല് വർഷം മുമ്പ് കേശവപിള്ളയോടൊപ്പം ഒരു ലോറിയിൽ കയറി ജീവൻ കൈയിൽ പിടിച്ച് ജീവാപായത്തിൽനിന്ന് രക്ഷപ്പെട്ട ഞാൻ ഡാനിയൽ സാറിന്റെ വീട്ടിൽ ജീവിക്കുന്നു എന്നു പറയുമ്പോൾ ഒന്നും പിടി കിട്ടുന്നില്ല അല്ലേ.

കേശവപിള്ളയോടൊപ്പം ആ ലോറിയിൽ കയറി പോയവളല്ല ഇത്. ആ പോയവൾ ഇന്ന് റോസിയല്ല. ആ രാത്രിയോടെ തന്നെ അവൾ റോസി യല്ലാതായി കഴിഞ്ഞു. സിനിമയും നാടകവുമെല്ലാം അവളിൽനിന്ന് അതോടെ പൂർണ്ണമായി ഒഴിഞ്ഞ് അവൾ രാജമ്മാളായി. കേശവപിള്ള എന്ന ലോറിഡ്രൈവറിൽ തന്റെ രക്ഷകനെ കണ്ടെത്തിയ റോസി രാജമ്മാളായി

നാഗർകോവിലിൽ അയാളുടെ ഭാര്യയായി ജീവിക്കുന്നു.

കഷ്ടതകളും കണ്ണീരും അവളുടെ ജീവിതത്തിൽ പിന്നെയും ഉണ്ടാ
യിട്ടുണ്ട്. സ്നേഹവാനായ ഒരു ഭർത്താവിനെ കേശവപിള്ളയിൽ അവൾക്ക്
ലഭിച്ചെങ്കിലും എന്തോ, ചില രാത്രികളിൽ അവൾ റോസി എന്ന സിനിമാ
നടിയെ സ്വപ്നം കണ്ടിട്ടുണ്ട്. *വിഗതകുമാരൻ* എന്ന സിനിമയിൽ അഭിന
യിച്ച് എല്ലാവരുടെയും പ്രിയങ്കരിയായ തിരുവനന്തപുരത്ത് ഒരു മഹാറാ
ണിയെപ്പോലെ ജീവിക്കുന്ന റോസി സ്വപ്നത്തിൽ നിന്നുണരുമ്പോൾ
അവൾ ഭർത്താവും കുട്ടികളും കേൾക്കാതെ നിശ്ശബ്ദം കരയാറുണ്ട്.

പക്ഷേ, രാജമ്മാൾ റോസി എന്ന സിനിമാനടിയെ ഓർത്ത് കരയുന്ന
വേളകൾ കുറഞ്ഞ് വരികയാണ്. ഒരുകണക്കിന് അത് തന്നെയാണ് അവ
ളുടെ ജീവിതാവസ്ഥയ്ക്ക് നല്ലത്. രാജമ്മാൾ എന്ന പാവം വീട്ടമ്മ
റോസിയെ പാടേ മറന്ന് പോകട്ടെ. ഒരിക്കലും റോസിയെ സ്വപ്നം കാണാ
തിരിക്കാതെ, റോസിയുടെ ഓർമ്മകൾ തിരയടിച്ച് അവളുടെ മനശ്ശാന്തി
യുടെ തീരങ്ങൾ തകർന്ന് പോകാതിരിക്കട്ടെ.

അപ്പോൾ ഈയുള്ളവൾ!

റോസി തന്നെ. *വിഗതകുമാരൻ* സിനിമയിൽ റോസി ജീവൻ
കൊടുത്ത സരോജിനി എന്ന പെൺകുട്ടിയായി ഇപ്പോൾ ജീവിക്കുന്നവൾ.
ഈ വരാന്തയുടെ ഒരുകോണിലുള്ള പച്ചചായമടിച്ച ചതുരപ്പെട്ടികളിൽ
മയങ്ങിക്കിടക്കുന്ന *വിഗതകുമാരൻ* സിനിമയുടെ അഭ്രച്ചുരുളുകളിൽ ജീവി
ക്കുന്ന പെണ്ണ്.

ഡാനിയൽ സാറിന്റെ എല്ലാമെല്ലാമായിരുന്ന സിനിമയുടെ അവശേ
ഷിക്കുന്ന ഒരേ ഒരു പ്രിന്റാണിത്. ഇതിന്റെ തന്നെ പകുതിയിലേറെ ഇവിടെ
കുട്ടികൾ നശിപ്പിച്ചു കഴിഞ്ഞിരിക്കുന്നു. കൂട്ടത്തിൽ ഏറ്റവും വികൃതിയായ
ഹാരീസാണ് ഏറെയും നശിപ്പിച്ചത്.

ഇപ്പോൾ ഒൻപത് വയസ്സുള്ള ഹാരീസും അവനേക്കാൾ പത്ത് വയ
സ്സിന് മൂത്ത സുന്ദരവും തമ്മിൽ ഇടയ്ക്കിടെ വഴക്കുണ്ടാകും. അപ്പോൾ
ചേട്ടനോടുള്ള വാശി അനിയൻ തീർക്കുന്നത് എങ്ങനെയെന്നോ. സുന്ദര
ത്തിന് നാല് വയസ്സുള്ളപ്പോൾ സിനിമയിൽ അഭിനയിച്ച രംഗങ്ങൾ
ഹാരീസ് വെട്ടിമാറ്റും. എന്നിട്ട് ആ ചുരുളുകൾ തീ കൊളുത്തും. ഇപ്പോൾ
സുന്ദരം അഭിനയിച്ചിട്ടുള്ള ഒരുരംഗം പോലും ഈ പ്രിന്റിൽ ബാക്കിയില്ല.

ഇടയ്ക്കിടെ ഹാരീസും ചേച്ചിമാരും കൂടി ഒരു കളി കളിക്കും. അതി
ങ്ങനെയാണ് പ്രിന്റെടുത്തിട്ട് എവിടെ നിന്നെങ്കിലും ചില ദൃശ്യങ്ങൾ വെട്ടി
മാറ്റും. എന്നിട്ടതിന് തീ കൊളുത്തും. ഇളം നീല നിറത്തിൽ അഭ്രച്ചുരുളു
കൾ കത്തുന്നത് കാണാൻ നല്ല രസമാണെന്നാണ് കുട്ടികൾ പറയുന്നത്.
എന്റെ എത്രയെത്ര ജീവിത രംഗങ്ങൾ ഇങ്ങനെ ഇളംനീല നിറത്തിൽ
വായുവിൽ ലയിച്ച് കഴിഞ്ഞിരിക്കുന്നു.

കുട്ടികൾക്ക് വേറൊരു കളിയുണ്ട്. അവർ അഭ്രച്ചുരുളുകൾ തുടരെ
പെട്ടെന്ന് മടക്കുകയും നിവർത്തുകയും ചെയ്യുന്നു. ഇങ്ങനെ ചെയ്യുമ്പോൾ

പടപടാന്ന് ശബ്ദം കേൾക്കാം. അഭ്രച്ചുരുളുകൾ ആകെ പൊട്ടിപ്പൊളിഞ്ഞ് പോകുന്ന ഈ കളിയും വളരെ രസകരമാണവർക്ക്.

ഇതൊന്നുമല്ലാതെ ഹാരീസിന് വേറൊരു വിനോദമുണ്ട്. അവന് ഏറ്റവും ഇഷ്ടപ്പെട്ട സിനിമാതാരം പി യു ചിന്നപ്പ എന്ന തമിഴ് നടനാണ്. ചിന്നപ്പയുടെ ഫൈറ്റ് സീനുകളെന്നു പറഞ്ഞാൽ ഹാരീസിന്റെ പ്രാണ നാണ്. ഊണിലും ഉറക്കത്തിലും അവന്റെ ആഗ്രഹം ചിന്നപ്പയെപ്പോലെ കുതിരപ്പുറത്ത് പാഞ്ഞും വാൾപ്പയറ്റ് നടത്തിയും ശത്രുക്കളെ തോല്പി ക്കുക എന്നതാണ്. പട്ടണത്തിൽ വരുന്ന എല്ലാ പുതിയ ചിന്നപ്പ സിനിമ കളും കുടുംബത്തോടൊപ്പം തിയേറ്ററിൽ പോയി അവൻ ശ്വാസമടക്കി പിടിച്ചിരുന്ന് കാണും.

തൊട്ടടുത്ത വീട്ടിൽ നാഗരാജൻ എന്ന ഒരു തമിഴ് പയ്യനുണ്ട്. ഹാരീ സിന്റെ ഏറ്റവും അടുത്ത കൂട്ടുകാരൻ. അവന്റെ അച്ഛൻ ഏതോ സിനിമാ കമ്പനിയുടെ തിയേറ്റർ പ്രതിനിധിയാണ്. അങ്ങനെ നാഗരാജന് പല പ്പോഴും പൊട്ടിപ്പൊളിഞ്ഞ സിനിമാപ്രിന്റുകളുടെ തുണ്ടുകൾ അച്ഛൻ വഴി കിട്ടാറുണ്ട്. അവയിൽ ചിന്നപ്പയുടെ സിനിമയുടെ ശേഷിപ്പുകളും കാണാം.

ഹാരീസും നാഗരാജനും തമ്മിൽ ഒരു കച്ചവട ഉടമ്പടിയുണ്ട്. *വിഗ തകുമാരൻ* സിനിമയുടെ കുറേ ദൃശ്യങ്ങൾ കൊടുക്കുമ്പോൾ, നാഗരാ ജൻ പകരം ചിന്നപ്പ അഭിനയിച്ച കുറേ രംഗങ്ങൾ ഹാരീസിന് കൊടുക്കും. ഇങ്ങനെ *വിഗതകുമാരൻ* മുറിച്ചു നല്കി, ഹാരീസ് കുറെയേറെ ചിന്നപ്പ സിനിമാ ചുരുളുകൾ ശേഖരിച്ചിരുന്നു. ഇടയ്ക്കിടെ അവൻ ആ ചുരുളു കൾ നിവർത്തി, ചിന്നപ്പയുടെ പ്രകടനം കണ്ട് സായൂജ്യമടയും. ചിന്നപ്പ യ്ക്കുവേണ്ടി എന്റെയും എത്രയോ ജീവിതരംഗങ്ങൾ ഇതിനകം നാഗരാ ജന്റെ കൈകളിലെത്തിയിരിക്കുന്നു. നാഗരാജന്റെ കൈയിലാകട്ടെ അതൊന്നും അവശേഷിക്കുന്നുമില്ല. എല്ലാം വെയിലുകൊണ്ടും ഈർപ്പം കയറിയും പാടേ ഇല്ലാതായിരിക്കുന്നു.

നിങ്ങൾ ചോദിക്കുന്നുണ്ടാവും, ഡാനിയൽ സാർ ആ ദാരുണരംഗ ങ്ങളൊന്നും കാണുന്നില്ലേ. സാർ എല്ലാം കാണുന്നുണ്ട്. എന്നാൽ ഒന്നും കാണുന്നുമില്ല. ഡാനിയൽസാർ! എന്റെ സ്രഷ്ടാവാണ് അദ്ദേഹം. ആ മനുഷ്യൻ ഇന്ന് വെറുമൊരു നിഴൽ മാത്രമാണ്. വ്യായാമം ചെയ്ത് സ്ഫുട മാക്കിയ പേശികളിൽ വന്യമായ കരുത്തിന്റെ ഗർജ്ജനവും കണ്ണുകളിൽ കോടി സ്വപ്നങ്ങളുടെ തിളക്കവുമായി ഞാനാദ്യമായി കണ്ട ഡാനിയൽ സാർ അല്ല ഇന്നുള്ളത്. സിനിമ എന്ന മായികലോകത്തെ മലയാളനാടി നാദ്യമായി സ്വന്തമാക്കി കൊടുത്ത ആ ധീരൻ ഇന്നില്ല. ആ മായികലോ കത്തിനുവേണ്ടി സ്വന്തം പണവും ഊർജ്ജവുമെല്ലാം ധാരാളം നഷ്ടപ്പെ ടുത്തി, പലരുടെയും പരിഹാസവുമേറ്റ് വാങ്ങി നാട് വിട്ട് ഈ മറുനാട്ടി ലേക്ക് ജീവിതം പറിച്ച് നടേണ്ടിവന്ന നിർഭാഗ്യവാനാണിന്നുള്ളത്.

എങ്കിലും ഈ മനുഷ്യൻ രാജമ്മാളിനെപ്പോലെ ഇടയ്ക്ക് സ്വപ്നം കാണാറുണ്ട്. താൻ വീണ്ടും സിനിമ നിർമ്മിക്കുന്നതും അവയൊക്കെ

നാട്ടിലെമ്പാടും നിറഞ്ഞ സദസ്സുകളിലോടി താൻ നാടിന്റെ ആരാധനാ പാത്രമാകുന്നത് ആ സ്വപ്നങ്ങളിലുണ്ട്. പക്ഷേ, അതൊന്നും ചെറുപ്പ ക്കാലത്ത് അദ്ദേഹം കണ്ട സ്വപ്നങ്ങളുടെ തിളക്കം പേറുന്നവയല്ല. ഇപ്പോ ഴത്തെ സ്വപ്നങ്ങളെ ചുഴ്ന്ന് നില്ക്കുന്നത് സുനിശ്ചിതമായ അസാദ്ധ്യത യുടെയും നിരാശയുടെയും പൊള്ളിക്കുന്ന മഞ്ഞവെളിച്ചമാണ്.

സിനിമാ നിർമ്മാണം വരുത്തിവെച്ച സാമ്പത്തിക തകർച്ചയിൽനിന്ന് കര കയറാൻ ദന്തവൈദ്യം പഠിച്ച് അത് തൊഴിലായി സ്വീകരിച്ച ഡാനി യൽ സാറിന് ഭേദപ്പെട്ട രീതിയിൽ ജീവിക്കാനുള്ള ചുറ്റുപാടുകളിന്നുണ്ട്. നല്ല വീടും ഒരു കാറും കുട്ടികൾക്ക് നല്ല വിദ്യാഭ്യാസവും നല്കാനുള്ള ചുറ്റുപാടുകൾ.

പക്ഷേ, ഈ സുരക്ഷിതജീവിതത്തിനിടയിലും ആ മനസ്സിന്റെ അടി ത്തട്ട് നിറയെ താൻ ഒരു സിനിമാക്കാരനായി തീരാത്തതിലുള്ള അസ്വ സ്ഥതയാണ്. വീണ്ടുമെന്നെങ്കിലുമൊരു സിനിമ ചെയ്യാമെന്ന സ്വപ്ന ത്തിന്റെ ഭ്രമമാണ്. ജീവിക്കാൻ വേണ്ടി അന്യരുടെ വായിൽ ചവണയിട്ട് വലിക്കുമ്പോഴും ആ കൈകൾ സിനിമാ ക്യാമറയ്ക്കായി ദാഹിക്കുകയയാണ്.

ജീവിതത്തിന്റെയും ഭ്രാന്തമായ മനോസഞ്ചാരങ്ങളുടെയും ഇടയിൽ കിടന്ന് ഊയലാടുന്ന അദ്ദേഹത്തിന്റെ കണ്ണുകളിൽ ഈ അഭ്രപാളികൾ ഒരർത്ഥവും ഇപ്പോൾ പതിപ്പിക്കുന്നില്ല. മുറ്റത്ത് ഒരു കല്ല് കിടക്കുന്നത് പോലെയോ വഴിയരികിൽ ഒരു പാഴ്ച്ചെടി നില്ക്കുന്നത് പോലെയോ ഉള്ള നിരർത്ഥകമായ ദൃശ്യമായി മാത്രമേ ഈ ചതുരപ്പെട്ടിയും അതിനുള്ളിലെ അഭ്രച്ചുരുളുകളും അദ്ദേഹത്തിന്റെ മുമ്പിലുള്ളൂ. ഒരുപക്ഷേ, ഞങ്ങളെല്ലാം കുട്ടികൾക്കുള്ള കളിപ്പാട്ടങ്ങൾ മാത്രമാണെന്ന് ആ മനസ്സ് അംഗീകരിച്ച് കഴിഞ്ഞോ എന്ന് തന്നെ സംശയമുണ്ട്.

ഇപ്പോഴൊക്കെ ഡാനിയൽ സാറിന്റെ ഞാനിഷ്ടപ്പെടുന്ന ഒരു ദൃശ്യം വല്ലപ്പോഴും ചില സന്ധ്യകളിൽ പ്രത്യക്ഷപ്പെടാറുണ്ട്. പ്രത്യേകിച്ച് മറ്റ് തിരക്കുകളൊന്നുമില്ലാത്ത ചില സന്ധ്യകളിൽ സാർ ജാനറ്റ് മാധത്തിനെ അരികിൽ വിളിക്കുന്നു. ഈ വരാന്തയ്ക്കപ്പുറത്ത് പുളിമരങ്ങളും വേപ്പുമ രങ്ങളും നിരന്ന് നില്ക്കുന്ന ചെറിയൊരു തൊടിയുണ്ട്. ആ മരങ്ങൾക്കരി കിൽ രണ്ട് ചൂരൽ കസേരകൾ വലിച്ചിട്ട് സാറും മാധവും അവിടെയി രിക്കും. എന്നിട്ട് മാധത്തിനോട് ചില പാട്ടുകൾ പാടാൻ പറയും. മധുര മായി പാടാൻ കഴിവുള്ള മാധത്തിന്റെ പാട്ടുകൾ സാവധാനം അന്തരീ ക്ഷത്തിൽ അലയടിച്ചുയരുമ്പോൾ സാർ എല്ലാം മറന്നങ്ങനെയിരിക്കും. അപ്പോൾ അദ്ദേഹത്തിന്റെ കണ്ണുകൾ പണ്ടത്തെ ചെറുപ്പക്കാരന്റെ കണ്ണു കളെന്ന് തോന്നിക്കും. തന്റെ കൂട്ടുകാരിയോടുള്ള പ്രണയത്തിന്റെ ലഹരി പതയുന്ന, സിനിമയുടെ വർണ്ണാഭമായ സ്വപ്നങ്ങൾ ചിറകടിച്ചുകൊണ്ടി രിക്കുന്ന ദീപ്തമായ കണ്ണുകൾ.

പലപ്പോഴും അദ്ദേഹം മാധത്തിനെ കൊണ്ട് ആവർത്തിച്ച് പാടിപ്പി

ക്കുന്ന ഒരു പാട്ടുണ്ട്. അവരുടെ വിവാഹവേളയിൽ മാധത്തിന്റെ പിതാവ് ജോയൽസിങ് പ്രത്യേകമായി എഴുതി ഈണമിട്ട വിവാഹഗീതം.

ശോഭിതം താദിനം ശോഭിത ഭാഷണേ

മായാ മാനന്ത മംഗള ശീരുതം-ശോഭിതം താദിനം ശോഭിത ഭാഷണേ

ആദി മനുശിടൈ അൻപുടനിൻ ദാസരിൽ

മീതെന്റും തങ്കിടമേ - സദാ - (ശോഭിത)

....

....

ആ പാട്ട് കേൾക്കുമ്പോൾ സന്തോഷത്തിന്റെയോ സങ്കടത്തിന്റെയോ എന്ന് തിരിച്ചറിയാനാവാത്ത നീർമണികൾ ഡാനിയൽ സാറിന്റെ കൺകോ ണുകളിൽ ഉരുണ്ടുകൂടാറുണ്ട്. എന്തായാലും ഈ പാട്ട് കേൾക്കാൻ എനിക്കും വലിയ ഇഷ്ടമാണ്.

ഓ, വീട് ഉച്ചമയക്കത്തിൽനിന്ന് ഉണരുന്നു. അടുക്കളയിൽ ജാനറ്റ് മാധം പാത്രങ്ങൾ പെരുമാറുന്നതിന്റെ ശബ്ദങ്ങൾ. ചായ ഉണ്ടാക്കുന്ന പുറ പ്പാടിലാവണം, അമ്മ കൊടുക്കുന്ന ചായയും പലഹാരങ്ങളും കഴിച്ചിട്ടാണ് കുട്ടിപ്പട വൈകുന്നേരത്തെ വിനോദങ്ങൾക്കിറങ്ങുന്നത്.

ഇന്ന് ഇങ്ങോട്ട് കുട്ടിപ്പടയുടെ വരവുണ്ടോ, ആവോ. അല്ല ഹാരീ സിന്റെ ശബ്ദം കേൾക്കാനേ ഇല്ലല്ലോ. സാധാരണ ഗതിയിൽ അവന്റെ ശബ്ദം ഇതിനോടകം ഉച്ചത്തിൽ മുഴങ്ങേണ്ടതാണ്. ഇന്നിത് വരെയും അവൻ ഉറക്കം വിട്ട് കഴിഞ്ഞില്ലേ.

അല്പസമയം കഴിഞ്ഞപ്പോൾ അറിഞ്ഞു, ഹാരീസിന് പനിയാണ്. ശരീരത്തിന് പൊള്ളുന്ന ചൂടുണ്ടെന്ന് ജാനറ്റ് പറയുന്നു. അവൻ അവശ തയോടെ കട്ടിലിൽ തന്നെ കിടക്കുകയാണ്. ഡാനിയൽ സാർ എന്തോ മരുന്ന് കൊടുക്കുന്നുണ്ട്.

അറിയാതെ എന്റെ ഉള്ളിൽ ഒരാശ്വാസ കാറ്റ് വീശി. ഹാരീസിന് പനി യായി കിടക്കുകയാണെങ്കിൽ, അത്രത്തോളം ഞാൻ സുരക്ഷിതമാണ്. അവനുണ്ടെങ്കിലേ അഭ്രച്ചുരുളുകൾ കൊണ്ടുള്ള കളികൾക്ക് കുട്ടികൾ കൂടു കയുള്ളൂ. മുതിർന്ന് കഴിഞ്ഞതിനാൽ സുന്ദരം ഇതിൽ കൂടാറുമില്ല. ഹാരീസ് പനിച്ചങ്ങനെ കിടക്കണേ എന്നൊരു പ്രാർത്ഥന പിന്നിലു ണ്ടായോ!

ദൈവമേ, പാപം ചിന്തിക്കാനിട വരരുതേ, അവന്റെ വികൃതികൾ കൊണ്ട് എന്റെ ജീവന് ഭീഷണിയുണ്ടെങ്കിലും ആ കുട്ടിക്ക് ആപത്തൊന്നും വരരുതേ. അത് പാവം കുട്ടി. അവനറിയുന്നില്ലല്ലോ, അവൻ ചെയ്യുന്ന കൃത്യം എന്താണെന്ന്.

ഒരേ സ്രഷ്ടാവിന്റെ പടപ്പുകൾ തന്നെയാണ് ഞാനും ആ കുട്ടിയും. പക്ഷേ, ആ സ്രഷ്ടാവിന്റെ ഹൃദയത്തിൽ എന്റെ രൂപം തീരെ മങ്ങിയ നില യിലെങ്കിലും ഇന്നുണ്ടോ എന്ന് സംശയമാണ്. ഇന്ന് ഡാനിയൽ സാറിന്റെ ജീവിതത്തിൽ ഭാവിയിലേക്കുള്ള പ്രതീക്ഷകളായുള്ളത് അഞ്ച് കുട്ടിക

ളാണ്. ഹാരീസും മറ്റ് നാല് മക്കളും. അവർക്ക് നല്ല ജീവിതം ലഭിക്കട്ടെ എന്ന് പ്രാർത്ഥിക്കുകയല്ലേ വേണ്ടത്.

രാത്രി വീടിനെ വന്ന് മുട്ടിയിട്ടും ഞാൻ ഉറങ്ങാതെ കിടക്കുകയാണ്. ഞാനൊഴികെ അഭ്രച്ചുരുളുകളിലുള്ളവർ എല്ലാവരും തന്നെ ഉറക്കത്തി ലാണെന്ന് തോന്നുന്നു. ഇങ്ങനെ ശേഷിക്കുന്നവർ അധികമൊന്നുമില്ല. ഡാനിയൽ സാറും ജോൺസൺ സാറും ചന്ദ്രകുമാറുമായി വേഷമിട്ട ചെല്ല പ്പനും സിലോണിലെ ഒരു ഹോട്ടലിന്റെ മാനേജരായി വേഷമിട്ട വിൽസൺ സിങ്ങുമൊക്കെയാണ് ബാക്കിയായവരിൽ ഉള്ളത്. കമലവും റീനയു മൊക്കെ എന്നേ ഇല്ലാതായിക്കഴിഞ്ഞു. ദൈവമേ, എനിക്കിനി എത്ര നാളു കൾ.

രണ്ട് മിന്നാമിനുങ്ങുകൾ പറന്ന് വന്ന് ചതുരപ്പെട്ടിയുടെ മുകളിലി രുന്നു. ഞാൻ കൗതുകത്തോടെ നോക്കി. കുറേ നേരം കഴിഞ്ഞിട്ടും അവ പറന്ന് പോയില്ല. എന്റെ തൊട്ടരികെ അവർ നീലവെട്ടം മിന്നിച്ചുകൊണ്ടി രുന്നു. എന്തോ, അതുങ്ങൾ എന്റെ തൊട്ടടുത്തു വന്ന് ഇങ്ങനെ മിന്നി ക്കൊണ്ടിരിക്കുന്നത് കണ്ട് എനിക്ക് സന്തോഷം തോന്നി.

എപ്പോഴോ ഞാനറിയാതെ ഉറക്കം എന്നെ വന്ന് മൂടി. ഹാരീസിന്റെ പനി ഒരാഴ്ച നീണ്ടു നിന്നു. ഈ ദിവസങ്ങളത്രയും ആരും ചതുരപ്പെട്ടി യുടെ അടുത്തേക്ക് വന്നതേയില്ല.

പനി മാറിയുള്ള കുളി കഴിഞ്ഞ് രണ്ട് ദിവസത്തിന് ശേഷവും ഹാരീസ് ഞങ്ങളുടെ അടുത്തേക്ക് വന്നില്ല. അവൻ തന്റെ ചേച്ചിമാരോടൊപ്പം വേറെ ന്തൊക്കെയോ കളികളിലേർപ്പെട്ടു. പിന്നേയും ഏതാനും ദിവസങ്ങൾ കഴി ഞ്ഞിട്ടും അവൻ ഇവിടേക്ക് ഒന്ന് തിരിഞ്ഞു നോക്കുന്നു പോലുമില്ലായെന്ന് അറിഞ്ഞപ്പോൾ അവൻ ഈ ചതുരപ്പെട്ടിയും അഭ്രച്ചുരുളുകളുമെല്ലാം തീർത്തും മറന്നു കഴിഞ്ഞു. എന്ന് തോന്നി. കുട്ടികൾ വളരുമ്പോൾ അങ്ങ നെയാണല്ലോ. പെട്ടെന്നായിരിക്കും ഏറെക്കാലമായി കമ്പമുള്ള ചില വസ്തുക്കളും കാര്യങ്ങളും കളികളുമൊക്കെ അവർ ഉപേക്ഷിക്കുന്നത്. അവർ സ്വയം അറിയാതെയുള്ള ഉപേക്ഷിക്കൽ. എനിക്ക് ഏഴോ എട്ടോ വയസ്സുള്ളപ്പോൾ നിത്യവും കളിച്ചുകൊണ്ടിരുന്ന ഒരു ചിരട്ടക്കളിപ്പാട്ടമു ണ്ടായിരുന്നു. ഒരു കുരങ്ങച്ചന്റെ രൂപം. ഉണർച്ചയിലും ഉറക്കത്തിലും എന്റെ സഹചാരിയായിരുന്ന ആ കുരങ്ങച്ചൻ. എന്നാൽ ഒരു പനിവന്ന് കുറേ ദിവസം തീരെ അവശമായി കിടപ്പായിരിക്കുകയും പനി മാറി എഴുന്നേ ല്ക്കുകയും ചെയ്തതോടെ ഞാൻ ആ കുരങ്ങച്ചനെ പിന്നെ തൊട്ടതേ യില്ല. പിന്നീട് എത്രയോ കാലം കഴിഞ്ഞ് കുടിലിന്റെ പിന്നിൽ ഉള്ള ചീര പ്പടർപ്പിൽ ആ കുരങ്ങച്ചനെ യാദൃച്ഛികമായി കണ്ടെത്തുംവരെ ഞാൻ

അവന്റെ കാര്യം ഓർത്തതു പോലുമില്ല.

പതിനാറ്

എന്നാൽ, കുട്ടി ചതുരപ്പെട്ടിയിലെ കളിപ്പാട്ടത്തെ മറന്നിരുന്നില്ല. കടുത്ത ഉഷ്ണം പുകഞ്ഞ് നിന്ന ആ പകലിന്റെ സന്ധ്യയിൽ എങ്ങു നിന്നോ നനുത്തൊരു കാറ്റ് വീശവെ, ഞങ്ങൾ ആ കാറ്റിന്റെ തണുപ്പിൽ തെല്ലാശ്വാസത്തിൽ കിടക്കുകയായിരുന്നു. പ്രത്യേകിച്ച് ചിന്തകളൊന്നു മില്ലാത്ത സുഖകരമായ തളർച്ചയുടെ ആലസ്യം.

പെട്ടെന്ന് ഹാരീസിന്റെ സ്വരം തൊട്ടടുത്ത് കേട്ട് ഞാൻ ഞെട്ടി ഉണർന്നു. "ഹാ നമ്മളീ ഫിലിം കളി കളിച്ചിട്ട് എത്ര നാളായി, ലളിതാ, നീ ചെന്ന് അടുക്കളയിൽനിന്ന് ആ മാച്ച് ബോക്സിങ് കൊണ്ട് വാ."

അത് കേൾക്കാത്ത താമസം ലളിത അടുക്കളയിലേക്ക് ഓടി. ഒഴിഞ്ഞു പോയെന്ന് കരുതിയിരുന്ന ആപത്ത് വീണ്ടും അടുത്ത് വന്നതോടെ ഞാൻ ആകെ സ്തബ്ധയായി. അപ്പോൾ ലളിതയുടെ സ്വരം അടുക്കളയിൽ നിന്ന് ഉയർന്നു. "മാച്ച് ബോക്സ് തീർന്നിരിക്കുന്നു."

ഓാ ഈ പിള്ളേരാണ് മാച്ച ബോക്സ് കളിച്ചു കളിച്ചു ഇത്രേം വേഗം തീർക്കുന്നതെന്ന വേലക്കാരി പാട്ടിയുടെ ശകാരം. രണ്ട് ദിവസം മുമ്പ് വാങ്ങിച്ച മാച്ച് ബോക്സാണ് ഇത്ര പെട്ടെന്ന് തീർന്നതെന്ന് പാട്ടി കല മ്പുന്നു.

തൊട്ടപ്പുറത്തെ തെരുവിലുള്ള കടയിൽനിന്ന് പുതിയ മാച്ച് ബോക്സ് വാങ്ങാനായി ലളിതയും വിജയയും പോയിക്കഴിഞ്ഞു. ഹാരീസ് ഇവിടെ ത്തന്നെ നില്ക്കുകയാണ്. ദൈവമേ, ഇന്നവന്റെ കൈപ്പിടിയിൽ ഞാൻ വീണ്ടും അകപ്പെടുമോ. ആ കൊച്ച് കൈ വാരിയെടുത്ത ചുരുളുകൾ ഏതൊക്കെയാകുമോ! ഞാൻ ചുറ്റുപാടുമൊന്നു കണ്ണോടിച്ചു. ഒരു വിറ യൽ മിന്നൽപോലെ എന്നിലേക്ക് പുളഞ്ഞുകയറി.

ഈ അഭ്രച്ചുരുളുകളിൽ ഇനി ഞാനവശേഷിക്കുന്നത് ഒരേ ഒരു രംഗത്ത് മാത്രം. ജയചന്ദ്രൻ എന്റെ തലമുടിയിൽനിന്ന് പൂവ് ഊരി അത് ഉമ്മ വെക്കുന്ന രംഗം. ഒരേ ഒരു രംഗം! ഈ ലോകത്ത് ഞാനിപ്പോൾ ജീവിക്കുന്നത് ഇതൊന്നിൽ മാത്രം.

ഇപ്പോൾ മാത്രമാണ് ഈ സത്യം മനസ്സിലാക്കുന്നത്. ഇതുവരെ സത്യ ത്തിൽ ഞാൻ അത്ര ശ്രദ്ധിച്ചിരുന്നില്ല. എന്നെങ്കിലുമൊരു ദിവസം ഈ കുട്ടികളുടെ കളികൾക്കിടയിൽ എന്റെ ജീവിതം ഒടുങ്ങുമെന്നറിഞ്ഞിരു ന്നെങ്കിലും എന്റെ ജീവിതം ഇനി ഒരേ ഒരു അഭ്രഖണ്ഡത്തിൽ മാത്രമാ ണെന്നറിഞ്ഞിരുന്നില്ല.വിശ്വസിക്കാനാവാതെ ഞാൻ വീണ്ടും പരതി. ഇല്ല, വേറൊന്നുമില്ല. ചതുരപ്പെട്ടിയിലേക്ക് താഴുന്ന കുട്ടിയുടെ കൈകളിൽ ഈ ചുരുളുകളും കൂടി അകപ്പെട്ടാൽ...

ഒന്നും ചിന്തിക്കേണ്ടതില്ല. മനസ്സ് മുഴുവനായി കൊട്ടിയടയ്ക്കാൻ ശ്രമി

ക്കുകയാണ് പക്ഷേ, സാധിക്കുന്നില്ല. ജീവിതവും മരണവും തുലാസിലാ
ടുന്ന നിമിഷങ്ങളിൽ ആർക്കെങ്കിലും അങ്ങനെ നിശ്ചിന്തമായി കഴിയാ
നാകുമോ,

"ഹാരി ഇതാ മാച്ച് ബോക്സ്." ലളിതവും വിജയവും വന്നു കഴിഞ്ഞി
രിക്കുന്നു.

ഇപ്പോൾ പെട്ടെന്ന് ഒരു മരവിപ്പ് എന്നെ മൂടിയത് പോലെ. ഏത്
നിമിഷവും ഹാരീസിന്റെ കൈകൾ ഈ ചതുരപ്പെട്ടിയിലേക്ക് താഴാമെ
ന്നിരിക്കെ ഈ മരവിപ്പ് ഒരനുഗ്രഹം തന്നെ.

കുട്ടിയുടെ കൈകൾ പെട്ടിയിലേക്ക് താഴ്ന്നു. രണ്ട് മൂന്ന് പരതലു
കൾ നടത്തിയിട്ടും ഞാനിരിക്കുന്ന ഭാഗത്തേക്ക് ആ വിരലുകൾ എത്തി
യില്ല. എന്നാൽ, അടുത്ത പരതലിൽ അതു സംഭവിച്ചു. മുകളിലേക്കുയർത്ത
പ്പെട്ട ഒരു ചുറ്റ് അഭ്രച്ചൂരുളുകളിൽ ഞാനുമുണ്ടായിരുന്നു.

വരാന്തയിൽ വച്ച് തന്നെ കത്തിക്കൽ കളി നടത്താമെന്ന് ലളിതയും
വിജയയും പറഞ്ഞെങ്കിലും അത് വേണ്ട നമുക്ക് പുറത്ത് കത്തിക്കാമെന്ന്
ഹാരീസ് പറഞ്ഞു ഈ കളികളിലെല്ലാം അവസാന വാക്ക് അവന്റേതാണ്.

മരങ്ങൾ നിറഞ്ഞ തൊടിക്കരികിലേക്കാണ് അവർ എന്നെ കൊണ്ടു
പോയത്. ഞാൻ കണ്ടു. തെല്ലപ്പുറത്ത് ഡാനിയൽ സാറും മാധവും ചൂരൽ
കസേരകളിലിരിക്കുന്നുണ്ട്. മാധത്തിന്റെ നാവിൽ നിന്നുയരുന്ന ഒരു തമിഴ്
ക്രിസ്തീയഗാനത്തിലേക്ക് ഡാനിയൽ സാറിന്റെ മനസ്സും ശരീരവും തുറ
ന്നിരിക്കുകയാണ്.

ഹാരീസിന്റെ തളിർ പോലെയുള്ള കൈവിരലുകൾ എന്നെ മുട്ടു
ന്നുണ്ട്. ആ വിരലുകളുടെ മാർദ്ദവത്തിൽ ലോകത്തിന്റെയാകെ നിഷ്കള
ങ്കത തുടിക്കുന്നത് പോലെ. പക്ഷേ, ആ വിരലുകൾ തന്നെ എന്റെ ജീവ
നെടുക്കാൻ പോകുകയാണ്. നിഷ്കളങ്കതയുടെ ഈ ചലനങ്ങൾ ഒരു
മഹാപാതകത്തിലേക്ക് കുതിക്കുകയാണ്.

"ഇന്ത സുറുമി, ഊരിൽ പുകൾപെറ്റ ചേല്കളെ ചെയ്യ ഇരുപ്പവൾ.
മറ്റയാരും അത് വരൈ ചെയ്യ ഇയലാതെ കീർത്തി പ്പെച്ച കാര്യങ്ങളെ
ചെയ്യ ഇരിപ്പവൾ."

എനിക്ക് എട്ടുവയസ്സ് ഉള്ളപ്പോൾ ആമത്തറയിലെ കുടിലിൽ വന്ന്
കാക്കാലത്തി പറഞ്ഞ വാക്കുകൾ. എന്നേ, ഞാനും അന്ന് കുടിലിലുണ്ടാ
യിരുന്ന അമ്മയും മറന്ന് കഴിഞ്ഞ വാക്കുകൾ. കാക്കാലത്തിയുടെ വാക്കു
കൾ വീണ്ടും ഞാനോർക്കുകയാണ്. അമ്മയുടെ കണ്ണുകളിലെ പരിഹാസം
കണ്ടിട്ടാവണം. കാക്കാലത്തി അന്ന് വീണ്ടും പറഞ്ഞു: "ഇത് പൊയ്യല്ല
അമ്മാ, നിജമാ താൻ. ഇന്ത കൊളന്തൈ ഉങ്കൾ കുടുംബത്തിർക്കും മല
യാള ദേശത്തിർക്കും അഭിമാനമാഹെ മാറും കാലം വരും."

ഇന്നലെ കണ്ടെന്ന പോലെ ആ കാക്കാലത്തിയുടെ ചുവന്ന മൂക്കു
ത്തിയും കടുംപച്ചനിറത്തിലുള്ള ചേലയുമെല്ലാം ഇപ്പോൾ ഞാനോർക്കുന്നു.

ഒരു കൊച്ചുകുട്ടിയുടെ കൈയിലിരുന്ന തീപ്പെട്ടിക്കൊള്ളിക്ക് മുമ്പിൽ

കരിഞ്ഞൊടുങ്ങാൻ പോകുന്ന എന്റെ ജന്മമാണോ കാക്കാലത്തി പറഞ്ഞ കീർത്തി വെച്ച രാശി! ഞാനെന്നൊരു പെണ്ണ് ഈ ഭൂമിയിൽ ജനിച്ചിരുന്നു, കുറേക്കാലം ജീവിച്ചിരുന്നു എന്ന് കുറച്ചുവർഷങ്ങൾക്കപ്പുറം ആരെങ്കിലും ഓർത്തിരിക്കുമോ. ഈ ജീവിതം ജീവിച്ച് തീർത്ത കാലത്ത് തന്നെ എനി ക്കെന്തെങ്കിലും കീർത്തി ഉണ്ടായയോ. കാക്കാരശ്ശിയിൽ അഭിനയിച്ചതും സിനിമയിൽ അഭിനയിച്ചതുമെല്ലാം കീർത്തിപ്പെട്ട സംഭവങ്ങളായിരുന്നോ. ഇതിലൊക്കെ അഭിനയിച്ചത് തന്നെയല്ലേ എന്റെ ജീവിതത്തെ ദുരിതങ്ങ ളിലേക്ക് നയിച്ചത്.

വിജയമാണ് തീപ്പെട്ടിക്കൂടിൽനിന്ന് ഒരുകൊള്ളിയെടുത്ത് തീ പിടി പ്പിച്ചത്. ആ തീനാളം ആർത്തിയോടെ ഹാരീസിന്റെ കൈകളിലെ അഭ്ര ച്ചുരുളുകളിലേക്ക് ചാടി വീണു. ഒരറ്റത്ത് നിന്ന് തീനാളം എന്റെ സമീപ ത്തേക്ക് അരിച്ച് കയറുകയാണ്.

"ശോഭിത ശോഭനം

....

ഹാ, ജാനറ്റ് മാഡത്തിന്റെ ഈണമാർന്ന സ്വരത്തിൽ ആ പ്രിയപ്പെട്ട ഗാനം വീണ്ടും കേൾക്കുന്നു. ഡാനിയൽ സാറിന്റെയും ജാനറ്റ് മാഡത്തി ന്റെയും പുതിയ ശോഭന ജീവിതത്തിന്റെ മധുരപ്രതീക്ഷകളിലേക്ക് മെല്ലെ ഉയരുന്ന ആ ചെറിയ പാട്ട് എനിക്കായി ദൈവം ഇപ്പോൾ കേൾപ്പിക്കുക യാണ്.

പക്ഷേ, ഈ പാട്ടിൽ ലയിച്ചിരിക്കുന്ന ഡാനിയൽ സാർ തന്റെ തൊട്ട രികിൽ അദ്ദേഹം ഒരിക്കൽ ഏറെ ഓമനിച്ച് വളർത്തിയ ഒരു പെൺകുട്ടി യുടെ ജീവിതം ഒടുങ്ങുകയാണെന്ന കാര്യം അറിയുന്നതേയില്ല. എന്റെ ജീവൻ രക്ഷിക്കാൻ കരുത്തുള്ള ആ സ്രഷ്ടാവ് ഒന്നും അറിയുന്നില്ല. എനിക്ക് ശബ്ദം ഉയർത്താനാവില്ലല്ലോ.

എന്റെ കണ്ണുകൾകൊണ്ട് ഞാൻ ഡാനിയൽ സാറിനോട് യാചിച്ചു. പക്ഷേ, അതും അദ്ദേഹത്തിന് കാണാനാവില്ല. എന്റെ കൺകോണുകൾ മിഴിനീരിന്റെ കലിപ്പിനാൽ വിങ്ങി.

ഹാരീസിന്റെ കൈകൾ തീ പടരുന്ന അഭ്രച്ചുരുളിനെ അന്തരീക്ഷ ത്തിൽ ചുഴറ്റിയെറിഞ്ഞു. കുട്ടികൾ ആർത്ത് ചിരിച്ചു. നല്ല ഉയരത്തിൽ എത്തിയ ചുരുളുകളുടെ ഒന്നാമത്തെ കറക്കത്തിൽ തന്നെ, തീ നാമ്പു കൾ എന്നെ നക്കിയെടുക്കുന്നത് ഞാനറിഞ്ഞു.

എന്നാൽ, തീയുടെ പൊള്ളൽ ഞാനറിയുന്നില്ല. ഇപ്പോൾ ഞാൻ കാണുന്നത് ഒഴുകുന്ന കുളിർവെള്ളമാണ്. ജനാർദ്ദനൻ തമ്പിയുടെ ആറ്റി റമ്പത്തെ പുരയിടത്തിൽനിന്ന് ഞാനന്ന് കണ്ടത് പോലെയുള്ള ഒഴുക്ക് വെള്ളം, ഉള്ളിൽ ശാന്തി നല്കുന്ന ഓളങ്ങളുടെ ഒഴുക്കിന് മീതെ കുണുങ്ങി ഒഴുകുന്ന മണിമരുതിൻ പൂക്കൾ. ആറ്റ് മട്ടയിൽനിന്ന് താഴേക്ക് നീട്ടിയിട്ടി രിക്കുന്ന എന്റെ കാല്പാദങ്ങളിൽ പൂക്കൾ മുട്ടിയുരുമ്മി കടന്ന് പോകുന്നു. കാൽ ചുവട് മുതൽ നെറുകം തല വരെ ശാന്തി പടരുന്നു.

ഒരത്ഭുതം സംഭവിച്ചു. എന്റെ തലയിലുള്ള പൂവിനെ തീനാളങ്ങൾക്ക് നശിപ്പിക്കാനായില്ല. ഡാനിയൽ സാർ എന്റെ തലയിൽനിന്ന് എടുത്ത ആ പൂവ് അദ്ദേഹം ചുംബിക്കുന്ന നിലയിൽ ആ കൈകളിൽ ഭദ്രമായി ഇരിക്കുന്നുണ്ട്. എന്റെ ഉടൽ കത്തിക്കരിയുമ്പോഴും ആ പൂവ് ക്ഷതമേല്ക്കാതെ രക്ഷപ്പെട്ടു. ആ പൂവുള്ള അബ്രത്തുണ്ട് ചെറിയൊരു കാറ്റിൽ പറന്ന് ഡാനിയൽ സാറിന്റെ കാൽച്ചുവട്ടിൽ വീണു.

ചുറ്റുവട്ടത്തെങ്ങും റോസാപ്പൂവില്ലാതിരുന്നിട്ടും അപ്പോൾ അവിടെ റോസാപ്പൂവിന്റെ മധുരഗന്ധം അനുഭവപ്പെട്ടു. ഡാനിയലും ജാനറ്റും പരസ്പരം അത്ഭുതത്തോടെ നോക്കി.

പതിനേഴ്

രണ്ടായിരത്തി ആറ് ഫെബ്രുവരി ഏഴാം തീയതി വൈകുന്നേരം. തിരുവനന്തപുരത്തെ വാൻ റോസ് ജങ്ഷനിലുള്ള ഗോർക്കിഭവൻ സാംസ്കാരിക നിലയത്തിലെ തിയേറ്റർ.

ജെ സി ഡാനിയലിന്റെ ജീവിതം ആസ്പദമാക്കി ആർ ഗോപാലകൃഷ്ണൻ സംവിധാനം ചെയ്ത 'ദ ലോസ്റ്റ് ലൈഫ്' എന്ന ഡോക്യു സിനിമയുടെ ആദ്യ പൊതു പ്രദർശനത്തിനായി ക്ഷണിക്കപ്പെട്ട അതിഥികളാൽ തിയേറ്റർ നിറഞ്ഞിരിക്കുന്നു. സിനിമയ്ക്കു മുമ്പായുള്ള ഉദ്ഘാടനച്ചടങ്ങിൽ തന്റെ പിതാവിനെക്കുറിച്ചുള്ള ഓർമ്മകൾ പങ്കുവെക്കാനായി സേലത്ത് വിശ്രമജീവിതം നയിക്കുന്ന ഹാരീസ് ഡാനിയൽ വേദിയിലുണ്ട്.

തന്റെ പ്രസംഗത്തിന്റെ ഒരു ഘട്ടത്തിൽ അല്പം വികാരാധിക്യത്താൽ ചിലമ്പിയ ശബ്ദത്തോടെ ഹാരീസ് പറഞ്ഞു: "ഈ കൈകൾ, എന്റെ ഈ കൈകൾ കൊണ്ടാണ് മലയാളനാട്ടിലെ ആദ്യ സിനിമയെ ഏതാണ്ട് മുഴുവനായി തന്നെ നശിപ്പിച്ചത്."

ഹാരീസിന്റെ വാക്കുകൾ ആ മനസ്സിലെ വിങ്ങലിനെ, വീർപ്പുമുട്ടലിനെ സദസ്സിലേക്ക് പകരുകയായിരുന്നു. തങ്ങളുടെ നാടിന്റെ ആദ്യ സിനിമയെ ഇനിയൊരിക്കലും തിരിച്ച് കിട്ടാനാവാത്തവിധം ഇല്ലാതാക്കിയത് ആ മനുഷ്യനാണ്.

പക്ഷേ, ഒപ്പം തന്നെ അവർ മനസ്സിൽ പറഞ്ഞു. നിഷ്കളങ്കനായ ഒരു കൊച്ചുകുട്ടിയുടെ വിനോദലീലകൾ മാത്രമായിരുന്നില്ലേ അതൊക്കെ, ഏതൊരു കുട്ടിയും ഏർപ്പെടുന്ന തമാശ മാത്രമല്ലേ അവിടെ സംഭവിച്ചുള്ളൂ.

എന്നാൽ, ആ തമാശക്കളിയിലൂടെ സംഭവിച്ചത്! സദസ്സ് നെടുവീർപ്പോടെ ഹാരീസിനെ നോക്കിയിരുന്നു.

പ്രസംഗവേദിയിലെ ആ നിമിഷം തന്നെ ഹാരീസ് അത്ഭുതത്തോടെ ചുറ്റും നോക്കി. എവിടെ നിന്നാണ് ഈ റോസാപ്പൂവിന്റെ മണം തനിക്ക് ചുറ്റും കടന്നുവരുന്നത്.

ഹാ, ഇന്നോളം ഇത്രയും ഹൃദ്യമായ ഒരു റോസാപ്പൂമണം ആസ്വദി ച്ചിട്ടില്ല. അടച്ചിട്ടിരിക്കുന്ന ഈ പ്രദർശനശാലയിൽ പെട്ടെന്നെവിടെ നിന്നാണ് ഈ മധുരഗന്ധം കടന്നുവരുന്നത്.

ഏറ്റവും മഹത്വമുള്ള ഒരു ചരിത്രത്തിന്റെ ഗന്ധമാണ് ഇതെന്ന് ഹാരീസ് ഡാനിയൽ തിരിച്ചറിഞ്ഞില്ലെങ്കിലും ഈ ഗന്ധം തനിക്കിതേവരെ അനുഭവിക്കാനായിട്ടില്ലാത്ത കുളിർമ്മയും ഉന്മേഷവും നല്കുന്നുണ്ടെന്ന് അദ്ദേഹത്തിന് തോന്നി. ആ കുളിർമ്മ നുകർന്നുകൊണ്ട്, ഹാരീസ് ഡാനി യൽ നിഷ്കളങ്കമായ തന്റെ വാക്കുകൾ തുടർന്നു.

ജെ സി ഡാനിയൽ

മലയാള സിനിമയുടെ പിതാവ് പിന്നീട് സിനിമയൊന്നും നിർമ്മി ച്ചില്ല. എന്നാൽ സിനിമ എന്നെന്നും മനസ്സിലെ വലിയ മോഹമായി കൊണ്ട് നടന്നിരുന്ന ഡാനിയൽ, ദന്തചികിത്സയുടെ ആദ്യകാലങ്ങളിൽ നല്ല സാമ്പ ത്തിക വരുമാനം നേടി സ്വന്തം കാറുമൊക്കെയായി ജീവിതം നയിച്ചിരു ന്നെങ്കിലും പില്ക്കാലത്ത് സാമ്പത്തികമായി വളരെ തകർന്നിരുന്നു. ലഭ്യ മായ വിവരങ്ങൾ വച്ച് നോക്കുമ്പോൾ, ഏതൊക്കെയോ വിപുലമായ സിനി മാസംരംഭങ്ങളിൽ പണം മുടക്കിയോ, സുഹൃത്തുക്കളായ ചില തമിഴ് സിനിമാക്കാർക്ക് പണം കടം നല്കിയോ ആണ് ഡാനിയലിന് ഇത്തര മൊരു ദുർഗ്ഗതി വന്നത്. ഏതായാലും ജീവിതത്തിന്റെ അവസാനകാലത്ത് ജന്മദേശമായ അഗസ്തീശ്വരത്ത്, ഡാനിയൽ ജാനറ്റുമൊത്ത് ദാരിദ്ര്യവും രോഗപീഡകളും വേട്ടയാടി അവശനിലയിലാണ് കഴിഞ്ഞിരുന്നത്.

ജീവിച്ചിരുന്ന കാലമത്രയും മലയാളചലച്ചിത്രവേദി അതിന്റെ സ്രഷ്ടാ വിനെ തിരിച്ചറിഞ്ഞതേയില്ല. 1975 ൽ ഡാനിയൽ അന്തരിച്ചു. ജാനറ്റ് 1993 ൽ അന്തരിച്ചു. ഇന്നിപ്പോൾ ചലച്ചിത്രരംഗത്തെ സമഗ്രസംഭാവനയ്ക്കുള്ള സംസ്ഥാന സർക്കാർ പുരസ്കാരമായ ജെ സി ഡാനിയൽ പുരസ്കാര ത്തിലൂടെ അദ്ദേഹത്തിന്റെ സ്മരണ ദീപ്തമായി നില്ക്കുന്നു.

ഡാനിയലിന്റെ മക്കളിൽ ഇന്ന് ശേഷിക്കുന്നത് ഹാരീസ് ഡാനിയലും ലളിതയുമാണ്. ഇൻഷുറൻസ് ഉദ്യോഗസ്ഥനായിരുന്ന ഹാരീസ് കുടും ബസമേതം സേലത്തും കുടുംബിനിയായ ലളിത തിരുവനന്തപുരത്തും നിവസിക്കുന്നു.

റോസി

തിരുവനന്തപുരത്ത് നിന്ന് ഒരു ലോറിയിൽ കയറി കേശവപിള്ള എന്ന ഡ്രൈവർക്കൊപ്പം പ്രാണരക്ഷാർത്ഥം പലായനം ചെയ്ത റോസി പില്ക്കാലമത്രയും നാഗർകോവിൽ പട്ടണത്തിൽ ജീവിച്ചു. കേശവപി ള്ളയെ തന്റെ ഭർത്താവായി സ്വീകരിച്ച റോസി രാജമ്മാൾ എന്ന പേരിലാ യിരുന്നു നാഗർകോവിലിലെ ഒട്ടുപുരത്തെരുവിൽ താമസിച്ചിരുന്നത്. ആ ദമ്പതികൾക്ക് അഞ്ച് മക്കളുണ്ടായി. അവരിൽ ആദ്യത്തെ മൂന്നുപേരും മരണമടഞ്ഞു. ഇപ്പോൾ മകൻ നാഗപ്പൻപിള്ളയും അനിയത്തി പത്മയും മാത്രം ജീവിച്ചിരിക്കുന്നു.

വിവാഹത്തോടെ എല്ലാ വിധ കലാപ്രവർത്തനങ്ങളും അവസാനി പ്പിച്ച റോസി തികച്ചും ഒരു കുടുംബിനിയായി ജീവിക്കുകയായിരുന്നു. വിവാഹത്തോടെ നാടകവും സിനിമയും എല്ലാം റോസിയെ സംബന്ധി ച്ചിടത്തോളം എന്നെന്നേക്കുമായി അടഞ്ഞ ഒരദ്ധ്യായമാകുമായിരുന്നു. 1989 ൽ റോസി അന്തരിച്ചു. 1997 ൽ കേശവപിള്ളയും മരിച്ചു.

ഒരു ബാങ്കുദ്യോഗസ്ഥനായിരുന്ന നാഗപ്പൻപിള്ളയ്ക്കോ മധുരയിൽ വിവാഹാനന്തരം ജീവിക്കുന്ന പത്മയ്ക്കോ അമ്മയുടെ കലാകാരി എന്ന ഭൂതകാലത്തെക്കുറിച്ച് ഒന്നുമറിഞ്ഞ് കൂടാ. നാഗർകോവിലിൽ തന്നെ ഭാര്യയും മക്കളുമൊത്ത് കഴിയുന്ന നാഗപ്പൻപിള്ള ഏറക്കുറെ സന്തുഷ്ട മായ ജീവിതം നയിക്കുമ്പോൾ, പത്മ തികച്ചും ദുരിതപൂർണ്ണമായ ഒരു വിധിയുമായി മധുരയിൽ കഴിഞ്ഞ് കൂടുന്നു. പല വിധ ഗുരുതര രോഗ ങ്ങൾ, കൊടിയ ദാരിദ്ര്യം, രണ്ട് മക്കളുണ്ടായിരുന്നതിൽ മകൻ അഴകിയേ ന്ദ്രന്റെ ആകസ്മിക മരണം, ആ മരണം തകരാറിലാക്കിയ മനോനില എന്നി

ങ്ങനെ നീളുന്ന ദുരിതപാശങ്ങളാൽ ബന്ധനസ്ഥയായി കഴിയുകയാണവർ. വളരെ തുച്ഛവരുമാനമുള്ള ഭർത്താവിനും മകൾക്കും മകളുടെ കൈക്കു ഞ്ഞിനുമൊപ്പം ഒരു ഒറ്റമുറി പാർപ്പിടത്തിലാണ് പത്മ കഴിയുന്നത്. ഒരർത്ഥ ത്തിൽ 'നഷ്ടനായിക'യുടെ ദുരന്തം പത്മയിലൂടെ തുടരുകയാണ്.

ചിത്രങ്ങളിലൂടെ....

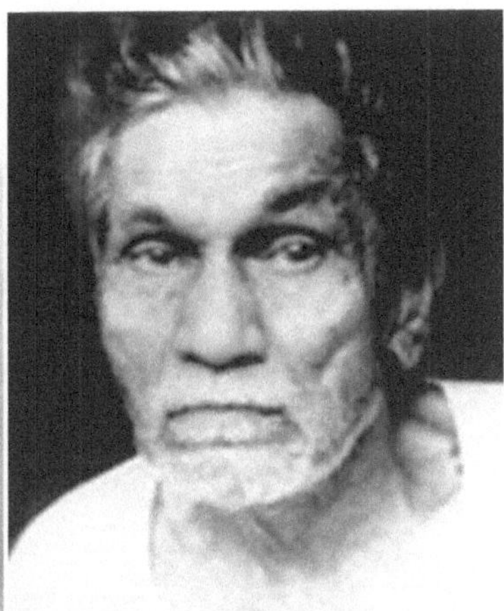

ജെ സി ഡാനിയേൽ

ജെ സി ഡാനിയേൽ കുടുംബത്തോടൊപ്പം

Travancore National Pictures

Present

THE LOST CHILD

The first film produced by the pioneer

Film producers in Kerala.

Featuring

J. C. DANIEL

Pattom,
15th October 1930

Dear Sir / Madam

THE LOST CHILD, the first photo-play produced by the TRAVANCORE NATIONAL PICTURES, Trivandrum, will be released at the Capitol Cinema Hall from Thursday the 23rd October 1930 at 6-30 & 9-30 p. m. This picture depicts clearly the experiences of human life in its different phases. It was completed at a great cost and wearied labour.

We heartly desire the public will encourage us in our novel enterprise.

Yours faithfully,

THE TRAVANCORE NATIONAL PICTURES.

വിഗതകുമാരൻ സിനിമയുടെ ക്ഷണപത്രിക

വിഗതകുമാരൻ സിനിമ ചിത്രീകരിച്ച ശാരദാവിലാസം സ്റ്റുഡിയോ

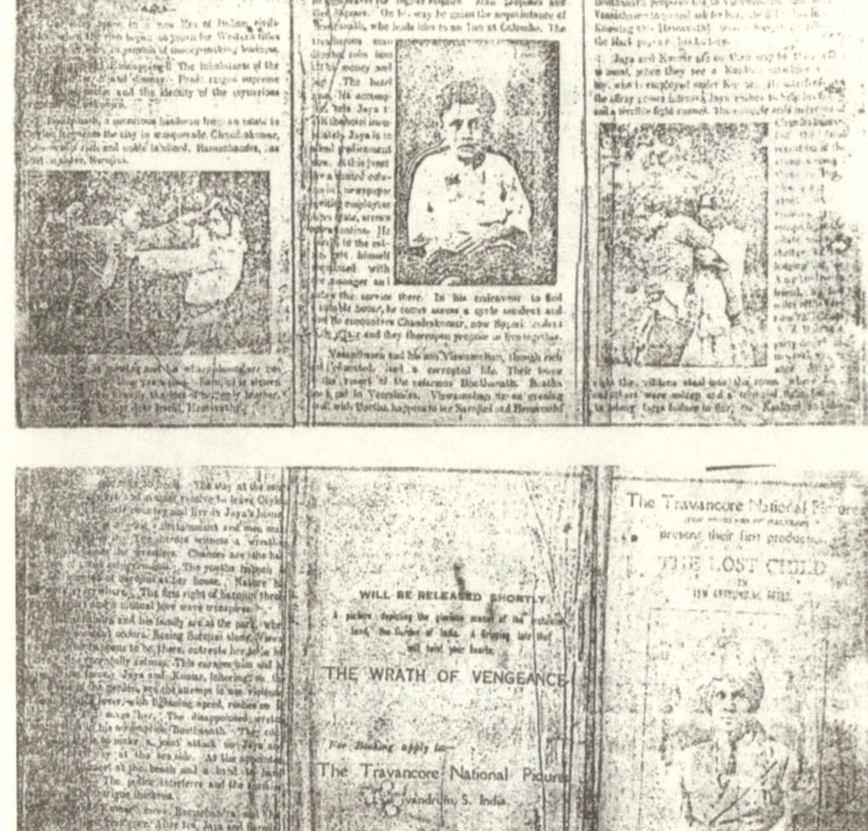

വിഗതകുമാരൻ സിനിമയുടെ സിനോപ്സിസ്

9 789386 364364